വിദർഭയുടെ സങ്കടങ്ങൾ
ആത്മഹത്യാഭൂമിയിലൂടെ ഒരു യാത്ര

vidarbhayude sangadangal
travalogue

•

t a rajashekharan
radhakrishnan cheruvally

•

first edition
may 2019

•

typesetting
star communications, thiruvananthapuram

•

published
chintha publishers, thiruvananthapuram

•

cover
vinodmangoes

വിതരണം

ദേശാഭിമാനി ബുക്ക് ഹൗസ്

H O തിരുവനന്തപുരം-695 035
www.chinthapublishers.com
chinthapublishers@gmail.com

ബ്രാഞ്ചുകൾ

ഹെഡ്ഡാഫീസ് കുന്നുകുഴി • സ്റ്റാച്യു തിരുവനന്തപുരം • കെ എസ് ആർ ടി സി ബസ് സ്റ്റേഷൻ ആലപ്പുഴ • കെ എസ് ആർ ടി സി ബസ് സ്റ്റേഷൻ എറണാകുളം • ഐ ജി റോഡ് കോഴിക്കോട് • കെ എസ് ആർ ടി സി ബസ് സ്റ്റേഷൻ കോഴിക്കോട് • എൻ ജി ഒ യൂണിയൻ ബിൽഡിങ് കണ്ണൂർ • സെൻട്രൽ ബസ് ടെർമിനൽ കോംപ്ലക്സ് താവക്കര കണ്ണൂർ

CO - 2736 / 4929
ISBN - 978-93-88485-08 -1

വിദർഭയുടെ സങ്കടങ്ങൾ

ആത്മഹത്യാഭൂമിയിലൂടെ ഒരു യാത്ര

റ്റി എ രാജശേഖരൻ
രാധാകൃഷ്ണൻ ചെറുവല്ലി

ചിന്ത പബ്ലിഷേഴ്സ്
തിരുവനന്തപുരം-695 035

റ്റി എ രാജശേഖരൻ

പത്തനംതിട്ട ജില്ലയിലെ കലഞ്ഞൂർ സ്വദേശി. പിതാവ് പരേതനായ എം അച്യുതൻ നായർ, മാതാവ് ടി കെ ഈശ്വരിയമ്മ. പുനലൂർ എസ് എൻ കോളേജ്, പന്തളം എൻ എസ് എസ് കോളേജ് എന്നിവിടങ്ങളിൽ വിദ്യാഭ്യാസം. ഗവൺമെന്റ് സെക്രട്ടേറിയറ്റിൽ നിന്ന് ജോയിന്റ് സെക്രട്ടറിയായി വിരമിച്ചു.

കൃതികൾ: *കാട്ടിൽ നിന്നൊരു പോസ്റ്റ് കാർഡ്* (നോവൽ), *ഗാന്ധിയും മാർക്സും, ഡ്രാക്കുള* (വിവർത്തനം).

വിലാസം : 'രാജശ്രീ'
കൂട്ടാംവിള റോഡ്
വട്ടിയൂർക്കാവ് പി ഒ
തിരുവനന്തപുരം 695013
മൊബൈൽ : 9496102590

രാധാകൃഷ്ണൻ ചെറുവല്ലി

തിരുവനന്തപുരം ജില്ലയിലെ ശ്രീകാര്യം സ്വദേശി. സെക്രട്ടേറിയറ്റിൽനിന്നും അണ്ടർ സെക്രട്ടറിയായി വിരമിച്ചു. ഇപ്പോൾ ചിന്ത പബ്ലിഷേഴ്സിൽ സബ് എഡിറ്റർ.
കൃതികൾ: *ഒരേ വഞ്ചിയിലെ യാത്രക്കാർ, മദ്ധ്യദേശത്തെ ചരിത്രപഥങ്ങൾ, കടലിലും കാട്ടിലും മണലാരണ്യത്തിലും* (യാത്രാവിവരണം), *ആണധികാരത്തിന്റെ ബലപ്രയോഗങ്ങൾ* -രാഷ്ട്രീയ സാമൂഹിക പഠനങ്ങൾ-(എഡിറ്റർ) *സെല്ലുലോയ്ഡ്: ചരിത്രത്തിലില്ലാത്ത ജീവിതവും സിനിമയും* (ജി പി രാമചന്ദ്രനൊപ്പം), *ചോരവീണ മണ്ണ് (കർഷക സമരഭൂമിയിലെ സഞ്ചാരങ്ങൾ- റ്റി എ രാജശേഖരൻ, രാജശശി കെ എന്നിവർക്കൊപ്പം) സീതാറാം യെച്ചൂരി* (അഭിമുഖങ്ങൾ) എഡിറ്റർ *(എം രാജീവിനൊപ്പം) യേശയ്യൻ* (നോവൽ) *ഡോറിയൻഗ്രേയുടെ ഛായാചിത്രം -* ഓസ്കർ വൈൽഡ്, *ഇന്ത്യൻ ദേശീയത: രവീന്ദ്രനാഥ ടാഗോർ, ഡോ. അംബേദ്കർ: ഇന്ത്യയും കമ്യൂണിസവും* (വിവർത്തനം).

ഭാര്യ : ആർ. ശോഭനകുമാരി
ഫോൺ : 9447010396, 0471-2597376
E-mail : radhakrishnancheruvally@gmail.com

ഉള്ളടക്കം

പ്രസാധകക്കുറിപ്പ്

യാത്രയുടെ ലക്ഷ്യങ്ങൾ പലതായിരിക്കും. ചിലത് തീർത്ഥാടന ങ്ങളായിരിക്കും. മറ്റു ചിലത് ചരിത്രാന്വേഷണങ്ങളായിരിക്കും. വേറെ ചിലത് പ്രകൃതിയുടെ വിവിധ ഭാവങ്ങൾ തേടിയുള്ള യാത്രകളാവും. ലക്ഷ്യം എന്തുതന്നെയായാലും കാണാക്കാഴ്ചകളെ സംബന്ധിച്ച ജിജ്ഞാസയാണ് യാത്രയുടെ ഊർജ്ജസ്രോതസ്സ്. മിക്ക യാത്രകളും. നേരത്തേ നിശ്ചയിച്ച് ഉറപ്പിച്ചതായിരിക്കും. കാണേണ്ട സ്ഥലങ്ങൾ, താമ സൗകര്യം, യാത്രാമാർഗ്ഗം, എത്ര ദിനങ്ങൾ എന്നിവയെല്ലാം മുൻകൂട്ടി ഉറപ്പുവരുത്തിയിട്ടായിരിക്കും സഞ്ചാരികൾ യാത്ര തുടങ്ങുക.

മുന്നൊരുക്കങ്ങളൊന്നുമില്ലാതെ ഇന്ത്യയുടെ ഹൃദയഭൂമിയായ വിദർഭാ ദേശത്തേക്ക് റ്റി എ രാജശേഖരനും രാധാകൃഷ്ണൻ ചെറു വല്ലിയും നടത്തിയ യാത്ര ആകസ്മിക അനുഭവങ്ങളുടെ ത്രസിപ്പിക്കുന്ന ഓർമ്മയാണ് അവർക്കു നല്കിയത്. പുരാണപ്രോക്തമായ ആ പ്രദേശ ത്തിന്റെ വേദനാജനകവും സ്തോഭസാന്ദ്രവുമായ വർത്തമാനകാല അവ സ്ഥകൾ മനസ്സിൽ മായാതെ നില്ക്കുന്നവയാണ്.

വിദർഭയുടെ ചരിത്രരാഷ്ട്രീയസാംസ്കാരിക പാഠങ്ങളിലേക്കുള്ള സഞ്ചാരങ്ങളാണ് *വിദർഭയുടെ സങ്കടങ്ങൾ* എന്ന ഈ ഗ്രന്ഥത്തിലുള്ളത്. വിദർഭയെക്കുറിച്ചുള്ള പാരമ്പര്യബോധങ്ങളെ പാടേ പൊളിച്ചെഴുതുന്ന ഈയൊരു ഗ്രന്ഥം യാത്രാവിവരണ ഗ്രന്ഥങ്ങളുടെ പതിവു ഘടനക ളിൽനിന്ന് ബോധപൂർവ്വമായ കുതറിമാറലുകൾ നിർവ്വഹിക്കുന്നു. വായ നയുടെ പുതിയ അനുഭവങ്ങൾ നല്കുന്ന ഈ കൃതി ചിന്ത അഭിമാന പൂർവ്വം സമർപ്പിക്കുന്നു.

ചിന്ത പബ്ലിഷേഴ്സ്

ആമുഖം

അനാദികാലം മുതൽ മനുഷ്യൻ യാത്ര തുടങ്ങിയതാണ്. അത് ഇന്നും തുടരുന്നു. ഇരതേടിയും ഇണതേടിയുമായിരുന്നു ആദ്യ യാത്രകൾ. പിന്നീട് യാത്രയുടെ ലക്ഷ്യം പലതായി. ചിലർ തീർത്ഥഘട്ടങ്ങൾ തേടി; മറ്റുചിലർ ചരിത്രത്തിന്റെ അടരുകൾ അന്വേഷിച്ചു. വേറേ ചിലരോ, പ്രകൃതിയുടെ വിവിധ ഭാവാന്തരങ്ങൾക്കു പുറകേപോയി. ലക്ഷ്യമെന്തായാലും കാണാക്കാഴ്ചകൾക്കു പിന്നിൽ ഒളിഞ്ഞിരിക്കുന്ന ജിജ്ഞാസയാണ് യാത്രയുടെ ഊർജ്ജസ്രോതസ്സ്. പൂർവ്വ നിശ്ചിതമായി ചിട്ടപ്പെടുത്തിയതായിരിക്കും ഇന്നത്തെ മിക്ക യാത്രകളും. കാണേണ്ട സ്ഥലം, താമസ സൗകര്യം, യാത്രാ മാർഗ്ഗം, എത്ര ദിനങ്ങൾ തുടങ്ങിയവയൊക്കെ മുൻകൂട്ടി ഉറപ്പാക്കിയിട്ടാണ് യാത്ര.

അത്തരം യാത്രകളിൽ സന്ദിഗ്ദ്ധതയോ ആകസ്മികതയുടെ ഞെട്ടലോ വിസ്മയമോ യാത്രികനായി കാത്തുവച്ചിട്ടുണ്ടാവണമെന്നില്ല. പിന്നിട്ട യാത്രാവഴികളിലേക്ക് പിന്തിരിഞ്ഞു നോക്കുന്ന ഓരോ യാത്രക്കാരനും ഉണ്ടായ ആകസ്മികാനുഭവങ്ങളുടെ തീക്ഷ്ണതയായിരിക്കും ഓർമ്മച്ചെപ്പിൽ സൂക്ഷിച്ചുവയ്ക്കാനുണ്ടാവുക. പൂർവ്വനിശ്ചിതമായ മുന്നൊരുക്കങ്ങളൊന്നുമില്ലാതെ ഇന്ത്യയുടെ ഹൃദയഭൂമിയായ വിദർഭാദേശത്തേക്ക് ഞങ്ങൾ തുടങ്ങിയ യാത്ര ആകസ്മികാനുഭവങ്ങളുടെ ത്രസിപ്പിക്കുന്ന ഓർമ്മയാണ് നല്കിയത്.

പുരാണപ്രോക്തമായ വിദർഭ കാല്പനിക ഭംഗി ചാലിച്ച ഒരു ഭാവമാണ് നമ്മുടെ മനസ്സിൽ സൃഷ്ടിക്കുന്നത്. പക്ഷേ, ആ പ്രദേശത്തിന്റെ നിറഞ്ഞ വർത്തമാനകാലത്തെ വേദനാജനകവും സ്തോഭസാന്ദ്രവുമായ മൂന്ന് അവസ്ഥകൾ മനസ്സിൽ നിന്നു മാഞ്ഞേ പോകുന്നില്ല. വിദർഭയിലെ ജീവിതം വഴിമുട്ടി ആത്മഹത്യാമുനമ്പിൽ അഭയം തേടുന്ന സാധാരണ കൃഷിക്കാരുടെ ചോരകിനിയുന്ന അനുഭവങ്ങൾ, ഭോപ്പാലിലെ യൂണിയൻ കാർബൈഡ് ഫാക്ടറി ദുരന്തത്തിന്റെ പ്രേതഭൂമിയിലൂടെയുള്ള

യാത്ര, അൻപതുകളുടെ മദ്ധ്യത്തിൽ സർക്കാർ പ്രേരണയിൽ തേളും പാമ്പും ഉരുകിയൊലിക്കുന്ന ചൂടും തണുത്തുറഞ്ഞുപോകുന്ന മഞ്ഞും പതിയിരുന്ന മണ്ണിലേക്ക് അതിസാഹസികമായി കുടിയേറിയ കുറേ മല യാളി കുടുംബങ്ങളുടെ സ്വത്വ പ്രതിസന്ധികളൊക്കെയും ഈ യാത്ര യിലെ തീക്ഷ്ണാനുഭവങ്ങളായി മനസ്സിൽ മുറിപ്പാടോടെ നില്ക്കുന്നു.

കേന്ദ്രസർക്കാർ, മഹാരാഷ്ട്ര സർക്കാർ, അവിടത്തെ മുഖ്യധാരാ രാഷ്ട്രീയ പാർട്ടികൾ – അധികാര ശക്തികളായ ഇവർ മനസ്സുവച്ചിരു ന്നെങ്കിൽ വിദർഭയിൽ കർഷകആത്മഹത്യ ഉണ്ടാകുമായിരുന്നില്ല. പാർശ്വ വല്ക്കരിക്കപ്പെട്ട ദളിത് പിന്നോക്ക വിഭാഗത്തിൽപ്പെട്ട കർഷകരാണ് ആത്മഹത്യയുടെ വഴികൾ തേടിപ്പോകുന്നവരിലേറെയും. ആഗോള വല്ക്കരണത്തിന്റെയും ബി ടി വിത്തിനങ്ങളുടെയും ആസുരതയ്ക്കു മുന്നിൽ കൃഷി ഉപജീവനമാക്കിയ കർഷകന് പിടിച്ചു നില്ക്കാനാവില്ല. കൃഷി കോർപ്പറേറ്റ്‌വല്ക്കരിക്കപ്പെടുകയാണ്. ഏതാനും പേരുടെ കളി യിടമായി കൃഷിഭൂമി മാറാൻ പോകുന്നു. ഇതിനർത്ഥം മഹാഭൂരിപക്ഷം വരുന്ന ദുർബ്ബലകൃഷിക്കാരും കൃഷിഭൂമിയിൽനിന്ന് ആട്ടിയകറ്റപ്പെടുമെന്നാണ്.

അഖിലേന്ത്യാ കിസാൻ സഭയുടെ നേതൃത്വത്തിൽ 2018 മാർച്ച് മാസ ത്തിൽ വിദർഭയിലെ കൃഷിക്കാരുടെ പ്രശ്നങ്ങൾക്ക് പരിഹാരമാവശ്യ പ്പെട്ടുകൊണ്ട് നാസിക്കിൽനിന്ന് മുംബൈയിലേക്ക് ഒരു ലോങ് മാർച്ച് നടത്തുകയുണ്ടായി. ഒരുപക്ഷേ, സ്വാതന്ത്ര്യാനന്തര ഇന്ത്യയുടെ ചരി ത്രത്തിലെ ഏറ്റവും വലിയ കർഷക പ്രക്ഷോഭമായി അതിനെ ചരിത്രം രേഖപ്പെടുത്തിയേക്കാം. ലോക ശ്രദ്ധ അർപ്പിച്ച പ്രസ്തുത മാർച്ച് ലക്ഷ്യം നേടിയാണ് അവസാനിപ്പിച്ചത്. നാസിക്കിൽനിന്ന് മാർച്ച് പുറപ്പെടുന്നതുവരെ അതിനെ സംബന്ധിച്ച വാർത്തകൾ പുറംലോകത്തിന് അജ്ഞാതമായിരുന്നു. പക്ഷേ, വിദർഭയിലെ ഗ്രാമങ്ങളിൽ, വയലേലകളിൽ, കാർഷിക കുടും ബങ്ങളിൽ ഇതിനുള്ള മുന്നൊരുക്കങ്ങളിൽ വളരെ മുമ്പേ ആരംഭിച്ചിരു ന്നതായി ഇപ്പോൾ മനസ്സിലാക്കുന്നു. ഞങ്ങൾ വിദർഭ സന്ദർശിക്കുന്നത് 2015 ജൂലൈ മാസത്തിലാണ്. ഞങ്ങൾ സേവാഗ്രാമിൽ എത്തുന്നതിന് രണ്ടു ദിവസം മുൻപ് അവിടെ കിസാൻ സഭ വലിയൊരു കൺവെൻഷൻ സംഘടിപ്പിച്ചിരുന്നു. ഞങ്ങൾ ചെല്ലുന്ന ദിവസവും അതിന്റെ ചില അട യാളങ്ങൾ അവശേഷിച്ചിരുന്നു. പക്ഷേ, അപ്പോഴൊന്നും ഒരു മഹാപ്രക്ഷോ ഭത്തിന്റെ ബീജാവാപം ചെയ്യലാണ് അവിടെ നടന്നതെന്ന് അവർക്ക് മന സ്സിലായില്ല. ഇപ്പോൾ തിരിഞ്ഞു നോക്കുമ്പോഴാണ് അത് ബോദ്ധ്യമാ കുന്നത്.

വിദർഭയുടെ സങ്കടങ്ങൾ രേഖപ്പെടുത്തുമ്പോൾ സങ്കടങ്ങൾ മാത്ര മല്ല, സഞ്ചാരികൾ എന്ന നിലയിൽ അനുഭവിച്ചറിഞ്ഞത്. അവിടത്തെ സാമൂഹിക, സാംസ്കാരിക ജീവിതം കൂടി ഹൃദയത്തിൽ ഏറ്റുവാങ്ങിയേ കടന്നു പോകാനാവൂ. കണ്ണുനീരിനിടയിലെ അല്പസന്തോഷം നിറഞ്ഞ നിമിഷങ്ങളും, സാംസ്കാരികമായ തനിമയുമൊക്കെ ഏതൊരു മനു ഷ്യനും അവകാശപ്പെട്ടതാണ്. അവ കൂടി ഈ യാത്രയുടെ അടയാള പ്പെടുത്തലായി വായനക്കാർ സമക്ഷം അവതരിപ്പിക്കുകയാണ്.

മദ്ധ്യപ്രദേശിലെ തെക്കൻ പ്രദേശങ്ങളായ ഭോപ്പാലും, റെയ്‌സൺ

ജില്ലയുമൊക്കെ പഴയ സെൻട്രൽ പ്രൊവിൻസിന്റെ ഭാഗമായ വിദർഭ യിൽ ഉൾപ്പെട്ടതായിരുന്നു. അങ്ങനെയാണ് ഭോപ്പാലും റെയ്സൺ ജില്ല യുമൊക്കെ വിദർഭയുടെ ഭാഗമായി യാത്രയിൽ കടന്നുവന്നത്.

ഭോപ്പാലിലെ യൂണിയൻ കാർബൈഡ് ഫാക്ടറിയുടെ പ്രേതാവ ശിഷ്ട സന്ദർശനം ഏതൊരു മനുഷ്യന്റെയും രക്തം മരവിച്ചു പോകുന്ന അനുഭവമാണ്. ലോക വ്യാവസായിക ദുരന്ത ചരിത്രത്തിലെ ഏറ്റവും ഭീകരവും സമാനതകളില്ലാത്തതുമായ ദുരന്തമാണ് ഭോപ്പാലിൽ ഉണ്ടാ യത്. മുതലാളിത്തത്തിന്റെ ലാഭക്കൊതിയും അതിന് കുട പിടിച്ചുകൊ ടുത്ത ഇന്ത്യൻ രാഷ്ട്രീയ നിയമസംവിധാനവുമാണ് അതിന് ഉത്തരവാദി കൾ. ദുർബ്ബലരായ ഒരുകൂട്ടം ജനങ്ങളെ മരണത്തിലേക്കും തീരാ ദുരി തത്തിലേക്കും എറിഞ്ഞു കൊടുത്തുകൊണ്ട് സ്വന്തം ജനതയെ ഒറ്റിക്കൊ ടുത്ത ഭരണകൂട നൃശംസതയുടെ ഉദാഹരണമായി ഭോപ്പാൽ ദുരന്തം ചരിത്രത്തിൽ രേഖപ്പെടുത്തിക്കഴിഞ്ഞു.

കുടിയേറ്റം എല്ലാ സമൂഹങ്ങളിലും സംഭവിച്ചു കൊണ്ടിരിക്കുന്ന ഒരു പ്രതിഭാസമാണ്. കേരളീയ സമൂഹവും ഇതിൽനിന്ന് ഭിന്നമല്ല. കേരളീയരുടെ ആദ്യകാല കുടിയേറ്റം മലയ, സിലോൺ എന്നിവിടങ്ങളിലേക്കായിരുന്നു. പിന്നീട്, എസ് എസ് എൽ സിയും ടൈപ്പും ഷോർട്ട് ഹാൻഡും സർട്ടി ഫിക്കറ്റുമായി മലയാളികൾ കൊല്ക്കത്തയിലേക്കും ബോംബെയി ലേക്കും തീവണ്ടി കയറി. എഴുപതുകളിൽ എത്തുമ്പോഴേക്ക് ഗൾഫി ലേക്കായി മലയാളി കുടിയേറ്റം.

ഇതിനിടയിൽ കുറെ മലയാളി കുടുംബങ്ങൾ മദ്ധ്യപ്രദേശിലെ റെയ്സൺ ജില്ലയിലെ ഇഡ്ക്കേടി എന്ന ഗ്രാമത്തിലേക്ക് ചങ്കൂറ്റവും സാഹസികതയും കൈമുതലാക്കിക്കൊണ്ട് ഒരു കുടിയേറ്റം നടത്തി. കേന്ദ്ര-സംസ്ഥാന സർക്കാകളുടെ പിന്തുണ ഉണ്ടായിരുന്നു. പക്ഷേ, മിക്ക സർക്കാർ പദ്ധതികളെയുംപോലെ വഴിയിലുപേക്ഷിച്ച പദ്ധതിയുടെ ഇര കളായി അവർ മാറി. അറുപതിനുശേഷം പിന്തിരിഞ്ഞു നോക്കുമ്പോൾ ലക്ഷ്യത്തിന്റെ അടുത്തുപോലും എത്താൻ കഴിയാതെ പാളിപ്പോയ ഒന്നാ യിമാറി. അപൂർവ്വം കുടുംബങ്ങൾ രക്ഷപ്പെട്ടു എന്നേയുള്ളൂ. മൊത്ത ത്തിൽ നോക്കുമ്പോൾ ഒരു പരാജയപ്പെട്ട പരീക്ഷണം: അവർ കേരള ത്തിൽ കഴിഞ്ഞിരുന്നുവെങ്കിൽ ഇതിനേക്കാൾ മെച്ചപ്പെട്ട ഒരു സാമ്പത്തിക സാമൂഹ്യ ജീവിതം അവർക്കും പിന്മുറക്കാർക്കും ലഭിക്കുമായിരുന്നു. അതിന്റെ നിരാശയും ഗദ്ഗദങ്ങളും അവിടത്തെ മനുഷ്യരിൽ പ്രകടമാണ്.

ഈ ഗ്രന്ഥത്തിലെ യാത്രാനുഭവങ്ങൾ ഡി വൈ എഫ് ഐയുടെ മുഖമാസികയായ *യുവധാര*യിൽ ഖണ്ഡശ്ശ പ്രസിദ്ധീകരിച്ചതാണ്. പ്രസി ദ്ധീകരിച്ച സമയത്ത് വായനക്കാരിൽനിന്ന് ലഭിച്ച പ്രതികരണമാണ് ഇത് പുസ്തകരൂപത്തിൽ വായനക്കാർക്കുമുമ്പിൽ എത്തിക്കാൻ പ്രേരണ നല്കിയത്. *യുവധാര*യോടുള്ള കടപ്പാട് ഇവിടെ രേഖപ്പെടുത്തുന്നു.

ഈ പുസ്തകം പ്രസിദ്ധീകരിക്കാൻ സന്നദ്ധരായ *ചിന്ത പബ്ലിഷേ ഴ്സിന്* ഹൃദയം നിറഞ്ഞ നന്ദി.

റ്റി എ രാജശേഖരൻ
രാധാകൃഷ്ണൻ ചെറുവല്ലി

ഭാഗം I
വിദർഭയുടെ സങ്കടങ്ങൾ

1

ഭൂപടത്തിലില്ലാത്ത ഇടം തേടി

ഇതുവരെയുള്ള യാത്രകളൊക്കെയും മുൻകൂട്ടി പ്ലാൻ ചെയ്തവയായിരുന്നു. അതൊന്നു മാറ്റിപ്പിടിക്കാൻ ഞങ്ങൾ തീരുമാനിച്ചു. മുൻയാത്രയുടെ കാല്പാടുകളാകെ മായ്ച്ചുപോകുന്നൊരു യാത്ര! മുൻവിധിയുടെ ഭാണ്ഡക്കെട്ടില്ലാതെ ഒഴിഞ്ഞ മനസ്സിനെയും ജിജ്ഞാസയെയും മാത്രം കൂട്ടിയൊരു യാത്ര. ആകസ്മികാനുഭവങ്ങൾ സൃഷ്ടിക്കുന്ന ഞെട്ടലുകൾ, പ്രതിസന്ധികൾ, പെട്ടെന്ന് മുന്നിൽ പ്രത്യക്ഷപ്പെടുന്ന അജ്ഞാതമനുഷ്യരുടെ രൂപവൈവിദ്ധ്യങ്ങൾ, മനുഷ്യാവസ്ഥയുടെ പുത്തൻ ബോദ്ധ്യപ്പെടലുകൾ! അപ്പോഴാണ് യാത്രയുടെ യഥാർത്ഥ ത്രിൽ മനസ്സിനെ കീഴടക്കുന്നത്. മാർക്കോപോളോ മുതൽ പൊറ്റെക്കാട് വരെയുള്ള മഹാ സഞ്ചാരികളെല്ലാം ആകസ്മികാനുഭവങ്ങളുടെ അനുഭൂതിയും വേപഥുവും മനസ്സിൽ ഏറ്റുവാങ്ങിയവരാണ്. അതുകൊണ്ടാണ് അവരുടെ യാത്രാനുഭവങ്ങൾ ഇന്നും നിത്യവിസ്മയമായി ഹരിതാഭയോടെ നില്ക്കുന്നത്. ഒരു സന്ദേഹിക്ക് നല്ലൊരു യാത്രക്കാരനാവാൻ കഴിയില്ല. അയാൾക്ക് സ്വയമൊരുക്കിയ സുരക്ഷിതത്വത്തിന്റെ നാലമ്പലക്കെട്ടിനകത്തിരുന്ന് ദൃഷ്ടിപഥത്തിനപ്പുറമുള്ള ലോകത്തെ സ്വപ്നം കാണാനേ കഴിയൂ.

അതവിടെ നില്ക്കട്ടെ.

നാളെത്തന്നെ പുറപ്പെടാം എന്ന തീരുമാനത്തിൽ ഞങ്ങൾ ഉറച്ചു.

പക്ഷേ, എങ്ങോട്ട്?

കെ എ അബ്ബാസിന്റെ ഒരു കഥയുണ്ട്. ഭൂകമ്പത്തിൽത്തകർന്ന ഗ്രാമത്തിൽ ഒരാൾ മോഷണം നടത്തുന്നു. രക്ഷാപ്രവർത്തകരും മറ്റുള്ളവരും വന്നെത്തുന്നതിന് മുൻപ് അയാൾക്ക് മോഷണമുതലുമായി രക്ഷപ്പെടണം. അയാൾ ഓടി. കുറേ ദൂരം ഓടിയപ്പോൾ ഒരു ബസ് വരുന്നു. “എവിടേക്കെന്ന” കണ്ടക്ടറുടെ ചോദ്യം കേട്ടപ്പോൾ അയാളൊന്നു

ഞെട്ടി. രക്ഷപ്പെടാനുള്ള വെമ്പലിനിടയിൽ ബോർഡ് നോക്കിയിരുന്നില്ല. ഞെട്ടൽ പക്ഷേ, അയാൾ പുറത്തു കാട്ടിയില്ല. തസ്കരബുദ്ധി ഉണർന്നു പ്രവർത്തിച്ചു, "ബസ് പോകുന്നിടം വരെ."

അത് കഥയിൽ. പക്ഷേ, ഇവിടെ പറ്റില്ലല്ലോ. അപ്പോൾ യാത്ര എവിടേക്ക്? തീരുമാനിച്ചേ പറ്റൂ. പെട്ടെന്നാണ് ആ ഒരു കോളം പത്രവാർത്ത ഓർമ്മയിലേക്ക് വന്നത്. വിദർഭയിലെ കർഷക ആത്മാഹുതി രണ്ടു ലക്ഷത്തി മുപ്പതിനായിരം കവിഞ്ഞിരിക്കുന്നു! ഇന്ത്യയിൽ ഏറ്റവും കൂടുതൽ കർഷകർ ആത്മഹത്യ ചെയ്ത ഇടം! എണ്ണത്തിന്റെ പെരുപ്പം മനസ്സിനെ അല്പനേരം വാർത്തയിൽ തടഞ്ഞുനിർത്തി. കുറേ വർഷങ്ങളായി വിദർഭയിലെ കർഷക ആത്മഹത്യകളെക്കുറിച്ച് ഇടയ്ക്കിടയ്ക്ക് ദേശീയ പത്രങ്ങളിൽ വാർത്തകൾ വരാറുണ്ട്; വളരെ അപ്രധാനമായി. ഒറ്റപ്പെട്ട മരണങ്ങൾ ആഘാതം സൃഷ്ടിക്കുമ്പോൾ കൂടുതൽ പേരുടെ മരണങ്ങൾ തന്നുപോകുന്നത് വലിയ മരവിപ്പ് മാത്രമാണല്ലോ! അതും പരുത്തി കൃഷിക്കാർ. അവിടെ സർക്കാർ ഇടപെടൽ ഇല്ലേ? ഉത്തരവാദിത്വപ്പെട്ട രാഷ്ട്രീയപാർട്ടികൾ എന്തു ചെയ്യുന്നു? എങ്കിൽ വിദർഭതന്നെ.

ഈ വിദർഭ എവിടെയാണ്? മഹാരാഷ്ട്രയിലെവിടെയോ ആണെന്നറിയാം. പക്ഷേ, മഹാരാഷ്ട്രയുടെ ഭൂപടത്തിലൊരിടത്തും വിദർഭ അടയാളപ്പെടുത്തിയിട്ടുള്ളതായി ശ്രദ്ധയിൽപ്പെട്ടിട്ടില്ല. അംഗം, വംഗം, കലിംഗം പോലെ പുരാണത്തിലെ ഒരു രാജ്യമാണെന്നു കേട്ടിട്ടുണ്ട്. അത്ര മാത്രം. ഭൂപടത്തിലില്ലാത്ത സ്ഥലമോ? ഭൂപടത്തിലില്ലാത്ത സ്ഥലംതേടിയൊരു യാത്ര! അതാണ് യാത്രയുടെ ത്രിൽ.

എത്ര ആകസ്മികമായാലും അലക്ഷ്യമായാലും പോകുന്ന സ്ഥലത്തെപ്പറ്റി ഒരു ധാരണ വേണമല്ലോ. ചില പുസ്തകത്താളുകൾ, ഇന്റർനെറ്റെന്ന വലക്കണ്ണികളിലെ ചില തെരച്ചിലുകൾ. കിട്ടിപ്പോയി ആവശ്യത്തിലധികം വിവരങ്ങൾ.

മഹാരാഷ്ട്രാ സംസ്ഥാനത്തിന്റെ കിഴക്കുഭാഗത്തുള്ള നാഗ്പൂർ അമരാവതി സബ്ഡിവിഷനുകളിൽപ്പെട്ട പതിനൊന്ന് ജില്ലകൾ ചേർന്ന പ്രദേശമാണ് വിദർഭ എന്നറിയപ്പെടുന്നത്. അമരാവതി, അകോല, ഭാണ്ഡാരാ, ബുൽദാന, ചന്ദർപൂർ, ഗഡ്ചിരോലി, ഗോണ്ടിയ, നാഗ്പൂർ, വാർദ്ധ, വാഷിം, യവത്മാൽ. മഹാരാഷ്ട്ര സംസ്ഥാനത്തിന്റെ ആകെ വിസ്തീർണ്ണത്തിന്റെ 31.6% വും ജനസംഖ്യയുടെ 21.3% ഉം വിദർഭയിലാണ്. വിദർഭയുടെ വിശദാംശങ്ങൾ നമുക്ക് വഴിയേ പരിശോധിക്കാമെന്നതിനാൽ ഇപ്പോൾ യാത്രയിലേക്കു മടങ്ങാം.

ഓരോ യാത്രകളും വ്യത്യസ്തങ്ങളാണ്. ഓരോ ഇടത്തിലേക്കു തന്നെ വിവിധ കാലങ്ങളിൽ നടത്തിയ യാത്രകളും വ്യത്യസ്തമായിരിക്കും. ഒരു പുഴയിൽ ഒരാൾക്ക് രണ്ടുതവണ നില്ക്കാനാവില്ല. യാത്രയിലെ അനുഭവങ്ങളും ആവർത്തിക്കപ്പെടുന്നവയല്ല. പുതിയ അനുഭവങ്ങൾ നമ്മെക്കാത്ത് വഴിയോരങ്ങളിൽ ഇരിപ്പുണ്ടാവും.

റിസർവ്വേഷനില്ലാത്ത ഞങ്ങൾ ബോഗികളിൽനിന്നും ബോഗികളി

ലേക്ക് സീറ്റന്വേഷിച്ച് നടന്നു. ഇറക്കിവിടപ്പെടൽ അത്ര സുഖകരമായ അനുഭവമല്ല. ഒരു സീറ്റിൽ ഒന്നുറച്ചു എന്നു കരുതുമ്പോഴായിരിക്കും ഭാണ്ഡക്കെട്ടുകളുമായി ഒരുസംഘം എത്തുക. തുരത്തപ്പെടുന്നവർക്ക് തീവണ്ടിയിൽ ഒരിടമുണ്ട്. ബോഗികൾ ചേരുന്നിടം. അവിടെ ബോഗികൾ ഉരയുന്ന സംഗീതമുണ്ട്. പാളത്തിന്റെ രോദനങ്ങളുണ്ട്. ഇടനാഴിയിലേക്കെത്തി പകച്ചുനില്ക്കുന്ന കാറ്റുണ്ട്. ലാവെറ്ററികളിൽനിന്നും വരുന്ന ദുർഗ്ഗന്ധമുണ്ട്. എല്ലാത്തിനും പുറമെ തറയിൽ പേപ്പർ വിരിച്ചിരിക്കുന്നവരുടെ സൗഹൃദങ്ങളുണ്ട്.

തറയിൽ വിരിച്ചിട്ട പേപ്പറിൽ അലക്ഷ്യമായി വച്ച ഭാണ്ഡക്കെട്ടിൽ തലചായ്ച്ച് കിടക്കുമ്പോഴാണ് കുഷ്ഠം വിരലുകൾ അപഹരിച്ച ഒരു ദേഹമാണ് തൊട്ടടുത്ത് ഉറക്കം വരാതെ ഞരങ്ങിക്കഴിയുന്നതെന്നറിയുന്നത്. റിസർവ്വേഷന്റെ അഹങ്കാരവുമായി റക്സിൻ ആവരണമുള്ള ബർത്തുകളിൽ കമ്പിളി വിരിച്ച് മുകളിൽ കറങ്ങുന്ന ഞെറയിൽ പങ്കകളുടെ സംഗീതത്തിൽ ലയിച്ച് യാത്ര ചെയ്യുമ്പോഴൊന്നും നാം റിസർവ്വേഷനില്ലാത്ത അടകുടിക്കാരുടെ അവസ്ഥ ഓർക്കാറില്ലല്ലോ. കിട്ടുന്ന ഇടങ്ങളിൽ അള്ളിപ്പിടിച്ചാണ് റെയിൽവേ ഉദ്യോഗസ്ഥരുടെയും റിസർവ്വേഷൻ എന്ന ഭാഗ്യമുദ്രയുള്ളവരുടെയും ആട്ടും തൊഴിയുമേറ്റ് എത്രയോപേർ അതേ തീവണ്ടിയിൽ സഹയാത്രികരായുള്ളതെന്ന് നാമെപ്പോഴെങ്കിലും ഓർക്കാറുണ്ടോ?

നമ്മുടെ രാജ്യത്തെ കീറിമുറിച്ചുപോകുന്ന ട്രെയിനുകൾ ഇന്ത്യൻ ദേശീയതയുടെ പരിച്ഛേദമാണ്. ഓരോ ട്രെയിനും ഓരോ മിനി ഇന്ത്യയാണ്. ഇന്ത്യയെ ചെറുതായൊന്നനുഭവിക്കാൻ തെക്കുവടക്കോടുന്ന ഒരു ട്രെയിനിൽക്കയറി എല്ലാ ബോഗികളിലൂടെയും കുറേസമയം സഞ്ചരിച്ചാൽ മതി. പട്ടിണിയും സമൃദ്ധിയും ദുരിതവും പ്രണയവും രതിയുമൊക്കെ ഈ നീളൻ ചങ്ങല ശകടത്തിന്റെ ഇരുമ്പുകൂരയ്ക്കുള്ളിൽ ഒളിപ്പിക്കപ്പെട്ടിട്ടുണ്ട്. ഞങ്ങളുടെ സഹയാത്രികൻ ഇടയ്ക്ക് ഉറങ്ങിയും ഞെട്ടിയുണർന്നും സമയം തള്ളി. മറ്റൊന്നും ചെയ്യാനില്ലാത്ത വേളകളിൽ, നിസ്സഹായതയുടെ അന്തരാളഘട്ടങ്ങളിൽ, നാം അറിയാതെ സൗഹൃദക്കൈ നീട്ടും. അപരൻ അതിൽ കയറിപ്പിടിക്കും. അങ്ങനെയാണാ സൗഹൃദവും തുടങ്ങിയത്. കൈകാൽ വിരലുകൾ കുഷ്ഠം കവർന്നിട്ടും മുഖത്ത് വൈകൃതം സ്ഥിരതാമസമാക്കിയിട്ടും മൂക്കിന്റെ സ്ഥാനത്ത് ദ്വാരങ്ങൾ മാത്രം അവശേഷിച്ചിട്ടും അയാളുടെ ചിരിയും വൃത്തിയുള്ള പല്ലുകളും ഇടയ്ക്കിടയ്ക്ക് വന്നുപോകുന്ന പ്രകാശവീചികളിൽ തിളങ്ങി.

അയാൾക്ക് പല ഭാഷകൾ വഴങ്ങും. ഹിന്ദി, ഇംഗ്ലീഷ്, ഗോണ്ട്, അല്പം തെലുങ്ക്......

രാംപാലിന്റെ കഥ

ഇരട്ടക്കൊലപാതകത്തിന് ശിക്ഷ കഴിഞ്ഞ് പുറത്തിറങ്ങിയതാണയാൾ. ഇറങ്ങിയിട്ട് ആറുമാസമേ ആയിട്ടുള്ളൂ. ഇപ്പോൾ ട്രെയിനിൽ ഭിക്ഷ

യെടുത്താണ് ഉപജീവനം. ഒരു വല്ലായ്മ ഞങ്ങളെ പിടികൂടി. ഞങ്ങളുടെ വിറങ്ങലിപ്പ് കണ്ടിട്ടാവാം അയാൾ ചോദിച്ചു; "എന്താ നിങ്ങൾ ഞെട്ടിപ്പോയോ? എന്റെ സ്ഥാനത്ത് നിങ്ങളാണെങ്കിലും ഇതേ ചെയ്യൂ. പക്ഷേ......" ആ പക്ഷേയ്ക്ക് വളരെ നീളമുണ്ടായിരുന്നു. ഉറക്കം നഷ്ടപ്പെട്ട ആ രാത്രിയുടെ മുഷിപ്പ് രാംപാലിന്റെ കഥയിൽ അലിഞ്ഞില്ലാതായി. മഹാരാഷ്ട്രയിലെ ഗോണ്ടിയ ജില്ലയിലെ ഗോണ്ട് ആദിവാസിവിഭാഗത്തിൽപ്പെട്ട അയാൾ പറഞ്ഞു നിർത്തി.

എനിക്ക് 26 വയസ്സുള്ളപ്പോഴാണ് ഈ നശിച്ച രോഗം ബാധിച്ചിട്ടുണ്ടെന്ന് അറിഞ്ഞത്. എന്റെ വിവാഹം കഴിഞ്ഞ ഇടയായിരുന്നു. ആദ്യം വിരൽത്തുമ്പിൽ സ്പർശനശക്തി ഇല്ലാതായി. ക്രമേണ വിരലുകളിലെ മാംസവും എല്ലും ദ്രവിച്ച് പൊടിഞ്ഞു. കുറച്ചു കഴിഞ്ഞപ്പോൾ വിരലുകൾ ഓരോന്നായി അടർന്നുപോകാൻ തുടങ്ങി. നാട്ടിൽ പള്ളിക്കൂടം നടത്താനും മതപ്രചരണത്തിനുമായി മിഷണറിമാർ വന്നിരുന്നു. അക്കൂട്ടത്തിൽ നിങ്ങളുടെ കേരളത്തിൽ നിന്നുള്ളവരുമുണ്ടായിരുന്നു. അവരെന്നെ അകലെയുള്ള ഒരു സാനിറ്റോറിയത്തിൽ കൊണ്ടുപോയി ചികിത്സിച്ചു. പക്ഷേ, ഇടയ്ക്ക് ഞാൻ അവിടെനിന്ന് ഓടി വീട്ടിലെത്തി. അപ്പോഴാണ് ഞാനറിയുന്നത് എന്റെ പ്രിയപ്പെട്ട ഭാര്യ അവളുടെ ഗ്രാമത്തിലേക്ക് പോയെന്ന്. എനിക്ക് അഞ്ചുബീഗാ ഭൂമിയും നാല്പത് ആടുകളുമുണ്ടായിരുന്നു. ഭൂമിയിൽ നെല്ലാണ് കൃഷി ചെയ്തിരുന്നത്.

ഞാനവളെത്തേടിപ്പോയി. എനിക്കൊപ്പം വരാൻ കേണപേക്ഷിച്ചു. ഒരു അപരിചിതനായ മനുഷ്യനോടെന്ന വണ്ണമാണ് അവൾ പെരുമാറിയത്. അതിനുമുൻപ് ഒരിക്കലെങ്കിലും എന്നെ കണ്ടിട്ടുള്ളതായിപ്പോലും ഭാവിച്ചില്ല. അവളെ ഞാൻ ചതിച്ചുവെന്നാണ് ആരോപണം. അല്പം സ്നേഹവും ആശ്വാസവും തേടിയാണ് പോയത്. പക്ഷേ, കടുത്ത നിരാശയോടെ മടങ്ങി. കുറേക്കാലത്തേക്ക് അവളോടുള്ള ദേഷ്യം മനസ്സിൽ തങ്ങിനിന്നു. പിന്നീടത് കുറയാൻ തുടങ്ങി. ഞാനാലോചിച്ചു; അവളുടെ ഭാഗത്തും ശരിയുണ്ട്. സ്വസ്ഥമായ കുടുംബജീവിതം കാംക്ഷിച്ചുവന്ന അവൾക്ക് കുഷ്ഠരോഗിയെ പരിചരിക്കുക. അത്ര പെട്ടെന്ന് ഉൾക്കൊള്ളാൻ കഴിയില്ല. ക്രമേണ ഞാനവളെ മറന്നു.

എന്റെ ദീനാവസ്ഥയോട് സഹതാപം പ്രകടിപ്പിച്ച ഒരു സ്ത്രീ വീടിനടുത്തുണ്ടായിരുന്നു. ആദ്യം ചില കുശലപ്രശ്നങ്ങളിൽ തുടങ്ങി ഞങ്ങളുടെ ബന്ധം. അവൾ അവിവാഹിതയായിരുന്നു. ക്രമേണ അവൾ എന്നെ സഹായിക്കാൻ സന്നദ്ധയായി. എന്നെ പരിചരിക്കും. ഭക്ഷണം പാകം ചെയ്തുതരും. തുണിയലക്കും, വീട്ടിലെ മറ്റ് കാര്യങ്ങൾ നോക്കും. കൃഷിക്കു മേൽനോട്ടവും നടത്തും. പക്ഷേ, ഒരു കാര്യം ഞങ്ങൾക്കിടയിൽ ഉണ്ടായിരുന്നില്ല. ശാരീരികവേഴ്ച. ഞാനും അവരുമതിന് താല്പര്യമെടുത്തില്ല.

കാര്യങ്ങൾ ഇങ്ങനെ പൊയ്ക്കൊണ്ടിരിക്കെ, വീടിനടുത്തുള്ള ഒരു കിഴവിത്തള്ള ഒരുദിവസം എന്നെ തടഞ്ഞുനിർത്തി പറഞ്ഞു;

"അവളെ സൂക്ഷിക്കണം. അവൾക്കൊരു രഹസ്യക്കാരനുണ്ട്. നിന്റെ സ്വത്ത് തട്ടിയെടുക്കാനും പദ്ധതിയുണ്ട്." ഞാനതു വിശ്വസിച്ചതേയില്ല. ദേഷ്യം വന്ന ഞാൻ തള്ളയെ തെറി പറഞ്ഞോടിച്ചു. പക്ഷേ, സംശയത്തിന്റെ ഒരു മുള്ള് എന്റെ മനസ്സിൽ കുത്തി. എന്നാൽ അവളുടെ പെരുമാറ്റത്തിൽ അവിശ്വസിക്കേണ്ട യാതൊന്നും ഉണ്ടായിരുന്നില്ല.

ദിനങ്ങൾ കഴിഞ്ഞുപോകെ ഒരു ദിവസം അവളുടെ മുറിയിൽനിന്നും അടക്കിപ്പിടിച്ച ശബ്ദത്തിൽ സംസാരം കേട്ടു. പുറത്തിറങ്ങി ബഹളം വയ്ക്കണമെന്ന് ആദ്യം തോന്നി. പിന്നീട് വേണ്ടെന്നു വച്ചു. എനിക്ക് വെറുതെ തോന്നിയതായിരിക്കുമെന്ന് സമാധാനിച്ചു. പക്ഷേ, മനസ്സിൽ ഒരു നെരിപ്പോടുപോലെ നീറി നിന്നു. പല ദിവസങ്ങളിലും ഇത്തരം സംസാരം ഞാൻ കേട്ടു. അവളെ ഞാൻ അവിശ്വസിക്കാൻ തുടങ്ങി. മാത്രമല്ല പക മനസ്സിൽ വളർന്നു. ഞങ്ങൾ നിയമപരമായി വിവാഹിതരല്ല. ഭാര്യാ ഭർത്താക്കന്മാരായി ജീവിച്ചിരുന്നുമില്ല. എന്നാലും എനിക്കവൾ സ്വന്തമായിരുന്നു. അത് മറ്റൊരാൾ അപഹരിക്കുന്നത് എനിക്ക് സഹിക്കാൻ കഴിയുമായിരുന്നില്ല. ഇതിനിടയിൽ മറ്റൊരു സംഭവവുമുണ്ടായി. പണം കൈകാര്യം ചെയ്തിരുന്നത് അവളായിരുന്നു. ഒരിക്കൽ നെല്ലു വിറ്റുകിട്ടിയ പണത്തിൽ കുറവുള്ളതായി ഞാൻ കണ്ടുപിടിച്ചു. വീട്ടിൽ ശേഖരിച്ചു വച്ചിരുന്ന ഭക്ഷണസാധനങ്ങളുടെ അളവിലും കുറവു കണ്ടു. ഇത് എന്റെ സംശയം ബലപ്പെടുത്തി.

ഒരുദിവസം അവളുടെ മുറിയിൽനിന്നും വീണ്ടും ആ ശബ്ദം കേട്ടു. എന്റെ സിരകൾ കോപം കൊണ്ട് ജ്വലിച്ചു. ഞാൻ ശബ്ദമുണ്ടാക്കാതെ പുറത്തിറങ്ങി. വെളിയിൽനിന്ന് കതകിന്റെ ഓടാമ്പൽ ഇട്ടു. മുറ്റത്തെ വിറകടുപ്പിൽ അപ്പോഴും തീ അണഞ്ഞിരുന്നില്ല. പുല്ലുമേഞ്ഞ വീടിന്റെ വാരിക്കു നേരെ പിടിച്ചു. വേനൽക്കാലമായിരുന്നു. തീ വേഗത്തിൽ ആളിക്കത്തി. തീ കത്തിപ്പടരുന്നതുകണ്ട് അകത്തുള്ളവർ രക്ഷപ്പെടാനായി കതകു തുറക്കാൻ ശ്രമിച്ചു. അവരുടെ നിലവിളി ചുറ്റും പ്രതിദ്ധ്വനിച്ചു. ഞാനനങ്ങിയില്ല. കരിങ്കൽത്തൂണു കണക്കേ നോക്കി നിന്നു. ബഹളം കേട്ട് സമീപവാസികൾ ഉറക്കമുപേക്ഷിച്ച് ഓടി വന്നു. ഏറെ നേരത്തെ പരിശ്രമത്തിനൊടുവിൽ തീയണച്ച് അവർ അകത്തുകയറി. രണ്ടുപേർ മരിച്ചു കിടക്കുന്നു. അവളും ഒരു പുരുഷനും. സാധാരണഗതിയിൽ ഞാൻ ഞെട്ടുമായിരുന്നില്ല. പക്ഷേ, ഇവിടെ ഞാൻ ഞെട്ടി. മരിച്ചുകിടക്കുന്ന പുരുഷൻ അവളുടെ സഹോദരനായിരുന്നു. പണ്ടേ നാടുവിട്ടവൻ. ചന്ദ്രപുല്ല റെഡ്ഢിയുടെ നക്സൽ പ്രസ്ഥാനത്തിലേക്ക് പോയവൻ. പകൽ വെളിച്ചത്തിൽ നാട്ടിൽ പ്രത്യക്ഷപ്പെട്ടതായി നാട്ടുകാർക്ക് ഓർമ്മയേയില്ല. പിന്നീട് ഞാൻ മനസ്സിലാക്കി. അവനാണ് ഇടയ്ക്കിടയ്ക്ക് അവിടെ ഒളിച്ചുവരുന്നതെന്ന്. സഹോദരിയെക്കാണുന്നതിനുവേണ്ടി മാത്രമല്ല; പണത്തിനും ഭക്ഷണത്തിനും വേണ്ടിയാണ് അവൻ ഇരുട്ടിൻ മറവിൽ വന്നിരുന്നത്.

പശ്ചാത്താപവും വേദനയുംകൊണ്ട് എന്റെ ഹൃദയം നുറുങ്ങി. ഒരി

ക്കലെങ്കിലും അവളോട് എന്റെ ഉള്ളിലെ സംശയം ചോദിച്ചിരുന്നുവെങ്കിൽ! ദുരന്തം വേട്ടയാടിയ എന്റെ ജീവിതത്തെ മറ്റൊരു മഹാദുരന്തത്തിലേക്ക് ഞാൻ വലിച്ചെറിഞ്ഞു. ഞാൻ എന്നെ നിന്ദിച്ചു. ഒരാൾക്ക് സ്വയം നിന്ദിക്കാൻ കഴിയുന്നതിന്റെ പരമാവധി. ഞാൻ കോടതിയിൽ മുൻപാകെ കുറ്റം സമ്മതിച്ചു. എന്റെ ശാരീരികസ്ഥിതി കണക്കിലെടുത്താണ് കൊലക്കയർ ഒഴിഞ്ഞുപോയത്. വിചാരണക്കാലത്ത് ജാമ്യത്തിനുപോലും ഞാൻ ശ്രമിച്ചില്ല. അപ്പീലിനും പോയില്ല. കോടതി വിധിച്ച ശിക്ഷ പൂർണ്ണമായും അനുഭവിച്ചു.

ജയിലിൽനിന്നിറങ്ങിയ ഞാൻ നാട്ടിലേക്കു തിരിച്ചു പോയില്ല. അവളുടെ ഓർമ്മകൾ തളംകെട്ടിനില്ക്കുന്ന നാടിനെ ഞാൻ വല്ലാതെ ഭയപ്പെട്ടു. ട്രെയിനുകളിലും ബസ്സ്റ്റാൻഡുകളിലും ഭിക്ഷതേടി അലഞ്ഞു. വേദനിക്കുന്ന മനസ്സുമാത്രം എന്നെ വിടാതെ പിൻതുടർന്നു. ജീവിതത്തിന്റെ ആസക്തി നഷ്ടപ്പെട്ട എനിക്ക് ഇന്നീരോഗം ഒരനുഗ്രഹമാണ്. ഞാൻ ചെയ്ത പാതകത്തിന്റെ ഫലം അങ്ങനെയെങ്കിലും അനുഭവിച്ചു തീരട്ടെ. പിന്നീടുകേട്ടത് ഒരു ദീർഘനിശ്വാസമാണ്. പെട്ടെന്നയാൾ അവിടെനിന്ന് എഴുന്നേറ്റുപോയി. കഥ കേട്ട് സ്തംഭിച്ചിരുന്ന ഞങ്ങൾക്ക് ചുറ്റുപാടിലേക്ക് തിരിച്ചുവരാൻ അല്പസമയമെടുത്തു. നേരം വെളുത്തു തുടങ്ങി.

നേരം പുലരുമ്പോൾ

ഇരുട്ടിന്റെ വീർപ്പുമുട്ടലിൽനിന്ന് നേരിയ ആശ്വാസം. ഞങ്ങളുടെ വിറങ്ങലിപ്പിനും ചെറിയൊരു അയവു വന്നതുപോലെ. ആസന്ന മരണത്തിനുപോലും പുലർകാലവേള ഉന്മേഷദായകമാണെന്ന് കേട്ടിട്ടുണ്ട്. ഒരുപക്ഷേ, ഉദയസൂര്യന്റെ ആദ്യകിരണങ്ങൾ നല്കുന്ന ഊർജ്ജപ്രവാഹം മൂലമാകാമത്. ടോയ്‌ലറ്റിൽപ്പോയി മടങ്ങുന്നവരുടെ ചവിട്ട് ഞങ്ങളുടെ ദേഹത്ത് ഏല്ക്കുന്നുണ്ട്. അവരുടെ കാലിലെ അഴുക്കുവെള്ളം ദേഹത്ത് പതിച്ചപ്പോൾ തണുപ്പു തോന്നിയെങ്കിലും ശരീരമാകെ പെരുത്തുകയറി. സഹികെട്ട് ഞങ്ങൾ വാതിലിനു സമീപത്തേക്ക് നീങ്ങി. ഇതിനിടയിൽ വണ്ടി ഏതോ സ്റ്റേഷനെ സമീപിക്കുന്നതിന്റെ ലക്ഷണങ്ങൾ കണ്ടുതുടങ്ങി. ഇരട്ടപ്പാത ഞരമ്പുകൾ വിഘടിക്കുന്നതു പോലെ പല ശാഖകളായി. ഇടയ്ക്കിടയ്ക്ക് ഫാക്ടറിയുടെ കൂറ്റൻ ആസ്ബസ്റ്റോസ് എടുപ്പുകൾ മാനത്തേക്ക് ഉയർന്നു നില്ക്കുന്നതു കാണാം. പുകക്കുഴലിൽ നിന്ന് ഉയരുന്ന പുകയെ കാറ്റ് പലതാളത്തിൽ ചലിപ്പിക്കുന്നു. സ്റ്റേഷനിൽ വണ്ടി പതിയെ കിതച്ചുനിന്നു.

വിജയവാഡ

കുറേ യാത്രക്കാർ അവിടെയിറങ്ങി. വാതിലിലെ തിരക്ക് അല്പം കുറഞ്ഞു. അത് ഞങ്ങളിൽ തെല്ലൊരാശ്വാസം സൃഷ്ടിച്ചു. മറ്റ് യാത്രക്കാർക്കൊപ്പം വാതിലിനുസമീപത്തെ നിലത്ത് കൂനിക്കൂടി ഞങ്ങളിരുന്നു.

തണുത്ത കാറ്റ് ഞങ്ങളുടെ അഴുക്കുപിടിച്ച മുഖങ്ങളിൽ കുളിർമ്മയേകി കടന്നുപോയി. ആന്ധ്രയിൽ കാലവർഷം എത്തിക്കഴിഞ്ഞു. ആകാശത്ത് സാന്ദ്രത മുറ്റിയ മഴമേഘങ്ങൾ പെയ്തൊഴിയാൻ അക്ഷമയോടെ സഞ്ച രിക്കുന്നു. ഇപ്പോൾ ട്രെയിൻ ഗ്രാമത്തിനു പുറത്തെ കൃഷിയിടത്തിലൂടെ യാണ് പോകുന്നത്. ആണും പെണ്ണും ഇടകലർന്ന് പ്രഭാതകൃത്യ ങ്ങൾക്കായി പോകുന്നതു കാണാം. എല്ലാവരുടെ കൈയിലും ഒരു ചെറു മൊന്തയും പല്ലുതേക്കാൻ വേപ്പിൻ കമ്പുമുണ്ട്. പുരുഷന്മാരിൽപ്പലരും അരയിൽച്ചുറ്റിയ മുണ്ട് മുകളിലേക്ക് തെറുത്തുകയറ്റി ഇഷ്ട ഇടങ്ങൾ തിരയുന്നു. മറ്റുചിലയിടത്ത് പെണ്ണുങ്ങൾ വട്ടം ചുറ്റിയിരിക്കുന്നു. ഉടു ത്തിരിക്കുന്ന ചേലകൊണ്ട് വൃത്തത്തിലൊരു മറ സ്വയം തീർത്ത് പ്രഭാത കൃത്യങ്ങൾ നിർവ്വഹിക്കുകയാണവർ. സ്ത്രീകളോ പുരുഷന്മാരോ ഇതൊന്നും കാര്യമാക്കുന്നില്ല. പക്ഷേ, ഞങ്ങൾ മലയാളികളായതു കൊണ്ട് നോക്കിപ്പോയതാണ്. അവരുടെ ഗ്രാമീണ മനസ്സിൽ അശ്ലീല ചിന്ത തീരെയില്ലെന്നു തോന്നുന്നു. പ്രധാനമന്ത്രിയുടെ 'സ്വച്ഛഭാരതം' ഇവിടെ ഇനിയുമെത്തിയിട്ടില്ലെന്ന് വ്യക്തമായി.

വിഖ്യാതനാടകകാരൻ എൻ എൻ പിള്ളയുടെ ആത്മകഥയിലെ ചില രംഗങ്ങൾ ഓർമ്മയിലെത്തി. വടക്കേഇന്ത്യയിൽപ്പോയ അവസര ത്തിൽ ഒരു ദിവസം റെയിൽവേലൈനിനു സമീപത്തെ ലോഡ്ജിൽ അദ്ദേ ഹത്തിന് താമസിക്കേണ്ടിവന്നു. രാവിലെ കതകുതുറന്ന് താഴേക്ക് നോക്കുമ്പോൾ റെയിൽപ്പാളത്തിൽ അവിടവിടെ ആളുകളിരുന്ന് അങ്ങോ ട്ടുമിങ്ങോട്ടും നിരങ്ങുന്നു. നിരങ്ങിക്കഴിഞ്ഞവർ എഴുന്നേറ്റുപോകുന്നു. കുറച്ചപ്പുറത്ത് കുന്തിച്ചിരുന്നവർ എഴുന്നേറ്റു നടന്നുവന്ന് പുതിയതായി നിരങ്ങാൻ തുടങ്ങി. അല്പസമയമെടുത്തു കാര്യം മനസ്സിലാവാൻ. ജലം ഉപയോഗിക്കുന്നതിനുപകരം റെയിൽപ്പാളത്തിൽ ഘർഷണം നടത്തി ശൗചം ചെയ്യുകയാണവർ. അവർക്ക് വെള്ളത്തിന്റെ വില നന്നായി അറിയാം. നിവൃത്തിയുണ്ടെങ്കിൽ കുടിക്കാനും കൃഷിക്കുമേ അവർ വെള്ളം ഉപയോഗിക്കൂ. കുളിക്കുപോലും അവധി പ്രഖ്യാപിച്ചിരിക്കുക യാണ്. ശുദ്ധജലത്തിന്റെ വിലയറിയാത്ത നാം മലയാളികൾ എത്രയോ ലിറ്റർ വെള്ളമാണ് വിസർജ്ജനാനന്തരമുള്ള ശൗചത്തിനായി ഓരോ തവ ണയും പാഴാക്കിക്കളയുന്നത്.

ഭൂമി പരന്നാൽ ഇത്രയും പരക്കാമോ?

ഭൂമി പരന്നാലിത്രയും പരക്കാമോ! ഒരു കുന്നും തടവും കണ്ടിട്ടെ ത്രയോ സമയമായി. ഇവിടെ ഭൂമിയുടെ ചരിവെങ്ങോട്ടാണ്? അതോ ഒട്ടും ചരിവില്ലേ? ചരിവില്ലെങ്കിൽ വെള്ളമെങ്ങോട്ടൊഴുകും. പുഴയെ പ്രാപിക്കു കയെന്ന ജലത്തിന്റെ ജന്മസാഫല്യം എങ്ങനെ നിർവ്വഹിക്കപ്പെടും? എല്ലാ ഭൂമിക്കും ഏതെങ്കിലുമൊരു പുഴയ്ക്കഭിമുഖമായി ചരിഞ്ഞല്ലേ പറ്റൂ. ഈ കാണായ ഭൂമിയൊക്കെയും ഏതോ പുഴയ്ക്കുനേരെ ചരിഞ്ഞുകിടക്കു കയായിരിക്കും. മനുഷ്യന്റെ കണ്ണുകൾക്ക് മനസ്സിലാക്കാൻ കഴിയുന്നി

ല്ലെന്നേയുള്ളൂ. ഇവിട അടുത്തെവിടെയെങ്കിലുമൊരു പുഴ കണ്ടേക്കാം. മാനത്തുനിന്ന് മണ്ണിന്റെ മാറിൽപ്പതിക്കുന്ന ജലം പുഴയെ ലക്ഷ്യമാക്കുന്നു. പുഴ സമുദ്രത്തിനെയും. ഇങ്ങനെ മനസ്സിലോർത്തിരിക്കെ വിദൂരതയിൽ ഒരു നദിയുടെ മണൽപ്പരപ്പ് പ്രത്യക്ഷമായി. ഒരു നെടുനീളൻ പാലത്തിലേക്ക് തീവണ്ടി പ്രവേശിക്കുകയാണ്. ആകാംക്ഷയോടെ ഏന്തി നോക്കിയ ഞങ്ങളുടെ കണ്ണിൽ റെയിൽവേ സ്ഥാപിച്ച ആ ബോർഡ് പ്രത്യക്ഷമായി, 'ഗോദാവരീനദി'. നദിയിലേക്ക് നോക്കി. മഴക്കാലമാണെങ്കിലും കരകളെ ചുംബിക്കാൻ ഇനിയും നദിക്കായിട്ടില്ല. വൃഷ്ടിത്തടങ്ങളിലൂടെ ഒഴുകിയിറങ്ങി തന്നിലേക്ക് വരുന്ന ജലത്തേയും കാത്ത് മലർന്നങ്ങനെ കിടക്കുന്നു പുഴ. നഗ്നയാക്കപ്പെട്ട നദിയെ മറയ്ക്കാൻ എന്നാണാവോ വെള്ളമെത്തുക. ഇരുകരകളെ തലോടി ഒഴുകിവരുന്ന പുഴ എത്ര സുന്ദരിയായിരിക്കും. ഒരു മഹാനദിയുടെ നിറപ്രവാഹം മനംകുളിർക്കെ കാണാൻ കഴിഞ്ഞിരുന്നുവെങ്കിൽ! പ്രവാഹവഴിയിൽ എത്രയോ അണക്കെട്ടുകളുടെ ഹസ്താലിംഗനത്തിൽനിന്ന് കുതറി മാറി വളരെ കഷ്ടപ്പെട്ടാണ് നദി ഇങ്ങനെയെങ്കിലും ഒഴുകി വരുന്നത്. നദിയുടെ ഒരു ദുര്യോഗമേ!

റെയിൽവേലൈനിൽ സ്ഥാപിച്ചിരുന്ന അടയാളബോർഡുകളിലെ അക്ഷരങ്ങൾ തെലുങ്കിൽനിന്ന് മറാത്തിയിലേക്ക് മാറിത്തുടങ്ങി. ഞങ്ങളിപ്പോൾ മഹാരാഷ്ട്രയിലാണ്. ഇംഗ്ലീഷിലെഴുതിയത് വായിച്ചെടുത്തു; ചന്ദർപൂർ.

ഓറഞ്ച് മണമുള്ള റെയിൽവേസ്റ്റേഷൻ

എത്ര നേരം മയങ്ങിയെന്നറിയില്ല. ഓറഞ്ച് വില്ക്കുന്ന സ്ത്രീകളുടെ താളാത്മകമെങ്കിലും കാതരമായ വിളികേട്ടാണ് ഉണർന്നത്. തെക്കുനിന്ന് വടക്കോട്ടുപോകുന്ന ഏതൊരു ട്രെയിൻ സഞ്ചാരിയേയും ഓറഞ്ച് വില്പനക്കാരായ ഈ സ്ത്രീകളുടെ വിളിയാണ് നാഗ്പൂരിന്റെ സാന്നിദ്ധ്യമറിയിക്കുന്നത്. 'ഓറഞ്ചുനഗരം' എന്നാണ് നാഗ്പൂർ അറിയപ്പെടുന്നതുതന്നെ. അങ്ങനെ നാഗ്പൂരിന്റെ 'ജ്യോഗ്രഫിക്കൽ എപ്പിതെറ്റ്' ഞങ്ങളിലെ പൊതുവിജ്ഞാനിയെ ഉണർത്തി. മയക്കത്തിന്റെ കെട്ട് പറിച്ചെറിഞ്ഞുകൊണ്ട് തിടുക്കത്തിൽ ബാഗുമെടുത്ത് വാതിലിൽ ഇരുന്നവരെ കവച്ചുവച്ച് പ്ലാറ്റ്ഫോമിലേക്ക് ചാടി. ഇറങ്ങിയത് നാഗ്പൂരിൽ തന്നെയാണോയെന്ന് സ്ഥിരീകരിക്കാനായി ചുറ്റും നോക്കി. നാഗ്പൂർ തന്നെ. സ്റ്റേഷൻ മേല്ക്കൂരയുടെ തൂണിൽ ബോർഡുണ്ട്. പുറത്തേക്കുള്ള ഏതുവഴിയും ഞങ്ങൾക്ക് ഒരുപോലെയായിരുന്നു. ട്രെയിനിറങ്ങിയ മറ്റ് യാത്രക്കാർക്കുപുറമേ ഞങ്ങളും മുന്നിൽ കണ്ടവഴിയേ പുറത്തേക്കു നടന്നു. ഒരു നീണ്ട മേൽപ്പാലത്തിലൂടെയുള്ള ഞങ്ങളുടെ യാത്ര സ്റ്റേഷന്റെ പുറത്ത് അവസാനിച്ചു.

ഹോട്ടലിൽക്കയറി മുറിയെടുത്ത് കുളിച്ചു. രണ്ടുദിവസത്തെ അഴുക്കും പൊടിയും കഴുകിക്കളഞ്ഞു. കുളി ചില്ലറ ആശ്വാസമല്ല യാത്രാ

നാഗ്പൂർ റയിൽവെ സ്റ്റേഷൻ

വേളകളിൽ നല്കുന്നത്.

ഡ്രസ് മാറി പുറത്തിറങ്ങി. പുസ്തകസ്റ്റാൾ ഉള്ള തെരുവ് ലക്ഷ്യമാക്കി യാത്ര തിരിച്ചു. ഓട്ടോറിക്ഷക്കാരൻ തെരുവിൽ ഞങ്ങളെ ഇറക്കി. നിരവധി പുസ്തകസ്റ്റാളുകളിൽ കയറി. എല്ലാം അക്കാദമിക് പുസ്തകങ്ങൾ വില്ക്കുന്ന സ്റ്റാളുകൾ അഥവാ ചില കടകളിൽ ഉള്ള പുസ്തകങ്ങൾ മിക്കതും ബെസ്റ്റ് സെല്ലർ ശ്രേണിയിൽപ്പെട്ട പൾപ്പ് പുസ്തകങ്ങൾ. ഞങ്ങൾക്കുവേണ്ടത് നാഗ്പൂരിനെക്കുറിച്ചുള്ള പുസ്തകങ്ങൾ എന്തെങ്കിലുമാണ്. ഒരുപാട് അലഞ്ഞു. അവസാനം അന്വേഷണം മതിയാക്കി. അടുത്തുകണ്ട ഒരു ഹോട്ടലിൽക്കയറി വടക്കേയിന്ത്യൻ 'ധാലി' കഴിച്ചു. പച്ചരിച്ചോറും റൊട്ടിയും കുറേയേറെ ഉപദംശങ്ങളും. അതിൽ പരിചയമുള്ളതായി തോന്നിയത് പച്ച വാഴയ്ക്കകൊണ്ട് മെഴുക്കുപുരട്ടി പോലൊരു കറിമാത്രം. കാഴ്ചയിൽ നന്നായി പ്ലാൻ ചെയ്ത നഗരമായി നാഗ്പൂർ തോന്നിച്ചു. വിശാലമായ റോഡുകളും ഓരങ്ങളിൽ നിബിഡമരങ്ങളും പൂന്തോട്ടങ്ങളും കണ്ടു. വൈദ്യുതി വെളിച്ചത്തിലുള്ള അവയുടെ കാഴ്ചയ്ക്ക് ഒരു പ്രത്യേക ചാരുത ഉണ്ടായിരുന്നു.

മടക്കയാത്രയ്ക്കിടയിൽ ഓട്ടോറിക്ഷക്കാരനോട് ഒരു കുസൃതി ചോദ്യമെറിഞ്ഞു. എവിടെയാണ് വിദർഭ? "അങ്ങനെ തൊട്ടുകാണിക്കാനൊരു സ്ഥലമില്ല സാബ്. എന്നാൽ ഇതെല്ലാം വിദർഭയാണുതാനും." അയാൾ പറഞ്ഞു. നമ്മുടെ രാജ്യം ഭാരതം; പക്ഷേ, ഭാരതമെന്നൊരു

സ്ഥലം ചൂണ്ടിക്കാണിക്കാനാവില്ലല്ലോ; അതൊരു ഭൂപ്രദേശമാണെന്നറിയാം. അതുപോലെ വിദർഭയും 'വിശാലമായൊരു ഭൂപ്രദേശമാണെന്നറിയാം. വളരെവേഗത്തിൽ ഓട്ടോഡ്രൈവറുമായി ഞങ്ങൾ ചങ്ങാത്തത്തിലായി.

എന്തായാലും നാളെ നാഗ്പൂർ നഗരം ഒന്നു കറങ്ങിക്കാണണം. ഇയാൾക്ക് നഗരവഴികളെല്ലാമറിയാമെന്ന് തോന്നുന്നു. നാളെ സവാരി വരാമോയെന്ന് ഹോട്ടലിനുമുന്നിലെത്തിയപ്പോൾ ചോദിച്ചു. ഉദ്ദേശ്യവും പറഞ്ഞു. അയാളുടെ പേരും ഫോൺനമ്പരും വാങ്ങി. പേര് സുദർശൻ ഫൂലേ. ഫൂലേയെന്ന പേര് ഉള്ളിൽ തട്ടി. ജ്യോതിബാ ഫൂലേ. മഹാരാഷ്ട്രയിലെ ദളിത് നവോത്ഥാനനായകൻ. "ജ്യോതിബാ ഫൂലെയെക്കുറിച്ചു കേട്ടിട്ടുണ്ടോ?" സുദർശനനോട് പേരിലെ സാമ്യം കണ്ട് വെറുതെ ചോദിച്ചു. പക്ഷേ, ഉത്തരം അത്ഭുതപ്പെടുത്തി. ജ്യോതിബാ ഫൂലേ ഇയാളുടെ മുത്തച്ഛന്റെ ബന്ധുവായിരുന്നുപോലും. ബ്രിട്ടീഷ് പട്ടാളത്തിൽ ശിപ്പായിപണികിട്ടിയപ്പോൾ സുദർശനന്റെ അച്ഛൻ പൂനെയിൽനിന്ന് നാഗ്പൂരിലേക്ക് താമസം മാറിയതാണത്രേ. ഫൂലേയെക്കുറിച്ചു മാത്രമല്ല അങ്ങേരുടെ ഭാര്യ സാവിത്രി ഫൂലേയെക്കുറിച്ചുകൂടി ഒരു പ്രസംഗം നടത്താനുള്ള തയ്യാറെടുപ്പിലായിരുന്നു സുദർശനൻ. അംബേദ്കറുടെ സമുദായോദ്ധാരണ പ്രവർത്തനങ്ങൾക്ക് ഊർജ്ജസ്രോതസ്സ് ആയത് ഫൂലെയാണൊണ് സുദർശനന്റെ പക്ഷം.

പ്രഭാതം നഗരത്തോട് ചെയ്യുന്നത്

കഥകൾ കേൾക്കാൻ മനസ്സ് തയ്യാറായിരുന്നു. എന്നാൽ ക്ഷീണിച്ച ശരീരം അതിനു തയ്യാറായിരുന്നില്ല. ബാക്കി കഥകൾ അടുത്ത ദിവസമാകാം. രാവിലെ എട്ടരയ്ക്ക് ഹോട്ടലിൽ എത്താൻ സമ്മതിച്ച് സുദർശനൻ പോയി.

ഏതു യാത്രയിലും ഞങ്ങൾ പ്രഭാതസവാരി മുടക്കാറില്ല. ചുറ്റുപാടുകളിലെ പ്രഭാതജീവിതം നേരിൽ കാണാമല്ലോ. ഉണർന്നപാടേ മുണ്ടും മടക്കിക്കുത്തി തനി കേരളീയശൈലിയിലൊരു നടത്തം. മുന്നിൽക്കാണുന്ന വഴികളിലൂടെ പരമാവധി സഞ്ചരിക്കും. ഏകദേശം ഒരു മണിക്കൂർ അതിനായി മാറ്റി വയ്ക്കും. അജ്ഞാതമായ ഗലികളിലൂടെ; രണ്ടാമതൊരു വട്ടം വരാൻ വിദൂരസാദ്ധ്യത പോലുമില്ലാത്ത വഴികളിലൂടെ.... നഗരങ്ങളിൽ പകൽസമയം ശ്വാസംമുട്ടുന്ന തിരക്കായിരിക്കും. വാഹനങ്ങളും കന്നുകാലികളും റിക്ഷയും മനുഷ്യരും കച്ചവടവുമൊക്കെക്കൊണ്ട് ശബ്ദമുഖരിതമായിരിക്കും ഒരു ടിപ്പിക്കൽ ഇന്ത്യൻ നഗരം. പക്ഷേ, പ്രഭാതത്തിൽ തലേദിവസത്തെ തിരക്കിന്റെ ക്ഷീണം കാരണം തികഞ്ഞ മയക്കത്തിലായിരിക്കും നഗരം. പ്രഭാതത്തിലെ തിരക്കൊഴിഞ്ഞ നഗരത്തിന് ഒരു മങ്ങിയ സൗന്ദര്യമുണ്ട്. കന്നുകാലികളുടെ അലസതാവിലസൽ. തലേന്നത്തെ കച്ചവടത്തിന്റെ അവശേഷിപ്പുകളുമായി കച്ചവടക്കാർ ഉപേക്ഷിച്ച ചീഞ്ഞപഴങ്ങളും കീറക്കടലാസുകളും

പച്ചക്കറിശേഷിപ്പുകളുംതിന്ന് ആരേയും ഭയക്കാതെ റോഡിന്റെ മദ്ധ്യ ത്തിൽ അവയങ്ങനെ വിലസും.

ഉറക്കച്ചടവ് ബാക്കി നിർത്തി മൂരി നിവർത്തിക്കൊണ്ട് പുറത്തേക്കു വരുന്ന മനുഷ്യർ. തൊഴിലിടങ്ങളിലേക്ക് പോകാനായി ബസ് സ്റ്റാൻഡി ലേക്കും റയിൽവേസ്റ്റേഷനിലേക്കും ധൃതിയിൽപ്പോകുന്നവർ. ബേൽപ്പൂ രിയും ചായയും വില്ക്കുന്ന ഡാബകൾ. കെറ്റിലിൽ തിളയ്ക്കുന്ന ചായ യ്ക്കായി അക്ഷമയോടെ നില്ക്കുന്നവർ. അവരിൽ ഉറക്കച്ചടവു മാറാത്ത ലൈംഗികത്തൊഴിലാളികൾ മുതൽ പിച്ചക്കാരനും റിക്ഷാവണ്ടിക്കാരനും വരെയുണ്ടാകും. ചിലയിടങ്ങളിൽ നീണ്ട ചൂലുമായി റോഡു വൃത്തിയാ ക്കാനിറങ്ങിയ മുനിസിപ്പൽ ശുചീകരണ ജീവനക്കാരേയും കാണാം. തോളിൽ ബാഗും തൂക്കി യൂണിഫോമണിഞ്ഞ സ്കൂൾ കുട്ടികൾ ബസും പ്രതീക്ഷിച്ച് നില്ക്കുന്നുണ്ടാവും.

ഏത് മദ്ധ്യ- ഉത്തരേന്ത്യൻ ഗ്രാമങ്ങളിലേയും പൊതുകാഴ്ച കാലികളാണ്. പ്രഭാതത്തിൽ ഗ്രാമത്തിലൂടെ നടക്കുമ്പോൾ, കാലികളെ കറക്കുന്നത് കാണാം. കാലുകൾക്കിടയിൽ പാത്രമുറപ്പിച്ച് കുന്തിച്ചിരുന്ന് പാലുകറക്കുന്ന കറവക്കാർ. അനുസരണയോടെ തല ഉയർത്തിപ്പിടിച്ച് അയവിറക്കി നില്ക്കുന്ന പശുക്കളും എരുമകളും. പക്ഷേ, ആടുകളെ കറക്കുമ്പോൾ ഒരാൾകൂടി സഹായത്തിനു വേണം. ആട്, മറ്റ് കാലിക ളെപ്പോലെ കറന്നെടുത്തോളൂ എന്നു പറഞ്ഞ് നിന്നു തരില്ല. കാലുപിടി ക്കണം ഒരു തുള്ളി പാലിന്! സ്ത്രീകളാണ് സാധാരണ ആടിനെ കറ ക്കുന്നത്. വീട്ടിലെ ആൺകുട്ടിയോ പെൺകുട്ടിയോ കാലിൽപ്പിടിക്കാനു ണ്ടാവും. പിന്നെ ഗ്രാമത്തിനു പുറത്തെ കൃഷിയിടത്തിലേക്ക് പോകുന്ന കർഷകർ. ട്രാക്ടറിലും കാളവണ്ടിയിലുമാണവരുടെ യാത്ര. ഭക്ഷണവും പണിയായുധങ്ങളുമുണ്ടാവും കൂടെ. ഇവിടേയും പതിവ് നടത്തം തെറ്റി ച്ചില്ല. അറിയാത്ത വഴികളിലൂടെ തെരുവുകളിലൂടെ ഒരു പ്രഭാത പ്രദ ക്ഷിണം.

റെഡ് അലർട്ടിന്റെ പശ്ചാത്തലത്തിൽ
അല്പം നാഗ്പൂർ പുരാണം

യാത്രയ്ക്കു തയ്യാറായി സുദർശനൻ ഫൂലേയുടെ ഓട്ടോറിക്ഷയും പ്രതീക്ഷിച്ച് റിസപ്ഷനിൽ എത്തി. റിസപ്ഷനിസ്റ്റിനോട് നാഗ്പൂരിനെ ക്കുറിച്ചൊരന്വേഷണം നടത്താൻ തീരുമാനിച്ചു. മാത്രമല്ല, ഞങ്ങളുടെ പ്രധാന ലക്ഷ്യമായ വിദർഭയെന്ന അജ്ഞാതഭൂവിഭാഗത്തിലെ ജീവി തവും അറിയണമായിരുന്നു. അംബസാരി തടാകം, ദീക്ഷഭൂമി, രാമൻ സയൻസ് സെന്റർ, റാംധാം, വിധാൻ സൗദ് തുടങ്ങിയവയാണ് പ്രധാന പ്പെട്ട സ്ഥലങ്ങളെന്ന് റിസപ്ഷനിസ്റ്റ് പറഞ്ഞു. റിസപ്ഷനിസ്റ്റുമായി സംസാരിച്ചുകൊണ്ടിരിക്കെ ലോബിയിൽ പത്രം വായിച്ചുകൊണ്ടിരുന്ന ഒരാൾ ഞങ്ങൾക്കടുത്തേക്ക് വന്നു. നാഗ്പൂരിനെക്കുറിച്ചുള്ള പല ചോദ്യ ങ്ങൾക്കും റിസപ്ഷനിസ്റ്റിന് മറുപടി ഉണ്ടായിരുന്നില്ല. അതുപോലെ

വിദർഭയെക്കുറിച്ചുള്ള ചോദ്യത്തിനുമുന്നിലും അയാൾ കൈമലർത്തി. ഇതൊക്കെ ശ്രദ്ധിച്ചിട്ടാണ് അയാൾ ഞങ്ങൾക്കുനേരെ വന്നത്. ഇന്ത്യയുടെ തെക്കേകോണിൽനിന്ന് രാജ്യത്തിന്റെ ഇടനെഞ്ചിലെത്തിനില്ക്കുന്ന രണ്ട് മലയാളികളാണ് ഞങ്ങളെന്നറിഞ്ഞപ്പോൾ അയാൾക്ക് സംസാരിക്കാതിരിക്കാനായില്ല. ദിനേക് ഗെയ്ക്വാദ് എന്നാണ് അയാളുടെ പേര്.

നാഗ്പൂർ പോസ്റ്റ് എന്ന ഇംഗ്ലീഷ് പത്രത്തിന്റെ പ്രാദേശിക ലേഖകനാണ്. ഞങ്ങളുടെ യാത്രയെക്കുറിച്ച് കേട്ടപ്പോൾ അയാൾക്ക് രസം കയറി. ഞങ്ങളെ സോഫയിൽ പിടിച്ചിരുത്തി. എന്നിട്ട് നാഗ്പൂരിനെക്കുറിച്ച് പറയാൻ തുടങ്ങി. ഈ സ്ഥലം ഇന്ത്യയുടെ ഹൃദയമാണ്. വടക്കുനിന്നു നോക്കിയാലും ശരിയാണ്. തെക്കുനിന്നു നോക്കിയാലും ശരിയാണ്. തെക്കുവടക്ക് നിന്നു പോകുന്ന എല്ലാ റോഡ്, റെയിൽ, വിമാനറൂട്ടുകളും നാഗ്പൂരിനെ സ്പർശിച്ചാണ് കടന്നുപോകുന്നത്. പണ്ട്, സംസ്ഥാന പുനരേകീകരണത്തിനു മുമ്പ് സെൻട്രൽ പ്രോവിൻസിന്റെ തലസ്ഥാനമായിരുന്നു. കിഴക്കേ മഹാരാഷ്ട്ര, വടക്കേ തെലങ്കാന, തെക്കൻ മദ്ധ്യപ്രദേശ് തുടങ്ങിയ ഭൂപ്രദേശങ്ങൾ ചേർത്തതായിരുന്നു സി പി എന്ന ചുരുക്കപ്പേരിൽ അറിയപ്പെട്ടിരുന്ന സെൻട്രൽ പ്രോവിൻസ്.

ഇന്ന് മുംബൈ കഴിഞ്ഞാൽ രണ്ടാമത്തെ വലിയ നഗരമാണ് നാഗ്പൂർ. മഹാരാഷ്ട്രയുടെ ശീതകാല തലസ്ഥാനവും ഇതുതന്നെയാണ്. ഇവിടെയുള്ള വിധാൻസൗധിലാണ് മഹാരാഷ്ട്ര അസംബ്ലിയുടെ ശീതകാലസമ്മേളനം നടക്കുന്നത്. ഇന്ത്യയിലെ ഓറഞ്ചുകൃഷിയുടെ കേന്ദ്രസ്ഥാനം ഈ നഗരമാണ്. അങ്ങനെയാണ് ഈ നഗരത്തിന് ഓറഞ്ച് സിറ്റി എന്ന പേര് ലഭിച്ചത്. രാജഭക്ത ബുലാൻഡ് എന്ന ഗോണ്ട് രാജാവാണ് ഈ നഗരം സ്ഥാപിച്ചത്. നാഗ് എന്ന ചെറുനദി ഇതിനടുത്തായി ഒഴുകുന്നുണ്ട്. നഗരവല്ക്കരണം മൂലം ഇതിന്റെ വിശുദ്ധി നഷ്ടപ്പെട്ട് അഴുക്കുചാലായി മാറി. പ്രാക്തനസ്മൃതികൾ ഉറങ്ങുന്ന ഒരു പ്രദേശമാണിവിടം. ഗോണ്ടുകൾ സെൻട്രൽ ഇന്ത്യയിലെ ആദിമവംശജരാണ്. പണ്ട് ഈ പ്രദേശമറിയപ്പെട്ടിരുന്നത് ഗോണ്ട്വാനഭൂമി എന്നാണ്. ഗോണ്ട്വാനഭൂമിയിൽനിന്നാണ് ഗോണ്ടുവംശത്തിന് പ്രസ്തുത പേര് സിദ്ധിച്ചത്.

ഭൂശാസ്ത്രത്തിലെ പ്രധാനപ്പെട്ട ഒരു പ്രതിഭാസമായിരുന്നല്ലോ ഗോണ്ട്വാനഡ്രിഫ്റ്റ്. ഇന്നത്തെ ആസ്ത്രേലിയ, സീഷെൽസ്, അന്റാർട്ടിക്ക, ആഫ്രിക്ക, തെക്കേ അമേരിക്ക തുടങ്ങിയ കരകളൊക്കെയും ഒരുകാലത്ത് ഈ ഗോണ്ട്വാന ഭൂഭാഗത്തിന്റെ അവിഭാജ്യഘടകമായിരുന്നു. ഒന്നായിക്കിടന്നിരുന്ന ഗോണ്ട്വാനഭൂമി വിഘടിച്ച് നാലുവശത്തേക്കും അകന്നു പോകുകയായിരുന്നല്ലോ. അങ്ങനെ വടക്കോട്ടുനീങ്ങിയ ഭൂഭാഗമാണ് ഇന്ത്യൻ ഉപഭൂഖണ്ഡം. അകന്നുപോക്കിൽ ഇന്ത്യൻ ഉപഭൂഖണ്ഡം ഏഷ്യൻ പ്ലേറ്റിൽക്കയറി ഇടിച്ചതിന്റെ സമ്മർദ്ദഫലമായിട്ടാണ് ഹിമാലയപർവ്വതം ഉണ്ടായത്. നാലുകോടി വർഷം മുൻപ് ഹിമാലയപർവ്വതം ഇല്ലായിരുന്നു. ഒരു അദ്ധ്യാപകന്റെ ചാതുരിയോടെ

ഗെയ്ക്വാദ് വിശദീകരിക്കുകയാണ്. അല്പനേരം കഴിഞ്ഞ് അയാൾ ഞങ്ങളിലേക്ക് തിരിച്ചുവന്നു. "നിങ്ങൾ ഇന്നുതന്നെ നാഗ്പൂർ പരമാവധി കവർ ചെയ്യണം. നഗരത്തിൽ റെഡ് അലർട്ട് പ്രഖ്യാപിച്ചിരിക്കുകയാണ്. എന്തും സംഭവിക്കാം. ഈ നഗരത്തിന്റെ ഏതു ബിന്ദുവിലും ഏതു നിമി ഷവും സ്ഫോടനം ഉണ്ടാവാം." കാര്യമറിയാതെ തുറിച്ചുനോക്കിയ ഞങ്ങളെ നോക്കി അയാൾ പറഞ്ഞു: "നാളെയാണ് യാക്കൂബ് മേമനെ തൂക്കിക്കൊല്ലുന്നത്. നാഗ്പൂർ സെൻട്രൽ ജയിലിൽ കഴുത്തിൽ തൂക്കു കയർ മുറുകുന്നതും പ്രതീക്ഷിച്ച് അയാൾ കാത്തിരിക്കുന്നു."

2

മരണം മോചനകവാടമാകുമ്പോൾ

ഓറഞ്ച് മണം പേറിയെത്തിയ നനുത്ത കാറ്റ് പ്രഭാതത്തെ സന്തോഷകരമാക്കി. വിദർഭയുടെ സങ്കടങ്ങൾ തേടിയുള്ള യാത്രയ്ക്കായി സുദർശനന്റെ ഓട്ടോ ഞങ്ങളെ കാത്തുകിടന്നു. ഓട്ടോയിൽ കയറുമ്പോൾ തെരുവുകളിലെ മനുഷ്യരുടെ ചലനത്തിൽ അസാധാരണമായി എന്തോ ഉള്ളതുപോലെ തോന്നി.

നാഗ്പൂർ എന്ന ഈ മദ്ധ്യേന്ത്യൻ നഗരത്തിന്റെ ഉൾത്തുടിപ്പുകൾ നേരിൽ കാണണം. മനുഷ്യർക്ക് ചെവി കൊടുക്കണം. ഗന്ധങ്ങൾ അറിയണം. രുചിക്കൂട്ടുകളുടെ വൈവിദ്ധ്യം നുണയണം. ഓട്ടോ നീങ്ങുമ്പോൾ വിദർഭയെന്ന പദത്തെച്ചുറ്റി മനസ്സ് സഞ്ചരിച്ചു.

മഹാഭാരതപരാമൃഷ്ടമായ പത്ത് ജനപദങ്ങളിൽ ഏറ്റവും തെക്കേയറ്റത്തുള്ള രാജ്യമാണ് വിദർഭ. അതും വിന്ധ്യനു തെക്ക്. നളചരിതകർത്താവ് മിഴിവും പൊലിപ്പുമേകി മലയാളി ആസ്വാദകനു മുന്നിൽ നിത്യഭാസുരമായി അവതരിപ്പിച്ച ദമയന്തിയുടെ ജന്മസ്ഥാനം. തന്നെ ഗാഢമായി പ്രണയിച്ച പെൺകുട്ടിയെ പരിണയിക്കാൻ വസുദേവകൃഷ്ണന് അതിസാഹസികമായ യുദ്ധം നടത്തേണ്ടി വന്നത് ഐതിഹ്യ പ്രസിദ്ധമാണ്. രുഗ്മിണി സ്വയംവരനായിക വിദർഭയുടെ പുത്രിയാണ്. നമുക്ക് സുപരിചിതനായ അഗസ്ത്യമുനിയുടെ പ്രിയ പത്നി ലോപമുദ്ര വിദർഭാദേശത്തിന്റെ സന്തതിയാണ്. ഇതിഹാസ ഭൂമിയുടെ പുരാവൃത്ത ശേഷിപ്പുതിരയാൻ എന്തായാലും ഈ യാത്രയിൽ ഉദ്ദേശിച്ചിട്ടില്ല. വർത്തമാനകാല വിദർഭയുടെ ഗദ്ഗദങ്ങൾ മനസ്സിൽ ചോദ്യചിഹ്നമുയർത്തിനില്ക്കുന്നു. ദുരന്തങ്ങൾ നിരന്തരമായി വേട്ടയാടി നിലനില്പ് ഇനിയില്ല എന്നു തിരിച്ചറിയുന്ന കർഷകമനസ്സ്. അവർക്ക് മരണമാണ് പ്രതിസന്ധിയുടെ മോചനകവാടം. 'Death is a great leveller' എന്ന അന്ത്യയുക്തിയെ

പിൻപറ്റി എന്തിനവർ മരണം തേടുന്നു? ഉത്തരം കിട്ടാത്ത ഒരു പ്രഹേളികയായി ഈ ചോദ്യം മനസ്സിൽ സമ്മർദ്ദം സൃഷ്ടിച്ചുകൊണ്ടിരുന്നു.പിന്നിടുന്ന നഗരക്കാഴ്ചകളൊക്കെയും മനസ്സിൽ പുത്തൻ അനുഭവത്തിന്റെ നിറമുള്ള വാങ്മയ ചിത്രങ്ങൾ സൃഷ്ടിക്കാതെ കേവലനിഴലുകളായി കണ്ണുകൾക്കുമുന്നിലൂടെ കടന്നുപൊയ്ക്കൊണ്ടിരുന്നു.

മഹാരാഷ്ട്ര, ഇന്ത്യയിലെ സമ്പന്ന സംസ്ഥാനങ്ങളിൽ ഒന്ന്. മറാത്ത്വാഡ, ഖാൻദേശ്, കൊങ്കൺ, നാസിക്, വിദർഭ എന്നിങ്ങനെ അഞ്ചുമേഖലകൾ. തൊള്ളായിരത്തി അറുപതുവരെ ബോംബെ സംസ്ഥാനം. അതിൽ ഗുജറാത്തും ഉൾപ്പെട്ടിരുന്നു. മഹാരാഷ്ട്രയുടെ ധാതുസമ്പത്തിന്റെ എഴുപത്തിയഞ്ച് ശതമാനവും വിദർഭാമേഖലയിലാണ്. വൈദ്യുതോല്പാദനത്തിന്റെ മുക്കാൽപങ്കും വിദർഭയുടെ സംഭാവന. കറുത്ത വളക്കൂറുള്ള പശിമരാശി മണ്ണ്. വിന്ധ്യ-ശതപുര മലനിരകളിലെ സമൃദ്ധമായ വനസമ്പത്ത്. ഇതൊക്കെയുണ്ടായിട്ടും ഇവിടുത്തെ കൃഷിക്കാർ ആത്മഹത്യാ മുനമ്പ് തേടുന്നു.

മൗനമുദ്ര ചാർത്തിയ മുഖങ്ങൾ

നിരത്തിലും പ്രധാന പോയിന്റുകളിലും സായുധപൊലീസ് നിലയുറപ്പിച്ചിരിക്കുന്നു. സംശയമുള്ള വാഹനങ്ങൾക്ക് കൈകാണിക്കുന്നു. പതിവുപോലെ നിരത്തിൽ തിരക്കേറിയിരുന്നു. എന്നാൽ പതിവുവിട്ടെന്തോ ഒന്നിന്റെ സാന്നിദ്ധ്യം അവരുടെ ചുവടുകളിൽ ദൃശ്യമായിരുന്നു. ഭയംപോലെ എന്തോ ഒന്ന് നഗരത്തിൽ പരേഡിനിറങ്ങിയപോലെ. ഒരുതരം മൗനം നഗരത്തെ പൊതിഞ്ഞുനിന്നു. ഏതോ ദുരന്തവാർത്തയ്ക്കു കാതോർക്കുന്നതുപോലെ. 1993 ലെ മുംബൈ സ്ഫോടന കേസിൽ ശിക്ഷിക്കപ്പെട്ട് മരണം പ്രതീക്ഷിച്ചു കഴിഞ്ഞിരുന്ന യാക്കൂബ് മേമന്റെ കഴുത്തിൽ വെളുപ്പിനുതന്നെ കൊലക്കയർ മുറുകിക്കഴിഞ്ഞിരിക്കുന്നു. സ്വന്തം ജീവൻ രക്ഷിച്ചെടുക്കാനുള്ള അയാളുടെ എല്ലാ ശ്രമങ്ങളും നീതിന്യായവ്യവസ്ഥയ്ക്കു മുന്നിൽ പരാജയപ്പെട്ടു. അതിന്റെ വാർത്തകൾ വന്നുതുടങ്ങിയിരുന്നു. തലേദിവസം രാത്രി പത്തുമണിക്കുശേഷം സുപ്രീംകോടതി അടിയന്തിര സിറ്റിങ് നടത്തി അവസാനത്തെ ദയാഹർജിയും തള്ളിയെന്ന വാർത്ത പത്രങ്ങളിൽ വന്നിട്ടുണ്ട്. വിധിപ്രസ്താവത്തിന്റെയും തൂക്കിക്കൊ

യാക്കുബ് മേമൻ

ലയുടെയും വാർത്തകൾ എവിടെയും ചർച്ച ചെയ്യപ്പെട്ടുതുടങ്ങിയിരുന്നു. സുദർശന്റെ മുഖത്ത് ഒരുതരം മരവിപ്പ് ദൃശ്യമായിരുന്നു. ഒരു തൂക്കി കൊല ഒരു നഗരത്തിലെ മനുഷ്യരുടെയാകെ മുഖങ്ങളിൽ മൗനമുദ്ര ചാർത്തിയോ? എങ്ങോട്ടാണ് പോകേണ്ടത് എന്ന ചോദ്യത്തിനു മുന്നിൽ ഒന്നു പകച്ചു. നാഗ്പൂരിൽ അവശ്യം കണ്ടിരിക്കേണ്ട പത്തുസ്ഥലങ്ങൾ നെറ്റിൽ കണ്ടിരുന്നു. ടൂറിസ്റ്റുകൾക്കായയാണത്. ഒരു നഗരത്തിലെത്തി യാൽ യഥാർത്ഥ സഞ്ചാരി ചെയ്യേണ്ടത് എന്താണെന്ന് യാത്രയെഴു ത്തിന്റെ മാസ്മരികത വായനക്കാർക്ക് അനുഭവിപ്പിച്ച ദെർവ്‌ല മർഫി (Dervla Murphy) ഇങ്ങനെ കുറിച്ചിരിക്കുന്നു.

> ട്രാവൽബുക്ക് നോക്കി സ്ഥലം മനസ്സിലാക്കുക. സന്ദർശകർ അവശ്യം കണ്ടിരിക്കേണ്ട സ്ഥലങ്ങൾ അടയാളപ്പെടുത്തുക. എന്നിട്ട് എതിർദിശയിലേക്കു പോവുക.

മർഫിയുടെ യാത്രാ തിയറിയാണ് ഞങ്ങൾക്കിഷ്ടം. നാഗ്പൂർ യൂണിവേഴ്സിറ്റിക്കടുത്തുകൂടിയാണ് ഞങ്ങൾ സഞ്ചരിച്ചുകൊണ്ടിരുന്നത്. മഹാരാജ്ഭാഗ് റോഡാണതെന്നു ബോർഡുകളിൽ നിന്നും മനസ്സിലായി. യൂണിവേഴ്സിറ്റിക്കു സമീപം ഓട്ടോ നിന്നു. നിങ്ങൾ ഇറങ്ങി നടന്നോളൂ. കുറെ നടന്നാൽ നാഗ്പൂർ മൃഗ ശാല കാണാം. ഞാനീ മരത്ത ണലിൽ പാർക്ക് ചെയ്യാം. സുദർശനൻ പറഞ്ഞതിൽ അല്പമൊരു മയമില്ലായ്മയു ണ്ടോയെന്നു സംശയിച്ചു. പഴ യകാല യൂണിവേഴ്സിറ്റികളൊ ക്കെത്തന്നെ ബ്രിട്ടീഷുകാരോ രാജാക്കന്മാരോ പണിതതാ വും. വിശാലമായ കാമ്പസു കൾ, തലയെടുപ്പുള്ള മന്ദിര ങ്ങൾ എന്നിവ അതിന്റെ മുഖ മുദ്രയായിരിക്കും. യൂണിവേ ഴ്സിറ്റിയുടെ മതിലിനോടു ചേർന്ന് നടന്നു നടന്ന് എത്തി ച്ചേർന്നത് മൃഗശാലയ്ക്കരികി ലാണ്. നിറയെ മരങ്ങൾ. പച്ച ചായം തേച്ച കമാനങ്ങളും കമ്പി വേലിയും. "പത്തുമണിക്കേ തുറക്കൂ സാബ്." മരങ്ങളുടെ ചുവ ട്ടിൽ വീണ കരിയിലകൾ കുട്ടയിൽ ശേഖരിക്കുന്നതിനിടയിൽ ഒരുവൾ പറഞ്ഞു.

ദേർവ്‌ല മർഫി

നാഗ്പൂർ അഗ്രികൾച്ചറൽ കോളേജ്

തിരിഞ്ഞു നടക്കുമ്പോഴാണ് നാഗ്പൂർ അഗ്രികൾച്ചറൽ കോളേജിലേക്കുള്ള ദിശാസൂചി ശ്രദ്ധയിൽപ്പെട്ടത്. കാർഷിക പ്രതിസന്ധിയെക്കുറിച്ച് ഇവിടെയുള്ളവർക്കല്ലാതെ മറ്റാർക്കാണ് ആധികാരികമായി പറയാൻ കഴിയുക? തേടിയ വള്ളി കാലിൽ ചുറ്റിയാലെന്നവണ്ണം ഞങ്ങൾ ആവേശഭരിതരായി. പ്രധാന കവാടത്തിൽ ഇങ്ങനെ എഴുതിയിരിക്കുന്നു. ഡോ. പഞ്ചബ്റാവു ദേശ്മുഖ് കൃഷി വിദ്യാപീഠ്, അകോല; സ്ഥാപിതം 1906. ഗേറ്റിനു സമീപം വണ്ടിനിർത്തിയിട്ട് കോളേജിന്റെ വിശാലമായ മുറ്റത്തേക്ക് കടന്നു. പ്രൗഢിയും പഴമയും വിളിച്ചോതുന്ന അതിഗംഭീരമായ കെട്ടിടസമുച്ചയം. കോളേജിലെ മുറ്റത്ത് കുട്ടികളുടെ പ്രഭാത അസംബ്ലി നടക്കുന്നു.

നാഗ്പൂർ അഗ്രികൾച്ചറൽ കോളേജ്

വരാന്തയിലേക്ക് കയറിയപ്പോൾ എതിരെ ഒരാൾ നടന്നുവരുന്നു. ലക്ഷണം കണ്ടാലറിയാം അധ്യാപകനാണെന്ന്. അദ്ദേഹത്തെ സമീപിച്ച് സ്വയം പരിചയപ്പെടുത്തി യാത്രോദ്ദേശ്യം പറഞ്ഞു. അഗ്രികൾച്ചറൽ ഡിപ്പാർട്ടുമെന്റിലെ അസിസ്റ്റന്റ് പ്രൊഫസറായ ഡോ. ബഹ്ദൂരി ആണ് മുന്നിൽ നില്ക്കുന്നത്. വിദർഭയുടെ കാർഷിക പ്രതിസന്ധിയെക്കുറിച്ച് ആധികാരികമായി പറയാൻ കഴിയുന്നത് ഡോ. ഷിൻഡേയ്ക്കാണെന്നും അദ്ദേഹം അഗ്രികൾച്ചർ ഇക്കണോമിക്സ് ഡിപ്പാർട്ടുമെന്റിലെ അസോസിയേറ്റ് പ്രൊഫസർ ആണെന്നും ഡോ. ബഹ്ദൂരി പറഞ്ഞു. അതുവഴി വന്ന ഒരു ജീവനക്കാരനെക്കൂട്ടി ഞങ്ങളെ ഡോ. ഷിൻഡേയുടെ മുറിയിലേക്ക് അയച്ചു. ഞങ്ങൾ ചെല്ലുമ്പോൾ അദ്ദേഹം ക്ലാസിലേക്ക് പോകാൻ ഇറങ്ങിക്കഴിഞ്ഞിരുന്നു. ഞങ്ങളുടെ ആവശ്യം മനസ്സിലാക്കിയ അദ്ദേഹം ഒരു മണിക്കൂർ കഴിഞ്ഞ് എത്താമെന്നു പറഞ്ഞിട്ട് ക്ലാസിലേക്കു പോയി. കൂട്ടത്തിൽ ഇതുകൂടി പറഞ്ഞു. "അടുത്താണ് ക്യാന്റീൻ. അവിടെനിന്ന്

ലൈറ്റ് റിഫ്രഷ്മെന്റ് എന്തെങ്കിലും കഴിച്ചിട്ട് കോളേജ് കോമ്പൗണ്ടിനുള്ളിലെ എക്സ്പിരിമെന്റൽ കൃഷിയും മറ്റ് കാഴ്ചകളും കണ്ടിട്ട് മടങ്ങി വന്നാൽ മതി."

നൂറുകണക്കിനേക്കർ വിസ്തൃതിയിലുള്ള ഒരു കോമ്പൗണ്ടിലാണ് കോളേജ് സ്ഥിതി ചെയ്യുന്നത്. വഴിക്കിരുപുറവും വിവിധ തരത്തിലുള്ള മരങ്ങൾ വളർന്നു നില്ക്കുന്നു. അവയിൽ മാവ്, വേപ്പ്, തേക്ക് - ഈ മരങ്ങൾ മാത്രമേ പരിചിതമായി തോന്നിയുള്ളൂ. മറ്റൊരു ഭാഗത്ത് വിവിധയിനം വിളകൾ കൃഷി ചെയ്തിരിക്കുന്നു. കുട്ടികളുടെ പഠനാർത്ഥവും പരീക്ഷണാടിസ്ഥാനത്തിലുമാണ് കൃഷി. കരിമ്പും സോയാബീനും പരുത്തിയും ഉള്ളിയുമൊക്കെ സമൃദ്ധമായി തഴച്ചു വളരുന്നു. അടുത്തുതന്നെ നാരകത്തോട്ടം. കണ്ണും മനസ്സും പിടിച്ചുനിർത്തുന്ന കാഴ്ച. തുടർന്നുള്ള യാത്രയിൽ കണ്ടുമുട്ടാൻ പോകുന്ന ഓറഞ്ചുതോട്ടങ്ങളുടെ ലഘുപതിപ്പായിരുന്നു അത്. കുട്ടികളും അദ്ധ്യാപകരും അവയെ പരിചരിച്ചുകൊണ്ടും നിരീക്ഷിച്ചുകൊണ്ടും അവിടവിടെ നില്ക്കുന്നു. വളരെ ഹൃദ്യമായ കാഴ്ച. കൃഷിയുടെ പച്ചപ്പും തഴപ്പും വൈവിദ്ധ്യവും നമ്മളെ ആഹ്ലാദിപ്പിക്കും. കൃഷി ഇപ്പോൾ സ്നേഹവും മരണവുമാണ്. ചിലപ്പോൾ കൃഷിയോടുള്ള അഭിമുഖ്യം ഗന്ധർവ്വയാമത്തിലെ വശ്യമോഹിനിയായ യക്ഷിയെപ്പോലെ. ആ വശ്യ മോഹിനി നല്കിയ ദുരന്തമേറ്റുവാങ്ങിയ ഹതഭാഗ്യരുടെ കദനകഥയ്ക്കു പിന്നാലെയാണല്ലോ ഞങ്ങൾ. തിരിച്ചെത്തി അല്പം കഴിഞ്ഞപ്പോൾ ഡോ. ഷിൻഡേ ക്ലാസിൽനിന്ന് മടങ്ങിവന്നു. "നിങ്ങൾ നാഗ്പൂരിൽ പരതിയാൽ വിദർഭയുടെ ദുരിതങ്ങൾ മനസ്സിലാവില്ല. ഇവിടം സമൃദ്ധിയുടെ തുരുത്താണ്. ഗ്രാമങ്ങളിലേക്ക് പോകണം. യെവത്മാൽ, വാർദ്ധ തുടങ്ങിയ ജില്ലകളിലേക്ക്. അവിടങ്ങളിലെ കർഷകരെ നേരിൽക്കാണൂ." കസേരയിൽ ഇരുന്നുകൊണ്ട് ഷിൻഡേ പറഞ്ഞു. "ഇതിനെക്കുറിച്ച് പഠിച്ചിട്ടുള്ള ഒരാളാണ് ഞാൻ. പല പഠന റിപ്പോർട്ടുകളും എന്റേതായി പബ്ലിഷ് ചെയ്തിട്ടുണ്ട്."

ഡോ. ഷിൻഡേ

പ്രതിസന്ധിയുടെ കാതൽ

ഇവിടെ ഇന്നും കൃഷി നടത്തുന്നത് മഴയെ മാത്രം ആശ്രയിച്ചാണ്. ചെറുതും വലുതുമായ നൂറിലധികം ജലസേചനപദ്ധതികൾ കാൽനൂ

റ്റാണ്ടു കഴിഞ്ഞിട്ടും പൂർത്തിയാകാതെ കിടക്കുകയാണ്. പെൻ ഗംഗാനദിയിലെ അണക്കെട്ടിന്റെ കാര്യം തന്നെയെടുക്കാം. എത്രയോ കാലമായി തുടങ്ങിയിട്ട്. ഇതുവരെ പൂർത്തിയാക്കാൻ കഴിഞ്ഞിട്ടില്ല. ഇവിടുത്തെ പ്രധാനകൃഷി പരുത്തിയാണ്. 2003 മുതൽ ബി ടി കോട്ടൺ ആണ് കൃഷി ചെയ്യുന്നത്. പരമ്പരാഗത ഇനങ്ങൾക്ക് ഉല്പാദനം കുറവായതിനാലാണ് കൃഷിക്കാർ ബി ടി കോട്ടണിലേക്ക് തിരിഞ്ഞത്. പക്ഷേ, കൃഷിച്ചെലവ് കൂടി.

പുതിയ വിത്തിനം എത്തിയപ്പോൾ ഉല്പാദനം കൂടിയെന്നത് നേരാണ്. പരുത്തി, ഏക്കറിന് നാലു ക്വിന്റൽ കിട്ടിയിരുന്ന സ്ഥാനത്ത് ഇപ്പോൾ 8-10 ക്വിന്റൽ ലഭിക്കുന്നുണ്ട്. പക്ഷേ, പ്രശ്നം അതല്ല. ബി ടി കോട്ടൺ അന്തകവിത്താണ്. ഓരോ തവണയും കൃഷി ചെയ്യാൻ പുതിയതായി വിത്ത് വാങ്ങണം. വിത്തു നല്കുന്നതോ അന്തർദ്ദേശീയ കുത്തകകമ്പനിയായ മൊൺസാന്റോയും. പുതിയ ഇനം പരുത്തിക്ക് പരമ്പരാഗത ഇനത്തേക്കാൾ വളപ്രയോഗം കൂടുതൽ വേണം. പുത്തൻ സാമ്പത്തിക നയങ്ങളുടെ ഭാഗമായി കേന്ദ്രസർക്കാർ വളത്തിനുള്ള സബ്സിഡി വെട്ടിക്കുറച്ചു. ഇത് വളത്തിന്റെ വിലവർദ്ധനയ്ക്ക് കാരണമായി. പരുത്തിക്ക് താങ്ങുവിലയുണ്ട്. ക്വിന്റലിന് നാലായിരം രൂപ. പക്ഷേ, ഉല്പാദനച്ചെലവുമായി തട്ടിച്ചുനോക്കുമ്പോൾ വില അപര്യാപ്തമാണ്.

ചില കാലങ്ങളിൽ മഴ ചതിക്കും. അപ്പോൾ കൃഷി പരാജയമാകും. ഇപ്പോഴും ഹുണ്ടികക്കാരിൽ നിന്ന് പണം കടം വാങ്ങിയാണ് കൃഷിയിറക്കുന്നത്. കൃഷി പരാജയപ്പെട്ടാൽ പണം തിരിച്ചുകൊടുക്കാൻ കഴിയില്ല. ഒന്നു രണ്ടു സീസണിൽ കൃഷി അടുപ്പിച്ച് നശിക്കുമ്പോൾ കൃഷിക്കാരന് ആത്മഹത്യയല്ലാതെ വേറെ വഴിയില്ല. ഇവിടെ സഹകരണബാങ്കുകളും ദേശസാല്കൃതബാങ്കുകളുമൊക്കെയുണ്ട്. പക്ഷേ, അവയൊന്നും കൃഷിക്കാരന്റെ ആവശ്യം നിറവേറ്റാൻ പര്യാപ്തമല്ല. എന്നാൽ വൻകിട കൃഷിക്കാരുടെ കാര്യമതല്ല. അവർ കൂടുതലും യന്ത്രവൽകൃത കൃഷിയെ ആശ്രയിക്കുന്നവരാണ്. മാത്രവുമല്ല, അവർ കൃഷിയിൽ വൈവിദ്ധ്യവല്ക്കരണവും ഏർപ്പെടുത്തിയിട്ടുണ്ട്. അതായത് കോഴി വളർത്തൽ, ആടു വളർത്തൽ തുടങ്ങിയത്. അവർക്ക് അതുകൊണ്ട് പിടിച്ചുനില്ക്കാനാവും. കൂടാതെ അവർ ഉയർന്ന ജാതിയിൽപ്പെട്ടവരും സാമ്പത്തിക പിന്തുണയുള്ളവരുമാണ്.

വിദർഭയിൽ പ്രതിസന്ധി നേരിടുന്ന കൃഷിക്കാരിൽ ഭൂരിപക്ഷവും നിരക്ഷരരായ ദളിതുകളും പിന്നോക്കക്കാരുമാണ്. അവർ നാമമാത്ര കാർഷകരോ, ഭൂമി പാട്ടത്തിനെടുത്ത് കൃഷി ചെയ്യുന്നവരോ ആണ്. ഓരോ സീസണിലേയും കൃഷിയാവശ്യത്തിന് പണം കടംവാങ്ങും. അതും കൊള്ളപ്പലിശയ്ക്ക്. കൃഷി പിഴച്ചാൽ പിടിച്ചുനില്ക്കാനാവില്ല. ബാങ്കുകളുടെ സപ്പോർട്ടില്ല. പിന്നെ ആത്മഹത്യയേ വഴിയുള്ളൂ. ഡോ. ഷിൻഡേയുടെ അഭിപ്രായം ശരിവയ്ക്കുന്നതാണ് ഓക്സ്ഫോർഡ് ഇന്ത്യ പ്രസിദ്ധീകരിച്ച *Agrarian Crisis in India* എന്ന പുസ്തകത്തിലെ കണ്ടെ

ത്തലുകളും. ഈ ലേഖന സമാഹാരത്തിൽ ശ്രീജിത് മിശ്ര എഴുതിയ 'മഹാരാഷ്ട്രയിലെ കാർഷിക പ്രതിസന്ധിയും കർഷക ആത്മഹത്യകളും (Agraraian Distress and Farmers suicides in Maharashtra)' എന്നൊരു ലേഖനമുണ്ട്.

1990 കൾ മുതൽ നടപ്പിലാക്കിയ ഉദാരീകരണ നയങ്ങൾ കാർഷിക മേഖലയെ തകർത്തു. നാണ്യവിളകളായ പരുത്തികൃഷിയിലെ കേന്ദ്രീകരണം മൂലം ധാന്യവിളകൾ ഒഴിവാക്കപ്പെട്ടു. മഴയുടെ കുറഞ്ഞ ലഭ്യത, ജലസേചനത്തിന്റെ അഭാവം, അടിസ്ഥാന സൗകര്യത്തിലെ കുറഞ്ഞ സർക്കാർ നിക്ഷേപം, കാർഷിക വായ്പ ലഭ്യമാകാത്തത്, സഹകരണ സ്ഥാപനങ്ങളുടെ തകർച്ച, ബ്ലേഡുപലിശക്കാരുടെ ഇടപെടൽ ഇതിനെല്ലാം പുറമേ വിദർഭയിലെ ഉല്പാദനച്ചെലവിനെക്കാൾ കുറഞ്ഞ വിലയ്ക്ക് അമേരിക്കൻ പരുത്തിയുടെ ഇറക്കുമതി. ഇതെല്ലാം കാരണം പരുത്തികൃഷി നഷ്ടമായി. ധാന്യവിളകൾ ഇല്ലാതെയായപ്പോൾ പട്ടിണി വർദ്ധിച്ചു. 2005-06 കാലത്ത് പരുത്തിയുടെ ഉല്പാദനച്ചെലവ് ക്വിന്റൽ ഒന്നിന് 2303 രൂപ കണക്കാക്കപ്പെട്ടപ്പോൾ സർക്കാർ നിശ്ചയിച്ച താങ്ങുവില 1760 രൂപ മാത്രമായിരുന്നു. ഇപ്പോൾ സർക്കാർ പ്രഖ്യാപിച്ചിരിക്കുന്ന താങ്ങുവില ക്വിന്റൽ ഒന്നിന് 4050 രൂപയും കർഷകർ ആവശ്യപ്പെടുന്നത് 7000 രൂപയുമാണ്. ഡോ. ഷിൻഡേയോട് യാത്ര പറഞ്ഞിറങ്ങുമ്പോൾ ഒരു കാര്യം അദ്ദേഹം പ്രത്യേകം സൂചിപ്പിച്ചു. "വിദർഭാ പ്രദേശം സന്ദർശിച്ചിട്ട് തിരിച്ചിതുവഴി വരണം. നിങ്ങളുടെ യാത്രയുടെ ഫീഡ് ബാക്ക് അറിയാൻ താല്പര്യമുണ്ട്."

അശാന്തിയുടെ ദുർമ്മന്ത്രങ്ങൾ

നാഗ്പൂരിലെ ഒഴിവാക്കാനാകാത്ത കാഴ്ചയായി മനസ്സിൽ കുറിച്ച ഒരിടമാണ് ആർ എസ് എസ് ഹെഡ് ക്വാർട്ടേഴ്സ്. യാക്കൂബ് മേമന്റെ കഴുത്തിൽ തൂക്കുകയർ മുറുക്കുന്നതിനു പിന്നിലെ സംഘപ്രേരണകൾ ഇതിനകം തന്നെ ചർച്ചയായി കഴിഞ്ഞിരിക്കുന്നു. ഇന്ത്യയുടെ അന്തരാത്മാവിലേക്ക് അശാന്തിയുടെ ദുർമ്മന്ത്രങ്ങൾ ഉരുവിടുന്ന സംഘഭവനം മേമന്റെ തൂക്കിക്കൊലയുടെ പശ്ചാത്തലത്തിൽ കാണുന്നതിന്റെ പ്രാധാന്യം ഞങ്ങൾ മനസ്സിലാക്കി. ആർ എസ് എസ് ഹെഡ് ഓഫീസിലേക്ക് വിടാൻ സുദർശനോട് പറഞ്ഞു. അയാൾക്ക് ആദ്യം മനസ്സിലായില്ല. അവസാനം 'സംഘ്മന്ദിർ' എന്ന് പറഞ്ഞപ്പോഴാണ് പിടികിട്ടിയത്.

ഫാസിസം സങ്കുചിത ദേശീയതയും വർഗ്ഗീയ വിദ്വേഷവുമാണ് ജനങ്ങളിൽ കുത്തിവയ്ക്കുന്നത്. ഒപ്പം ഒരു പൊതുശത്രുവിനെയും അവർ ജനങ്ങൾക്കുമുന്നിൽ പ്രതിഷ്ഠിക്കും. ചില കാലങ്ങളിൽ ചിലയിടത്ത് ജൂതരായിരിക്കും. ചിലപ്പോൾ കമ്യൂണിസ്റ്റുകളായിരിക്കും. മറ്റു ചിലപ്പോൾ മുസ്ലീങ്ങളും ദളിതരുമായിരിക്കും. കമ്യൂണിസവും ഫാസിസവും ഒരിക്കലും കൂട്ടിമുട്ടാത്ത ദ്വന്ദ്വങ്ങളാണ്. ഇന്ത്യൻ ഫാസിസത്തിന്റെ സമകാലീനമുഖം ആർ എസ് എസ് ആണ്. ഒരു ഇടതുപക്ഷക്കാരൻ ആർ എസ്

എസിനെക്കുറിച്ചോ, സംഘപരിവാറിനേക്കുറിച്ചോ ചിന്തിക്കുകയോ ചർച്ച ചെയ്യുകയോ ചെയ്യാതെ ഒരു ദിനവും അവസാനിപ്പിക്കുന്നില്ല. കാരണം ഇന്ത്യയുടെ സെക്കുലർ ഫേബ്രിക്കിൽ അവർ ദിനംപ്രതി ഏല്പിക്കുന്ന മുറിപ്പാടുകൾ ചെറുതല്ലല്ലോ.

'ഡോൺഗർഗസ്' റോഡിലൂടെ കുറെ മുന്നോട്ടുപോയി. എന്നിട്ട് ബൗസാർ ചൗക്കിൽ പ്രവേശിച്ചു. അവിടെ 'ചന്ദ്രശേഖർ ആസാദ് സ്ക്വയ' റിൽനിന്ന് വലത്തോട്ടു തിരിഞ്ഞ് 'ആയാചരിത് റോഡി'ലൂടെ ആർ എസ് എസ് ഹെഡ്ക്വാർട്ടേഴ്സിന് സമീപമെത്തി. മഹൽ എന്ന സ്ഥലത്താണ് ഹെഡ്ക്വാർട്ടേഴ്സ് സ്ഥിതി ചെയ്യുന്നത്. ആയാചരിത് റോഡ്, ബസ് സ്റ്റോപ്പ് റോഡ്, സംഘ് ബിൽഡിങ് റോഡ് എന്നിങ്ങനെ മൂന്നു റോഡുകളാൽ ത്രികോണം സൃഷ്ടിക്കപ്പെട്ട ഒരു വിശാലയിടത്താണ് ആർ എസ് എസ് ആസ്ഥാനമന്ദിരം. ഈ റോഡിലൂടെ സംഘ് മന്ദിറിനെ ഒന്നു വലംവച്ചു. എന്നിട്ട് ഓട്ടോ റോഡിന്റെ ഓരത്ത് ഒതുക്കി പുറത്തിറങ്ങി. പഴമ വിളി ച്ചോതുന്ന കൊട്ടാരസദൃശമായ ഒരു കെട്ടിടമാണ് ആദ്യം കാഴ്ചയിൽ പതിയുന്നത്. 2.5 ഏക്കർ ഭൂമിയിൽ കഴിഞ്ഞ 50 വർഷമായി പ്രവർത്തി ക്കുന്ന സംഘ് മന്ദിരം കേശവ്കുഞ്ച് എന്നാണ് അറിയപ്പെടുന്നത്. ഈ മന്ദിരം മാറ്റിപ്പണിയാൻ പോകുന്നതായി വാർത്ത കേട്ടു. ചുറ്റും റോഡു കളാൽ അതിരിടുന്നതിനാൽ ജനവാസമേഖലയിൽ നിന്ന് ഒറ്റപ്പെട്ടു നില്ക്കുന്ന ഒരു ദ്വീപുപോലെ തോന്നിച്ചു, കേശവ് കുഞ്ച്.

ഇടയ്ക്കിടക്ക് ഉയരത്തിൽ കെട്ടിയുയർത്തിയിരിക്കുന്ന നിരീക്ഷണ മാടങ്ങൾ. കറുത്ത യൂണിഫോം ധാരികളായ കമാന്റോകൾ റോഡിലേക്ക്

കേശവ് കുഞ്ച്; ആർ എസ് എസ് ആസ്ഥാനം, നാഗ്പൂർ

ഉന്നംവെച്ച തോക്കുമായി ഇമവെട്ടാതെ നില്ക്കുന്നു. മിലിട്ടറി ഹെഡ് ക്വാർട്ടേഴ്സിന്റെ പരിസരത്ത് അബദ്ധത്തിൽ എത്തിപ്പെട്ടുപോയതു പോലെ ഒരു ഭീതി ഞങ്ങളിലേക്ക് സംക്രമിച്ചു. ആ പരിസരത്തെത്തുന്ന ആർക്കും ഉള്ളിൽ ഭീതി അനുഭവപ്പെട്ടുപോകും. അതിർത്തിയിൽ ശത്രു പക്ഷത്തേക്ക് തിരിച്ചുവച്ച തോക്കുകൾക്കുമുന്നിൽ അകപ്പെട്ട ഭീതി. ഒപ്പം ഒരു ചോദ്യവും മനസ്സിലേക്ക് കടന്നുവന്നു. ഈ ഭാരതദേശത്തെ മൊത്തം രക്ഷിക്കാനായി 'ഹിന്ദുരാഷ്ട്ര ജൈത്രരഥം' തെളിക്കുന്നവർക്ക് സ്വന്തം ആസ്ഥാനകാര്യാലയം രക്ഷിക്കാൻ സെക്കുലർ ഇന്ത്യയുടെ പൊതു ഖജ നാവിൽനിന്ന് പണം ചെലവാക്കിപ്പോറ്റുന്ന ബ്ലാക്ക് കമാന്റോകൾ വേണോ? ആസ്ഥാനമന്ദിരം പോലും സ്വയം രക്ഷിക്കാമെന്ന ആത്മവി ശ്വാസമില്ലാത്തവരാണോ ആസേതു ഹിമാചലഭാരതത്തെ രക്ഷിക്കാൻ കാവിയും ദണ്ഡുമായി ഇറങ്ങിത്തിരിച്ചിരിക്കുന്നത്. മുറ്റത്ത് കുറെ ഗണ വേഷധാരികൾ നിരന്നുനിന്ന് 'വ്യായാംയോഗി'ൽ ഏർപ്പെട്ടിരിക്കുന്നു. 'ദക്ഷ', 'ആരമ' തുടങ്ങിയ കമാന്റുകൾ ശിക്ഷകിൽ നിന്ന് ഉയർന്നു കേൾക്കും. ഇപ്പോൾ കേൾക്കുന്നത് സൂര്യനമസ്കാരത്തിന്റെ ഗീതക മാണ്.

ഇവിടെവരെ വന്നതല്ലേ ഒരു ഫോട്ടോ എടുത്തു കളയാം. സംശ യിച്ചും ഭയപ്പാടോടെയും ക്യാമറ ബാഗിൽ നിന്ന് പുറത്തെടുത്തു. ഇതു കണ്ടതും അലസമായി നടന്നിരുന്ന രണ്ടു മൂന്ന് ചെറുപ്പക്കാർ ഞങ്ങൾക്ക രികിലേക്ക് പാഞ്ഞെത്തി. ഇതിനിടയിൽ ഒരാൾ ബാഗുതുറന്ന് സാധന ങ്ങൾ പരിശോധിച്ചു. ചോദ്യങ്ങളുടെ ഒരു നീണ്ടനിര. അതും കടുകട്ടി മറാഠിയിൽ. ഹിന്ദിയിലും ഇംഗ്ലീഷിലുമൊക്കെയായി ഞങ്ങൾക്കറിയാ വുന്ന തരത്തിൽ മറുപടി പറഞ്ഞു. കേരളത്തിൽ നിന്നാണെന്നറിഞ്ഞ പ്പോൾ ഐഡി കാർഡ് ചോദിച്ചു. ഇന്നത്തെ ദിവസത്തിന്റെ പ്രത്യേകത അറിയില്ലേ നിങ്ങൾക്ക് എന്നവർ ചോദിച്ചു. ചോദ്യം ദൃഢമായിരുന്നു; അവ രുടെ പേശികൾപോലെ തന്നെ. അവർ തീവ്രവാദികളുടെ ആക്രമണം പ്രതീക്ഷിച്ച് നില്ക്കുമ്പോഴാണ് ഞങ്ങൾ ചെന്നുകയറിയത്. സംഘ് മന്ദിർ റോഡിൽ പ്രവേശിച്ച നിമിഷം മുതൽ ആളുകൾ ഞങ്ങളെ അനുധാ വനം ചെയ്തിരുന്നതായി പിന്നീട് മനസ്സിലായി. ഒരുവിധം അവിടെനിന്ന് രക്ഷപ്പെട്ട് പുറത്തുകടന്നു.

ഇന്ത്യയിൽ ചാതുർവർണ്യമൂല്യങ്ങൾ ഹൃദയത്തോടു ചേർത്തു പിടിച്ച് വോട്ടിനുവേണ്ടി പിന്നോക്ക-ദളിത് വിഭാഗങ്ങളോട് പുത്തൻ ചങ്ങാത്തം ഭാവിക്കുന്ന സംഘപരിവാർ നീക്കങ്ങളുടെ ബുദ്ധികേന്ദ്രമാണ് കേശവ് കുഞ്ച് എന്ന ഈ പഴയ മന്ദിരം. സൈന്യവും ദേശാഭിമാനവുമാ ണെല്ലാം എന്ന രീതിയിൽ കാര്യങ്ങളെ മാറ്റുന്നത് ബോധപൂർവ്വമായ രാഷ്ട്രീയ നീക്കമാണ്. ഓരോ ഇന്ത്യാ-പാക് സംഘർഷവും ഓരോ ഹിന്ദു -മുസ്ലീം സംഘർഷമാക്കി ഭൂരിപക്ഷമനസ്സുകൾ കൈയടക്കുകയാണിവ രുടെ തന്ത്രം. സ്വാതന്ത്ര്യാനന്തര കാലം മുതല്ക്കേ ഹിന്ദുത്വത്തിന്റെ വിഷബീജങ്ങൾ ഇന്ത്യയുടെ രാഷ്ട്രീയ ശരീരത്തിൽ കുത്തിനിറച്ചു

കൊണ്ടിരിക്കുന്ന ആർ എസ് എസ് കേന്ദ്രം പഴമയുടെ പൂതലിച്ച നിറവും മണവുമാണ് ഒരാളിൽ സൃഷ്ടിക്കുന്നത്.

ദീക്ഷഭൂമി

ചന്ദ്രപ്പൂർ- വാർദ്ധ റോഡിലൂടെയാണ് ഇപ്പോൾ സഞ്ചരിച്ചുകൊണ്ടിരിക്കുന്നത്. ഇനി എവിടേക്കെന്ന ചോദ്യം സുദർശനിൽ നിന്നും വന്നുകഴിഞ്ഞു. "ദീക്ഷഭൂമി" അങ്ങനെ പറയാനാണ് തോന്നിയത്. നാഗ്പൂരിൽ വന്നിറങ്ങിയ ഉടനെ മനസ്സിൽ ഇടം പിടിച്ചതാണ്. ഒരുപക്ഷേ, ആ വാക്കിന്റെ പ്രത്യേകത കൊണ്ടാവാം മനസ്സിൽ തങ്ങിനിന്നത്. കാരണം സാമൂഹിക കാഴ്ചപ്പാടുള്ള ഏതൊരാളും നിശ്ചയമായും അറിഞ്ഞിരിക്കേണ്ടയിടമാണിത്. ഇന്ത്യയിൽ രൂപപ്പെട്ടുവരുന്ന പുത്തൻ രാഷ്ട്രീയത്തിന്റെ പശ്ചാത്തലത്തിൽ അംബേദ്കർ ചിന്ത കൂടുതൽ പ്രസക്തമാണ്. തൊഴിലാളിവർഗ്ഗവുമായി കൂടുതൽ സഹകരിക്കാതെ ദളിത് രാഷ്ട്രീയത്തിനോ ദളിത് പ്രശ്നവുമായി കണ്ണിചേർക്കാതെ ഇടതുപക്ഷത്തിനോ ഇന്ത്യയിൽ മുന്നേറാനാവില്ല. 'ലാൽ സലാമും' 'നീൽ സലാമും' - ഒന്നിച്ചു മുഴങ്ങുകയാണിന്ത്യയിൽ.

ഒരു വലിയ വെല്ലുവിളിയുടെ ചരിത്ര സാക്ഷാൽക്കാര ഭൂമികയാണ് ദീക്ഷഭൂമി. 1935 ൽ ഡോ. ബി ആർ അംബേദ്കർ ഒരു ധീരമായ പ്രസ്താവന നടത്തി; "ജാതിജീർണ്ണ ഹിന്ദുമതത്തിലാണ് ഞാൻ ജനിച്ചതെങ്കിലും മരിക്കുന്നത് ഒരു ഹിന്ദുവായിട്ടായിരിക്കുകയില്ല." ആ വെല്ലുവിളി അദ്ദേഹം യാഥാർത്ഥ്യമാക്കിയത് മരിക്കുന്നതിന് രണ്ടുമാസം മുമ്പ് 1956 ഒക്ടോബർ പതിനാലിന് ബുദ്ധമതം സ്വീകരിച്ചുകൊണ്ടാണ്.

സാഞ്ചിയിലെ മഹാബുദ്ധ സ്തൂപത്തിനു മുന്നിലെ കിഴക്കേ കവാടത്തിന്റെ മാതൃകയിലുള്ള കമാനത്തിനു കീഴിലൂടെ അകത്തേക്ക് ഞങ്ങൾ കടന്നു. സമീപത്തുവച്ചുതന്നെ നടത്തിപ്പുകാരിലൊരാളെ പരിചയപ്പെട്ടു. പത്മാകർ പാന്ദ്രേ. ദീക്ഷഭൂമിയെക്കുറിച്ചും അംബേദ്കറെക്കുറിച്ചും അയാൾ പറഞ്ഞുകൊണ്ടിരുന്നു. ദീക്ഷയെന്നാൽ മതം സ്വീകരിക്കുക. ദീക്ഷഭൂമിയെന്നാൽ മതം സ്വീകരിച്ച സ്ഥലം. അംബേദ്കറും ഭാര്യയും ഒപ്പം ആറുലക്ഷം ദളിതരും ഒറ്റദിവസം ബുദ്ധമതം സ്വീകരിച്ച സ്ഥലമാണിത്. ഒരാൾ ക്രിസ്ത്യാനി ആവണമെങ്കിൽ മാമോദീസ മുക്കണം. ബ്രാഹ്മണനാവണമെങ്കിൽ ഉപനയനം നടത്തണം. അതുപോലെ ബുദ്ധമതക്കാരനാവണമെങ്കിൽ ദീക്ഷ സ്വീകരിക്കണം.

ദീക്ഷ സ്വീകരിച്ച് ഏതാനും മാസങ്ങൾക്കകം തന്നെ, അതായത് 1956 ഡിസംബർ ആറാം തീയതി അംബേദ്കർ നിര്യാതനായി. ഒക്ടോബർ പതിനാല് ദീക്ഷ സ്വീകരിക്കാനായി തെരഞ്ഞെടുക്കുന്നതിന് ഒരു കാരണമുണ്ട്. കലിംഗയുദ്ധത്തിനുശേഷം അശോകചക്രവർത്തി ബുദ്ധമതം സ്വീകരിച്ചത് ഇതേ ദിവസമാണ്. എന്തിനാണദ്ദേഹം ബുദ്ധമതം സ്വീകരണത്തിനായി നാഗ്പൂർ തെരഞ്ഞെടുത്തതെന്ന ചോദ്യത്തിനും പത്മാകർ പാന്ദ്രേയ്ക്ക് ഉത്തരമുണ്ടായിരുന്നു. പണ്ട് 'നാഗ്' എന്ന

ആദിവാസി സമൂഹം കൂട്ടത്തോടെ ബുദ്ധമതം സ്വീകരിച്ചത് ഇവിടെവച്ചാണത്രെ.

എന്തുകൊണ്ട് അംബേദ്കർ ബുദ്ധമതം സ്വീകരിച്ചു? ലോകത്തുള്ള എല്ലാ മതങ്ങളെയും അദ്ദേഹം പഠനവിധേയമാക്കി. ഹിന്ദുമതമെന്നത് ഒരു മിഥ്യയാണ്. ഹിന്ദു എന്ന പേരുപോലും വൈദേശികമാണ്. വിദേശീയർ തന്നതാണ്. ജാതി ശ്രേണിയിൽ പടുത്തുയർത്തിയ ഒന്നുമാത്രമാണ് ഹിന്ദുമതം. ജാതിവിഭജനത്തിന് യാതൊരു ശാസ്ത്രീയ അടിത്തറയുമില്ല. അയുക്തികതയുടെ അടിത്തറയിൽ പണിത ബ്രാഹ്മണ മേധാവിത്തമാണ് അതിനെ നയിക്കുന്നത്. നിലവിലെ മതങ്ങളിൽ മികച്ചത് ബുദ്ധമതമാണെന്നാണ് അദ്ദേഹം കണ്ടെത്തിയത്. സ്നേഹവും തുല്യതയും അത് മുന്നോട്ടുവയ്ക്കുന്നു. അന്ധവിശ്വാസത്തേയും പ്രകൃത്യതീത ശക്തികളെയും നിരാകരിക്കുന്ന ശാസ്ത്രീയ കാഴ്ചപ്പാട് മുന്നോട്ടുവയ്ക്കുന്നു. ദൈവത്തിനോ ആത്മാവിനോ സമൂഹത്തെ രക്ഷിക്കാനാവില്ല. സ്നേഹം, സമത്വബോധം, ശാസ്ത്രീയവീക്ഷണം എന്നിവയ്ക്കേ സമൂഹത്തെ രക്ഷിക്കാനാവൂ. ഇതാണ് അദ്ദേഹത്തെ ബുദ്ധമതപ്രണയി ആക്കിയത്.

“1959 ആയപ്പോഴേക്ക് ബുദ്ധദീക്ഷ സ്വീകരിച്ചവരുടെ എണ്ണം ഇരുപതുലക്ഷം കവിഞ്ഞു”; പത്മാകർ പാന്ദ്രേ പറഞ്ഞുകൊണ്ടേയിരുന്നു. സ്തൂപത്തിനുമുന്നിലെ കമാനത്തിലെ ചിഹ്നങ്ങളുടെ അർത്ഥമറിയാതെ പകച്ചുനിന്ന ഞങ്ങളോട് പാന്ദ്രേ പറഞ്ഞു; “താഴത്തെ ഭാഗത്ത് ബോധിവൃക്ഷച്ചുവട്ടിലേക്കുള്ള അശോകന്റെ യാത്രയാണ്. സത്യമന്വേഷിച്ചുള്ള ശാക്യമുനിയുടെ പുറപ്പെടലാണ് നടുവിൽ. മുകളിൽ കാണുന്നത് അവസാനത്തെ ഏഴ് ബുദ്ധന്മാരെ പ്രതിനിധീകരിച്ച് ഏഴ് ഒഴിഞ്ഞ കിരീടങ്ങളുമാണ്.”

കവാടം പിന്നിട്ട് സ്തൂപത്തിനുള്ളിലേക്ക് കടന്നു. സാഞ്ചിയിലെ സ്തൂപത്തിന് ഉള്ളിൽ സ്ഥലമില്ല. എന്നാൽ ഇവിടുത്തെ സ്തൂപത്തിനുള്ളിൽ വിശാലമായ സ്ഥലമുണ്ട്. നിതാന്ത നിശ്ശബ്ദതയാണ് സ്തൂപത്തിനുള്ളിൽ. അർദ്ധവൃത്താകൃതിയിലുള്ള സ്തൂപത്തിനകത്ത് അയ്യായിരം സന്ന്യാസിമാരെ ഉൾക്കൊള്ളാനാവും. മദ്ധ്യത്തിലായി ബുദ്ധപ്രതിമ. പ്രതിമയ്ക്കു മുന്നിൽ ഒരു നിമിഷം നമിച്ചുനിന്നു. മറ്റൊരു ഭാഗത്ത് ലൈബ്രറിയും ഫോട്ടോ പ്രദർശനവും. ബുദ്ധന്റെയും അശോകന്റെയും ജീവിതത്തിലെ വിവിധ നിമിഷങ്ങൾ ചിത്രരൂപത്തിൽ പ്രദർശിപ്പിച്ചിരിക്കുന്നു. സ്തൂപത്തിനു പുറത്ത് വിശാലമായ പൂന്തോട്ടം. പൂന്തോട്ടത്തിനുവശത്തായി അതാ ഒരു വലിയ ബോധിവൃക്ഷം. അതിനടുത്തേക്ക് നടന്നു. അതിന്റെ കുളിർച്ഛായയിൽ ഒരുനിമിഷം ഞങ്ങൾ മൗനികളായി. ഇന്ത്യയിൽ ദേശീയ നേതാക്കളിൽ ഗാന്ധിജി കഴിഞ്ഞാൽ ജനങ്ങൾ ആരാധനയോടെ സ്വന്തം ഗൃഹങ്ങളിൽ സൂക്ഷിക്കുന്ന ചിത്രം അംബേദ്കറുടേതായിരിക്കും. കേരളത്തിലില്ലെങ്കിലും, മറ്റ് പല സംസ്ഥാനങ്ങളിലും കമ്യൂണിസ്റ്റുകാരുടെ വീടുകളിലും പാർട്ടി ഓഫീസുകളിലും

അംബേദ്കറുടെ ചിത്രം കാണാം. തുടർന്നുള്ള യാത്രയിൽ അത് ബോദ്ധ്യപ്പെടുകയുമുണ്ടായി.

ഒരു രാഷ്ട്രീയപ്രവർത്തകന്റെ നിരീക്ഷണങ്ങൾ

ദീക്ഷഭൂമിയിൽനിന്നും നീങ്ങുമ്പോൾ അംബേദ്കർ ഉഴുതു മറിച്ച മണ്ണിൽ പുതിയ രാഷ്ട്രീയത്തിന്റെ നാമ്പുകൾ പൊട്ടിവിടരാൻ പരിപക്വമായ അന്തരീക്ഷം വളർന്നുവരുന്നു എന്ന ബോദ്ധ്യം ശക്തിപ്പെട്ടു. മഹാരാഷ്ട്രയിൽ ഏറെ വേരുകളുള്ള ഇന്ത്യൻ നാഷണൽ കോൺഗ്രസിന്റെ ഓഫീസ് തേടിയാണ് ഞങ്ങൾ ഇപ്പോൾ സഞ്ചരിക്കുന്നത്. ഇന്ത്യൻ നാഷണൽ കോൺഗ്രസിന്റെ ഒരു ഓഫീസ് വഴിയിൽ കണ്ടു. വിജനമായ പാർട്ടി ഓഫീസ് ഉച്ചച്ചൂടിൽ മയങ്ങിക്കിടക്കുന്നു. ഓഫീസ് അറ്റൻഡർ ഞങ്ങളെ ശുഭ്റാം ഘോഡ്സിയുടെ സമീപത്തേക്ക് കൂട്ടിക്കൊണ്ടുപോയി. കോൺഗ്രസ് കമ്മിറ്റി ഓഫീസ് സെക്രട്ടറിയാണ് ശുഭ്റാം. മുൻ കേന്ദ്ര സഹമന്ത്രിയായിരുന്ന വിലാസ് മുത്തേമറുടെ പ്രൈവറ്റ് സെക്രട്ടറിയായി പ്രവർത്തിച്ചിരുന്നയാൾ. ആൾ ഇന്ത്യ റേഡിയോയിൽനിന്നും വിരമിച്ച ഉദ്യോഗസ്ഥനാണദ്ദേഹം.എന്താണിവിടെ ആൾപെരുമാറ്റമൊന്നുമില്ലല്ലോ? സാധാരണ കോൺഗ്രസ് ഭവനുകളിൽ തിരക്ക് കാണാറുണ്ടല്ലോ എന്ന ഞങ്ങളുടെ ചോദ്യത്തിന് പരിഹാസത്തിൽപ്പൊതിഞ്ഞ മറുപടിയാണ്

ദീക്ഷ ഭൂമി, നാഗ്പൂർ

വന്നത്. അതിനിപ്പോൾ കോൺഗ്രസിന് ഭരണമില്ലല്ലോ. ഭരണമുണ്ടായിരുന്നെങ്കിൽ നിങ്ങൾക്ക് എന്നെക്കാണാൻ കുറഞ്ഞത് ഒരുമണിക്കൂറെങ്കിലും കാത്തിരിക്കണമായിരുന്നു. ശുഭ്റാം ഒന്നും ഒളിച്ചുവെക്കാതെ സംസാരിക്കുന്ന സത്യസന്ധനായ ഒരു രാഷ്ട്രീയക്കാരനാണ്. അദ്ദേഹം ഒരു റിബലിന്റെ ശബ്ദത്തിലാണ് സംസാരിച്ചത്. കോൺഗ്രസ് ഉൾപ്പെടെയുള്ള മുഖ്യരാഷ്ട്രീയ പാർട്ടികളുടെ വഞ്ചനമൂലമാണ് കർഷക ആത്മഹത്യ നടക്കുന്നതെന്നാണ് പറഞ്ഞുവച്ചത്. തൊള്ളായിരത്തി തൊണ്ണൂറ്റിനാലിനുമുൻപുവരെ വിദർഭയിൽ കർഷക ആത്മഹത്യ ഇല്ലായിരുന്നു. നരസിംഹറാവു ആഗോളവല്ക്കരണം നടപ്പിലാക്കിയ ശേഷമാണ് ആത്മഹത്യ ആരംഭിച്ചത്.

ഒരു താരതമ്യത്തിലൂടെയാണ് അദ്ദേഹം സംസാരം ആരംഭിച്ചത്. തൊള്ളായിരത്തി അറുപതിൽ ഒരു ക്വിന്റൽ ഗോതമ്പിന്റെ വില ഇരുന്നൂറ് രൂപ. അന്ന് സർക്കാർ ജീവനക്കാരുടെ ശരാശരി ശമ്പളവും ഇരുന്നൂറു രൂപ. ഇന്ന് ഒരു ക്വിന്റൽ ഗോതമ്പിന്റെ വില ആയിരത്തി അഞ്ഞൂറുരൂപ. അതേസമയം സർക്കാർ ജീവനക്കാരന്റെ ശരാശരി ശമ്പളം അൻപതിനായിരം രൂപ. എന്നു പറഞ്ഞാൽ മറ്റ് മേഖലകളിലുണ്ടായ വേതനവർദ്ധനവിനോ, വിലവർദ്ധനവിനോ, അനുസരിച്ച് കാർഷിക വസ്തുക്കളുടെ വില വർദ്ധിച്ചില്ല. അതേസമയം കൃഷിച്ചെലവ് പലമടങ്ങ് വർദ്ധിച്ചു. പിന്നെ കൃഷിക്കാർ എങ്ങനെ ആത്മഹത്യ ചെയ്യാതിരിക്കും.

സർക്കാരിന്റെ കാർ ഷിക സഹായപദ്ധതികളൊക്കെയും തട്ടിപ്പാണ്; ശുഭ്റാം തുറന്നടിച്ചു പറയുകയാണ്. ഇപ്പോഴും ഇടനിലക്കാരും ബ്രോക്കറന്മാരും കൃഷിക്കാരെ ചൂഷണം ചെയ്യുന്നു. ഭാന്ദ്ര ജില്ലയിൽ ഇന്ദിരസാഗർ എന്ന ജലസേചന പദ്ധതി ആരംഭിച്ചിട്ട് എത്രയോ കാലമായി. ഇതുവരെ പൂർത്തീകരിച്ചിട്ടില്ല. മൂവായിരത്തി അഞ്ഞൂറുകോടി രൂപയ്ക്ക് തുടങ്ങിയ പദ്ധതി ഇപ്പോൾ അയ്യായിരം കോടി രൂപയും കഴിഞ്ഞിരിക്കുന്നു. കൃഷിക്കാർ വെള്ളത്തിനായി ദാഹിക്കുന്നു. കൃഷിഭൂമി വരണ്ടുണങ്ങുന്നു. എന്തുകൊണ്ട് സർക്കാർ പദ്ധതി പൂർത്തിയാക്കുന്നില്ല. സർക്കാരിന് താല്പര്യമില്ല. അവർക്ക് വിദർഭയിലെ കൃഷിക്കാരെ വേണ്ടല്ലോ.

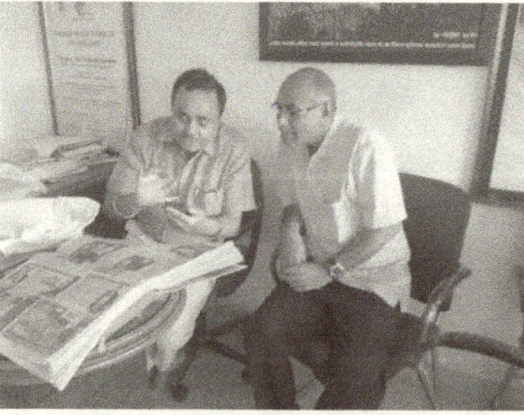

ശുഭ്റാമിനൊപ്പം

ഇവിടത്തെ ധാതുസമ്പത്തും വൈദ്യുതിയും മതിയല്ലോ. കൃഷിയിടത്തിനു മുകളിലൂടെ കൂറ്റൻ വൈദ്യുതിലൈൻ പോകുന്നത് കണ്ടില്ലേ. എല്ലാം മറാത്ത് വാഡയിലേക്കും നാസിക്കിലേക്കുമാണ്. ഇവിടെ ഗ്രാമങ്ങളിൽ അൻപതുശതമാനം ലോഡ്ഷെഡ്ഡിങ് ആണ്. ഈജിപ്തിലൊക്കെ ഞാൻ കണ്ടിട്ടുള്ളതാ, അവിടെ പരുത്തിവിളവെടുക്കുന്നത് എല്ലാം യന്ത്രമാണ്. യന്ത്രം തന്നെ പരുത്തിക്കായ പറിച്ചെടുത്ത് കുരുവും തോടും വേർതിരിച്ച് പഞ്ഞിക്കെട്ടുകളാക്കിത്തരും. ഇവിടിപ്പോഴും കൈകൊണ്ടല്ലേ ഇതെല്ലാം ചെയ്യുന്നത്. എന്തുകൊണ്ട് സർക്കാരിന് ഇത്തരം യന്ത്രങ്ങൾ കൃഷിക്കാർക്ക് നല്കി അവരെ സഹായിച്ചുകൂടാ? താല്പര്യമില്ല. അതു തന്നെ. പിന്നെ ബാങ്കുകളും കോ-ഓപ്പറേറ്റീവ് സൊസൈറ്റികളുമാണ് ഏറ്റവും വലിയ ചൂഷകർ. അവർ കർഷകരെ ഊറ്റുകയാണ്. വിദർഭയോടുള്ള ഈ അവഗണനയിൽ നിന്നാണ് പ്രത്യേക വിദർഭ സംസ്ഥാനത്തിനുവേണ്ടിയുള്ള മുറവിളി ഉയരുന്നത്. ആന്ധ്ര വിഭജിച്ചല്ലോ, ബീഹാറും യു പിയുമൊക്കെ വിഭജിച്ചല്ലോ. വിദർഭ പ്രത്യേക സംസ്ഥാനമായാൽ മാത്രമേ പ്രാദേശികമായ അസന്തുലിതാവസ്ഥയ്ക്ക് അറുതി വരൂ.

ഇടതുപക്ഷത്തിന്റെ സാന്നിദ്ധ്യം വിദർഭയിലുണ്ടെന്ന് ശുഭ്റാം പറഞ്ഞു. അവരുടെ കിസാൻ സഭകൾ കർഷകരുടെ പ്രശ്നങ്ങൾ ഏറ്റെടുക്കുന്നതിൽ മുൻപന്തിയിലുണ്ട്. തീവ്ര ഇടതുപക്ഷം ഈ മേഖലയിലേക്ക് കടന്നുവരുന്നതിന്റെ സൂചനകളും ശുഭ്റാമിന്റെ വാക്കുകളിൽനിന്നും ലഭിക്കുകയുണ്ടായി.

ഇത്രയുമായപ്പോൾ *ടൈംസ് ഓഫ് ഇന്ത്യ*യുടെ അന്നത്തെ *വിദർഭ പ്ലസ്* എന്ന സപ്ലിമെന്റിലെ ഒരു റിപ്പോർട്ടറിലേക്ക് അദ്ദേഹത്തിന്റെ ശ്രദ്ധ ക്ഷണിച്ചു. സംസ്ഥാന സർക്കാർ കർഷക ആത്മഹത്യ തടയുന്നതിന് ബൃഹദ്പദ്ധതി ആവിഷ്കരിച്ചതായുള്ള വാർത്ത കാട്ടിക്കൊടുത്തു. പന്ത്രണ്ടായിരം കോടി രൂപയുടെ ബൃഹദ്പദ്ധതി. “ഇതൊക്കെ ഇവിടുത്തെ കർഷകർ ഒരുപാട് കണ്ടതാണ്. ഇതൊക്കെ തട്ടിപ്പാണ്.” ശുഭ്റാമിന്റെ ശബ്ദത്തിൽ രോഷം പുകഞ്ഞുനിന്നു. ആ രോഷം ഭരണകൂടത്തോടുള്ള ഓരോ വിദർഭ കർഷകന്റെയും രോഷമാണ്.

3

വാർദ്ധ പറയുന്നത്

ബസ് നാഗ്പൂരിന്റെ നഗരവഴികൾ പിന്നിട്ടു. ഗ്രാമദൃശ്യങ്ങൾ റോഡിനിരുപുറവും കാണാം. പഴയ മൺകുടിലുകൾ ചെറുകോൺക്രീറ്റ് കെട്ടിടങ്ങൾക്ക് വഴിമാറിയിരിക്കുന്നു. നഗരങ്ങളുടെ വേഗത ഇല്ലെങ്കിലും ഗ്രാമങ്ങളും മാറുന്നുവെന്നതിന്റെ സൂചകമാണത്.

തൊണ്ണൂറുകൾക്ക് മുമ്പ് വടക്കേയിന്ത്യൻ ഗ്രാമങ്ങളിലൂടെ കടന്നു പോകുന്ന ഒരു സഞ്ചാരിയുടെ കണ്ണിൽപ്പെടുന്ന പൊതുകാഴ്ച, വിശാല മായ പാടപ്പരപ്പും, അങ്ങിങ്ങായി ചലിച്ചുകൊണ്ടിരിക്കുന്ന അർദ്ധനഗ്ന കൃഷിവലരേയുമായിരുന്നു. ഉഴുതുനീങ്ങുന്ന കാളകൾക്കുപിന്നിൽ കല പ്പയിൽ പിടിമുറുക്കി, കൊഴുവിൻ വായ്ത്തല അരിഞ്ഞുവീഴ്ത്തുന്ന മൺകട്ടകളിൽ ചവിട്ടിയും ചവിട്ടാതെയും നൃത്താഭ്യാസികളെപ്പോലെ ഇരുകാലികളായി അവർ ചലിച്ചുകൊണ്ടിരിക്കും. അത്തരം ദൂരക്കാഴ്ച കൾ ടിപ്പിക്കൽ ഇന്ത്യൻ ഗ്രാമീണ ജീവിതത്തിന്റെ മായാമുദ്രകളായി രുന്നു. ഇന്ന് ട്രാക്ടറുകൾ ആ സ്ഥാനം ഏറക്കുറെ ഏറ്റെടുത്തുകഴിഞ്ഞു. ഒരു ചുകപ്പൻ ശകടം ചിലമ്പിച്ച ശബ്ദവും പുറപ്പെടുവിച്ച് മണ്ണിൻമാറി ലൂടെ നെടുകേയും കുറുകേയും ഉഴവുചാലുകൾ തീർത്ത് സഞ്ചരിച്ചു കൊണ്ടിരിക്കുന്നു.

മൺസൂൺ മഴമേഘങ്ങൾ വിദർഭയുടെ ആകാശങ്ങളിലും നേരത്തെ എത്തി. റാബി കൃഷിപ്പണികൾ തകൃതിയായി നടക്കുകയാണ്. ചില വയ ലുകൾ ഇതിനോടകം പച്ചയണിഞ്ഞുകഴിഞ്ഞു. പരുത്തിയും സോയയു മൊക്കെ ബാലാരിഷ്ടതകൾ പിന്നിട്ട് മണ്ണിൽ വേരുകളാഴ്ത്തി തഴച്ചുവ ളരാൻ തുടങ്ങിയിട്ടുണ്ട്. ബസ് ഒരു നാരകത്തോട്ടത്തിനു നടുവിലൂടെ യാണ് ഇപ്പോൾ കടന്നുപൊയ്ക്കൊണ്ടിരിക്കുന്നത്. നിവർത്തിവച്ച ഭീമൻ കുടയുടെ രൂപഭംഗിയിൽ പച്ചത്തഴപ്പാണ് കട്ടിയിലകളോടുകൂടിയ ചെറു

നാരക മരങ്ങൾ. ഇലകളെ വകഞ്ഞുമാറ്റി പുറംലോകത്തെ നോക്കി ഇളം കാറ്റിൽ ഊഞ്ഞാലാടുന്ന മഞ്ഞരാശിയണിഞ്ഞ എണ്ണിയാലൊടുങ്ങാത്ത ചെറുനാരങ്ങകൾ. ഇലകൾക്കിടയിൽ ഒളിച്ചിരിക്കുന്ന മൂപ്പെത്താത്ത കുഞ്ഞൻ നാരങ്ങകളേയും സൂക്ഷിച്ചുനോക്കിയാൽ കാണാം. നാരക ത്തോട്ടം പിന്നിട്ടിരിക്കുന്നു. ഓറഞ്ചു തോട്ടത്തിനു നടുവിലൂടെയാണ് ഇപ്പോൾ കടന്നുപൊയ്ക്കൊണ്ടിരിക്കുന്നത്. പരമാവധി പത്തടി ഉയരമേ ഓറഞ്ചു ചെടികൾക്കുള്ളൂ. ഒരേ അകലത്തിൽ നിരയൊത്ത് അവ തഴ ച്ചുനില്ക്കുന്നു. പാതിവിളഞ്ഞ ഓറഞ്ച് ഓരോ ചെടിയിലും കുലകളായി ഞാന്ന് കിടക്കുന്നു. ഡക്കാൻ സമതലങ്ങളിലെ ഫലഭൂയിഷ്ഠമായ പ്രദേ ശമാണിതെന്ന് സ്വയം പ്രഖ്യാപിക്കുന്ന കാർഷിക വിളകൾ. റോഡിന്റെ ഓരങ്ങളിൽ വേപ്പും, തേക്കും, പുളിയും സഞ്ചാരികൾക്ക് തണലേകി നില്ക്കുന്നു.

ഇടയ്ക്കിടയ്ക്ക് ചെറുഗ്രാമങ്ങൾ പിന്നിട്ടാണ് ബസ് പായുന്നത്. ചെറുപീടികകളും അനാർഭാടമായ കൊച്ചുവീടുകളും തെരുവിന്റെ സാന്നിദ്ധ്യം ബോദ്ധ്യപ്പെടുത്തി. ഇന്ത്യയെന്ന മഹാഭൂഭാഗത്തെ പരസ്പരം ബന്ധിപ്പിക്കുന്ന കണ്ണിയേത്? ഉപയോഗിച്ച് പഴകിയ ഉത്തരങ്ങൾ നിരവ ധിയുണ്ട്. ഭാഷ, സംസ്കാരം, ഭൂമിശാസ്ത്ര അഖണ്ഡത... അങ്ങനെ അങ്ങനെ. എന്നാൽ ഇന്ന് ഒരു അപരിചിത സഞ്ചാരിക്ക് ഇതൊന്നുമല്ല ഇന്ത്യയെ കൂട്ടിയോജിപ്പിക്കുന്ന പൊതുഘടകങ്ങൾ. പിന്നെയോ, മൊബൈൽഫോണും ലഘുപാനീയങ്ങളുമാണ്. നമ്മുടെ ഗ്രാമങ്ങളിൽ നാലാൾ കൂടുന്ന ഏതുസ്ഥലത്തും എന്തിന് കാറ്റാടിക്കഴകളിൽ നിർമ്മിച്ച പെട്ടിക്കടകളിൽപോലും, എയർടെൽ, ഐഡിയ തുടങ്ങിയ മൊബൈൽക മ്പനികളുടെ പരസ്യപ്പലകകളും, കൊക്കകോള, പെപ്സി തുടങ്ങിയ പാനീയക്കമ്പനികളുടെ പരസ്യബോർഡുകളും കാണാതെ സഞ്ചരിക്കാ നാവില്ല. ഇനിയും ദാരിദ്ര്യത്തിന്റെ ലക്ഷണങ്ങൾ പേറി നില്ക്കുന്ന ഈ കടകളുടെയും തെരുവുകളുടെയും ഏക ആഡംബരാകർഷകത്വമെന്നു പറയുന്നത് ഇത്തരം പരസ്യബോർഡുകളാണ്. മൊബൈൽഫോണും, കോളയും പെപ്സിയും ഇന്ത്യൻ മനസ്സിനേയും രുചിയേയും കീഴട ക്കിയതിന്റെ സമകാലിക നേർസാക്ഷ്യങ്ങളാണ് ഈ പരസ്യ ഫലക ങ്ങൾ.

ബസ് ഗ്രാമങ്ങൾ താണ്ടി ഏതോ ഒരു നഗരത്തെ സമീപിക്കുക യാണ്. ഒരു ഇന്ത്യൻ നഗരത്തിന്റെ പ്രവേശനകവാടത്തിൽ എത്തിയെന്ന് അറിയിക്കുന്ന ചില സൂചകങ്ങൾ ഉണ്ട്. ഇടതിങ്ങിയ കെട്ടിടങ്ങളുടെ പ്രത്യ ക്ഷപ്പെടൽ, വ്യത്യസ്തതരത്തിലുള്ള വാഹനങ്ങളുടെ തിരക്കേറൽ, ചീഞ്ഞളിഞ്ഞ ചവർക്കൂനയുടെ ദൃശ്യപ്പെടൽ, മലിനജലം കെട്ടിക്കിട ക്കുന്ന ഓടകൾ, അതിൽ മദിക്കുന്ന പന്നികളും എരുമകളും, ദുർഗ്ഗന്ധം നാസികയിൽ എത്തിക്കുന്ന കാറ്റ്; പരസ്പരം കെട്ടുപിണഞ്ഞുകിടക്കുന്ന വൃത്തവും കോണുമൊത്തിട്ടില്ലാത്ത കുടിലുകൾ നിറഞ്ഞ ചേരി. ഇതൊക്കെ, ഇവിടെ കൺമുന്നിലൂടെ മിന്നിമറയുന്നു. ഒരു ദേശസാൽകൃത

ബാങ്കിന്റെ ഇംഗ്ലീഷിൽ എഴുതിയ ബോർഡ് കണ്ടു. വാർദ്ധ. അഞ്ചു മിനിറ്റിനുള്ളിൽ ബസ് വാർദ്ധ മുനിസിപ്പൽ ബസ് സ്റ്റാൻഡിൽ എത്തി.

പുറം കാഴ്ചകൾ കണ്ടിരുന്നതിനാൽ വാർദ്ധയിൽ എത്തിയശേഷം എന്തു ചെയ്യുമെന്ന് ആലോചിച്ചിരുന്നില്ല. സമയം അഞ്ചു മണി ആയിരിക്കുന്നു. താമസിയാതെ ഇരുട്ടുവീഴും. ഇന്നിനി വാർദ്ധയെ അറിയാൻ നേരമില്ല. നാളത്തേക്കുമാറ്റാം. എങ്കിൽ സേവാഗ്രാമിലേക്ക് പോയാലോ? ഗാന്ധിജിയുടെ ആശ്രമത്തിലേക്ക്. ഒരുപക്ഷേ, അവിടെ താമസസൗകര്യവും കിട്ടിയേക്കാം. അടുത്തുകണ്ട ബസ് ഡ്രൈവറോട് സേവാഗ്രാമിലേക്കുള്ള വഴി ചോദിച്ചു. ബസ് സ്റ്റാന്റിനപ്പുറത്ത് ഷെയർ ഓട്ടോ കിട്ടുമെന്നും ആളൊന്നിന് ഇരുപതുരൂപ കൊടുത്താൽ മതിയെന്നും അയാൾ പറഞ്ഞു.

ഓട്ടോ കിട്ടി. യാത്രികരിൽ മുതിർന്നവർ ഞങ്ങൾ രണ്ടുപേർ മാത്രം. ബാക്കിയെല്ലാം സ്കൂൾവിട്ട് വീട്ടിലേക്ക് പോകുന്ന കുട്ടികൾ. മൊത്തം പത്തുപേർ. കുട്ടികൾ മറാത്തിയിലും ഹിന്ദിയിലും വർത്തമാനം പറഞ്ഞ് തകർക്കുകയാണ്. വീരസ്യം പറച്ചിൽ, കളിയാക്കൽ, പരസ്പരമുള്ള കുറുമ്പുകാട്ടൽ, ഇടയിൽ ചില മൈനർ കയ്യാങ്കളികൾ. മൂന്നുതലമുറ മുൻപുള്ള സ്വന്തം സ്കൂൾ ജീവിതാനുഭവത്തിലേക്കുള്ള ഒരു പിൻനോട്ടത്തിന് കുട്ടികളുടെ സാന്നിദ്ധ്യം കാരണമായി. തലമുറകൾ മാറിമറിയാം, ഇടങ്ങളും, പക്ഷേ, സ്കൂൾ ജീവിതത്തിന്റെ അടിസ്ഥാന സ്വഭാവത്തിന് മാറ്റമില്ല. കാലഭേദാന്തരങ്ങളിലും അതിന് ഒരേമുഖം. ഞങ്ങളും കുട്ടികളുടെ സംസാരത്തിലേക്ക് ഇടിച്ചുകയറി. അറിയാവുന്ന ഹിന്ദിയിൽ വച്ചുകാച്ചി. വേഗം അവർ ഞങ്ങളോടടുത്തു. ഞങ്ങളുടെ നാവുപിഴകൾ അവർ ആസ്വദിച്ചു. രണ്ട് മറുനാട്ടുകാരെ സൗകര്യത്തിന് കിട്ടിയതിന്റെ സന്തോഷം അവർ മറച്ചുവച്ചില്ല.

സേവാഗ്രാമിലേക്ക്

സേവാഗ്രാമിന് തൊട്ടുമുൻപുള്ള ജങ്ഷനിൽ യാത്ര അവസാനിച്ചു. കുട്ടികൾ നാലുവഴിക്കും ചിതറിപ്പോയി. സേവാഗ്രാം ആശ്രമത്തിന്റെ ലക്ഷണങ്ങൾ കണ്ടുതുടങ്ങി. നിബിഡ മരങ്ങളുടെ ഹരിതാഭയാണ് ഒരു സഞ്ചാരിയെ ആദ്യം ആകർഷിക്കുന്നത്. റോഡിനിരുപുറവുമായി പരന്നുകിടക്കുന്ന വിശാലപ്രദേശം. ലാളിത്യത്തിന്റെ ഒരു ഹൃദ്യത എവിടെ നിന്നോ വന്ന് ചൂഴ്ന്നതുപോലെ. ഗാന്ധിജിയുടെ സന്ദേശ സ്മരണകൾ ഓരോ ഇലയനക്കത്തിലും അനുഭവപ്പെടുന്നു. ഏതു പ്രക്ഷുബ്ധ മനസ്സിലും പ്രശാന്തതയുടെ മൃദുതലോടൽ അനുഭവപ്പെട്ടുപോകും. മേച്ചിൽപ്പുറങ്ങളിൽ മേയാൻ പോയിട്ട് ഗ്രാമങ്ങളിലേക്ക് മടങ്ങുന്ന കാലിക്കൂട്ടങ്ങൾ. ഓരോ കൂട്ടത്തിലും നൂറും, നൂറ്റി അൻപതും പശുക്കളും കാളകളുമുണ്ട്. ഓരോ കൂട്ടത്തിനു മുന്നിലും വഴികാട്ടിയായി ഒരു പശുവോ കാളയോ നടന്നിരുന്നു. അവയുടെ കഴുത്തിലെ മുളന്തടി മന്ദനടത്തത്തിനനുസരിച്ച് താളാത്മകമായി ശബ്ദിച്ചു കൊണ്ടിരുന്നു.

സേവാഗ്രാം: വാർധ

റോഡിന്റെ വലതുവശത്ത് ഓടിലും കോൺക്രീറ്റിലും നിർമ്മിച്ച കെട്ടിട ങ്ങൾ. എന്നാൽ ഇടതുവശത്ത് മരക്കൂട്ടങ്ങൾക്കിടയിൽ ചിതറിക്കിടക്കുന്ന നിരവധികുടിലുകൾ. പഴമയും എളിമയും വിളിച്ചോതി കാലത്തിനു നേരെ അവ നിശ്ശബ്ദം നില് ക്കുന്നു. വലതുവശത്തു കണ്ട പ്രധാന ഗേറ്റിലൂടെ അകത്തേക്ക് കയറി. അവിടെക്കണ്ട ഓരോ ചെടിയിലും പുഷ്പത്തിലും എന്തിന് ഓരോ നിർമ്മിതിയിലും ഗാന്ധിജിയുടെ സാ ന്നിദ്ധ്യം തുടിച്ചു നില്ക്കുന്നു. അദ്ദേഹത്തിന്റെ മിസ്റ്റിക് ദർശനങ്ങൾ പോലെ അസാധാര ണമായ ഒരു അനുഭവ പരിസരം.

എതിരേ നടന്നുവന്ന ഒരു ആശ്രമജീവനക്കാരനോട് താമസിക്കാൻ സൗകര്യം ലഭിക്കുമോ എന്ന് അന്വേഷിച്ചു. കുറച്ച് അപ്പുറത്ത് പോയാൽ മതിയെന്നും താമസിക്കാൻ മുറികിട്ടുമെന്നും അയാൾ പറഞ്ഞു. അടുത്തു കണ്ട ക്യാന്റീനിൽ ചായ കുടിക്കാൻ കയറി. വിശാലമായ ഹാൾ. സെൽഫ് സർവ്വീസാണ്. ചായയും ഇഡ്ഡലിയും കിട്ടി. പരന്നതും ചതുര ത്തിലുള്ളതുമായ മേശകൾ. അവയ്ക്ക് തറയിൽനിന്ന് കഷ്ടിച്ച് ഒരടി ഉയരമേ ഉണ്ടായിരുന്നുള്ളൂ. സ്റ്റൂളുകൾക്കും ഉയരം ഉണ്ടായിരുന്നില്ല. നില ത്തിരിക്കുന്ന പ്രതീതി. ഇത് കൗതുകമുണർത്തി. ഗാന്ധിയൻ പാരമ്പര്യ ത്തിന്റെ ശേഷിപ്പാണെന്ന് പിന്നീടറിഞ്ഞു. സന്നദ്ധസേവനത്തിനായി നാടിന്റെ നാനാഭാഗത്തുനിന്നുംവന്ന യുവതീയുവാക്കളാണ് ആശ്രമ ത്തിന്റെ പ്രവർത്തനങ്ങൾ നിർവ്വഹിക്കുന്നത്. അധികാരത്തിന്റെയോ

ആജ്ഞയുടേയോ ബാഹ്യലക്ഷണങ്ങളൊന്നും ഒരിടത്തും കാണാനില്ല. ഇന്നത്തെ ജനാധിപത്യ ഇന്ത്യയിൽ മാവേലിസ്റ്റോറുകൾ മുതൽ പാർലമെന്റുവരെ എവിടെചെന്നാലും അധികാരത്തിന്റെ സാന്നിദ്ധ്യം രുചിക്കാതെ ഒരു സന്ദർശകനും മടങ്ങാനാവില്ല. അതുകൊണ്ടുതന്നെ ഇവിടത്തെ അധികാരത്തിന്റെ അസാന്നിദ്ധ്യത്തിന് ഒരു പ്രത്യേക ഹൃദ്യത ഉണ്ട്.

അഡ്മിനിസ്ട്രേറ്റീവ് ബ്ലോക്ക് കൂടാതെ, ഖാദി തുണിത്തരങ്ങൾ വില്ക്കുന്ന ഭണ്ഡാരം, ഗാന്ധിയൻ പുസ്തകശാല, ഗ്രാമീണ ഉല്പന്നങ്ങൾ വില്ക്കുന്ന കേന്ദ്രം എന്നിവയും ഈ ഭാഗത്ത് പ്രവർത്തിക്കുന്നു. ചായകുടികഴിഞ്ഞ് മുറിയെടുത്തു. സന്ദർശകർക്ക് താമസിക്കാൻ നിരവധി കോട്ടേജുകൾ നിർമ്മിച്ചിരിക്കുന്നു. അടുത്തുള്ള ഹാളിൽ സ്ത്രീകളുടെ ഒരു പരിശീലനപരിപാടി നടക്കുകയാണ്. കിശോരി യോജനയുമായി ബന്ധപ്പെട്ട് ഏതോ സന്നദ്ധസംഘ അംഗങ്ങൾക്കുള്ള പരിശീലനമാണ്.

ഭാണ്ഡക്കെട്ടുകൾ റൂമിൽവെച്ചിട്ട് പുറത്തിറങ്ങി. ഗസ്റ്റ് ഹൗസ് മാനേജരോട് സേവാഗ്രാമിന്റെ ഉല്പത്തിയെകുറിച്ചും ഇപ്പോഴത്തെ സ്ഥിതിയേക്കുറിച്ചും അന്വേഷിച്ചു.

ഗാന്ധിജിയിൽ ഏക കാലത്ത് 'ജൈന'-'വൈഷ്ണവ' പാരമ്പര്യം പ്രകടമായിരുന്നു. ഗുജറാത്തിലെ കച്ചവട സമൂഹമായ ബനിയ സമുദായത്തിലാണ് പിറവികൊണ്ടതെങ്കിലും ജൈനപാരമ്പര്യത്തിന്റെ ശേഷിപ്പുകളിലൊന്നായ കൃഷിയും ഗാന്ധിജിയിൽ അലിഞ്ഞുചേർന്നിരുന്നു. 1915-ൽ ദക്ഷിണാഫ്രിക്കയിൽ നിന്ന് തിരിച്ചെത്തിയ ഗാന്ധിജി ബ്രിട്ടീഷ് സാമ്രാജ്യത്വത്തിനെതിരെ നിസ്സഹകരണപ്രസ്ഥാനം, ഉപ്പു സത്യഗ്രഹം തുടങ്ങിയ സമരമുറകൾ ആരംഭിച്ചു. കൂട്ടത്തിൽ അയിത്തോച്ചാടനവും മുഖ്യകർമ്മ പദ്ധതിയായി സ്വീകരിച്ചു. ഇന്ത്യൻ സാമൂഹിക ജീവിതത്തിന്റെ സ്പന്ദനങ്ങൾ തൊട്ടറിയാൻ ഒരു വർഷമെടുത്ത് പന്ത്രണ്ടായിരത്തി അഞ്ഞൂറ് മൈൽ ഇന്ത്യയിലങ്ങോളമിങ്ങോളം സഞ്ചരിച്ചു.

പൂനാ പാക്ട് പിറക്കുന്നു

ഇതിനിടയിൽ മറ്റൊരു സംഭവമുണ്ടായി. ജാതി ഹിന്ദുക്കളോട് എതിരിട്ടിരുന്ന അംബേദ്കർ അയിത്തജാതിക്കാർക്ക് ഭരണത്തിൽ പങ്കാളിത്തം ലഭിക്കണമെങ്കിൽ അയിത്തജാതിക്കാർ മാത്രം വോട്ടു ചെയ്തു ജയിപ്പിക്കുന്ന അയിത്ത ജാതിയിൽപ്പെട്ട ജനപ്രതിനിധികൾ വേണമെന്ന് വാദിച്ചു. ബ്രിട്ടീഷ് സർക്കാർ ഇതിനോട് അനുകൂല നിലപാട് സ്വീകരിച്ചു. ഗാന്ധിജി ഇതിനെ ശക്തമായി എതിർത്തുകൊണ്ട് രംഗത്തുവന്നു. ഇത് സമൂഹത്തെ ജാതീയമായി രണ്ട് തട്ടിലാക്കുമെന്ന നിലപാടായിരുന്നു ഗാന്ധിജിക്ക്. പൂനയ്ക്കടുത്ത് 'യെർവാദാ' ജയിലിൽ തടവിലായിരുന്ന ഗാന്ധിജി ഈ നിലപാട് പിൻവലിക്കണമെന്നാവശ്യപ്പെട്ടുകൊണ്ട് മരണംവരെ നിരാ

ഹാരസമരം പ്രഖ്യാപിച്ചു. ഗാന്ധിജിയുടെ നിശ്ചയദാർഢ്യത്തിനു മുന്നിൽ അംബേദ്കറും ബ്രിട്ടീഷ് സർക്കാരും അയഞ്ഞു. അങ്ങനെയാണ് ഗാന്ധിജിയും അംബേദ്കറും തമ്മിലുള്ള പ്രസിദ്ധമായ പൂനാപാക്ട് ഉണ്ടാകുന്നത്. ഇതനുസരിച്ച് അയിത്ത ജാതിക്കാർക്കായി ചില മണ്ഡലങ്ങൾ റിസർവ്വു ചെയ്യാൻ തീരുമാനമായി. ഇന്ന് പഞ്ചായത്തു തലം മുതൽ പാർലമെന്റുവരെയുള്ള വിവിധ ജനപ്രതിനിധി മണ്ഡലങ്ങളിലെ പട്ടികാതി/പട്ടികവർഗ്ഗ റിസർവേഷന് ബീജാവാപം ചെയ്തത് ഈ സംഭവമാണ്.

ജൈനരുടെ കാർഷിക പാരമ്പര്യം ഗാന്ധിജിയുടെ രക്തത്തിൽ അലിഞ്ഞുചേർന്നിരിക്കുന്നുവെന്ന് നേരത്തെ സൂചിപ്പിച്ചിരുന്നുവല്ലോ. ലാളിത്യത്തിലൂന്നിയ കാർഷിക ഗ്രാമീണ ജീവിതം നയിച്ചുകൊണ്ട് സ്വാതന്ത്ര്യസമരത്തിന് നേതൃത്വം കൊടുക്കാമെന്ന് അദ്ദേഹം ആഗ്രഹിച്ചു. ഒപ്പം, ഗ്രാമോദ്ധാരണം, ഗ്രാമീണ വ്യവസായം, ഗ്രാമീണ ശുചിത്വം എന്നിവ തന്റെ കർമ്മപദ്ധതിയിൽ ഉൾപ്പെടുത്തി. അങ്ങനെയാണ് സേവാഗ്രാം (സേവാഗ്രാമം) എന്ന ആശയം ഉദിക്കുന്നത്.

അപ്പോൾ ആശ്രമം എവിടെ സ്ഥാപിക്കണമെന്ന ചോദ്യമുണ്ടായി. സുഹൃത്തും വ്യവസായിയുമായ ജമൻലാൽ ബജാജ് ഒരു നിർദ്ദേശം വെച്ചു. എന്തുകൊണ്ട് വാർദ്ധയിലായിക്കൂടാ? അവിടെ ബജാജിന് ആയിരക്കണക്കിനേക്കർ ഭൂമി സ്വന്തമായുണ്ട്. ആശ്രമത്തിനായി അതിൽ കുറച്ചു വിട്ടുകൊടുക്കാൻ അദ്ദേഹം സന്നദ്ധത പ്രകടിപ്പിച്ചു. മാത്രമല്ല, വാർദ്ധ ഏതാണ്ട് ഇന്ത്യയുടെ മദ്ധ്യത്തിലായി വരികയും ചെയ്യും. അങ്ങനെയാണ് 1936-ൽ വാർദ്ധയിലെ 'സെഗയോൺ' എന്ന ഗ്രാമത്തിൽ സേവാഗ്രാമം ആരംഭിക്കുന്നത്. ഇന്നത്തേപ്പോലെ അന്ന് ഇത്രയും വീതിയേറിയ റോഡുകളൊന്നുമില്ല. കാളവണ്ടിക്ക് കഷ്ടിച്ച് കടന്നുപോകാവുന്ന മൺപാതയായിരുന്നു.

സേവാഗ്രാമിനുള്ളിൽ

പേരമരങ്ങളും ഞാവൽമരങ്ങളും തിങ്ങിനിറഞ്ഞു നിന്നതിനു കീഴിലായിട്ടാണ് ആദ്യത്തെ കുടിൽ നിർമ്മിച്ചത്. മുളകൊണ്ടായിരുന്നു കുടിൽ നിർമ്മാണം. നിർമ്മാണം പൂർത്തിയാകുന്നതിനു മുൻപേ ഗാന്ധിജി താമസം തുടങ്ങി. ഇതിനെ 'ആദികുടി' എന്നാണ് പറയുന്നത്.

റോഡുമുറിച്ചുകൊണ്ട് എതിർവശത്തേക്ക് നടന്നു. സന്ധ്യാപ്രാർത്ഥനയുടെ നേരമായിരിക്കുന്നു. പ്രാർത്ഥനയിൽ പങ്കെടുക്കാൻ ആളുകൾ വാഹനങ്ങളിലും നടന്നും വന്നുകൊണ്ടിരുന്നു. ഗാന്ധിജിയുടെ കാലത്തേ ആരംഭിച്ചതാണ് സർവ്വമതപ്രാർത്ഥന. അതിപ്പോഴും തുടരുന്നു. അടുത്ത് നിരനിരയായി നില്ക്കുന്ന ടാപ്പുകളിൽ കൈ കാൽകഴുകി പ്രാർത്ഥനാസ്ഥലത്തേക്ക് ആളുകൾ നടക്കുന്നു. അവർക്കു പുറകേ ഞങ്ങളും നടന്നു. ആകാശത്തിനുകീഴെ തുറസ്സിലാണ് പ്രാർത്ഥനാ സ്ഥലം. സിമന്റുപൂശി

വൃത്തിയാക്കിയിരിക്കുന്നു. പത്തിരുപതുപേർ ഇതിനോടകം എത്തിക്കഴിഞ്ഞു. വരുന്നവർ വരുന്നവർ നിലത്ത് പടിഞ്ഞിരിക്കുകയാണ്. പ്രാർത്ഥന ചൊല്ലിക്കൊടുക്കാൻ രണ്ടുമൂന്നുപേർ സന്നിഹിതരായിട്ടുണ്ട്. അവർ സ്ത്രീകളാണ്. മാത്രമല്ല പ്രാർത്ഥനയ്ക്കെത്തിയവരിൽ ഭൂരിപക്ഷവും സ്ത്രീകളാണ്. പരുത്തിയിൽ നെയ്ത ശുഭ്രവസ്ത്രങ്ങളാണ് അവർ ധരിച്ചിരിക്കുന്നത്. ഒരാൾ ഹാർമ്മോണിയവുമായി എത്തിക്കഴിഞ്ഞു.

ഗാന്ധിജിയുടെ കാലത്തേപ്പോലെ ഇപ്പോഴും നിബിഡ മരങ്ങളാണെവിടെയും. അവയ്ക്കിടയിൽ അവിടവിടെയായി ധാരാളം ചെറുകുടിലുകൾ. പരിസരത്താകെ പ്രശാന്തത. അത് അവിടെ നില്ക്കുന്ന മനുഷ്യരിലേക്കും സംക്രമിക്കാൻ തുടങ്ങി. ഓരോരുത്തരുടെ മനസ്സും ശാന്തതയുടെ താഴ്‌വരയിലേക്ക് പതിയെ വഴുതിവീഴുകയാണ്.

പ്രാർത്ഥന തുടങ്ങാൻ ഇനിയും സമയമുണ്ട്. അപ്പോഴേക്കും കുടിലുകൾ കണ്ടുവരാം. ബാപ്പുകുടി എന്ന പേരെഴുതിയ കുടിലിനുമുന്നിലെത്തി. ഇവിടെയാണ് തൊള്ളായിരത്തി മുപ്പത്തിയാറു മുതൽ നാല്പത്തിയാറുവരെ ഗാന്ധിജി താമസിച്ചിരുന്നത്. പടിഞ്ഞാറുവശത്തുകാണുന്ന വരാന്തയും പോർച്ചുമൊന്നും ആദ്യം ഉണ്ടായിരുന്നില്ല. പിന്നീട് കൂട്ടിച്ചേർത്തതാണ്. ഈ കൊച്ചുമുറിയിലിരുന്നാണ് ഇന്ത്യാചരിത്രത്തെ ആഴത്തിൽ സ്വാധീനിച്ച നിരവധി തീരുമാനങ്ങൾ ഗാന്ധിജി എടുത്തത്. “ക്വിറ്റ് ഇന്ത്യ” എന്ന മുദ്രാവാക്യം ഇവിടെനിന്ന് രൂപം കൊണ്ടാണ് ലോകത്തിനു നേരെ പ്രതിദ്ധ്വനിച്ചത്. ലോകരാഷ്ട്രീയത്തെയും ചരിത്രത്തെയും സ്വാധീനിച്ച എത്രയോ മഹാരഥന്മാർ ഈ മുറിയിലെത്തി ഗാന്ധിജിയുമായി കൂടിക്കാഴ്ച നടത്തിയിരിക്കുന്നു. ഗാന്ധിജി രാത്രിയിൽ ഉറങ്ങിയിരുന്നത് പുറത്ത് ആകാശത്തിനു കീഴെ നക്ഷത്രങ്ങളെ കണ്ടുകൊണ്ടാണ്. ഓരോ രാത്രിയിലും ഉറങ്ങാനായി വരാന്തയിൽനിന്ന് മരക്കട്ടിൽ പിടിച്ച് പുറത്തിടും. മഴ പെയ്താൽ തിരിച്ച് അകത്തിടും. മഴ തോരുമ്പോൾ വീണ്ടും പുറത്ത് പിടിച്ചിടും. ചില രാത്രികളിൽ മൂന്നും നാലും തവണ ഇതാവർത്തിക്കുമായിരുന്നു. ഒരു പൂർണ്ണ രാത്രി മുഴുവൻ അടച്ചിട്ട മുറിക്കകത്ത് ഉറങ്ങുന്നതിനേക്കാൾ ഉന്മേഷദായകമാണ് പുറത്തുകിടന്നുള്ള മൂന്നു മണിക്കൂർ നേരത്തെ ഉറക്കമെന്ന് ഗാന്ധിജി പറയുമായിരുന്നു. സന്ദർശകരായി ആശ്രമത്തിലെത്തുന്നവരേയും പുറത്തുകിടന്നുറങ്ങാൻ ഗാന്ധിജി നിർബ്ബന്ധിക്കുമായിരുന്നു.

പ്രായോഗികതയും മിസ്റ്റിസിസവും ഒരേസമയം ചേർന്നുപോകുന്ന ഒരു ചിന്താ സംഹിതയായിരുന്നു ഗാന്ധിജിയുടേത്. അസാധാരണ വഴികളിലൂടെയാണ് അദ്ദേഹത്തിന്റെ മനസ്സ് സഞ്ചരിച്ചിരുന്നത്. പ്രായോഗിക പ്രവർത്തനങ്ങളിൽ കാര്യക്ഷമതയും പ്രതിസന്ധികളെ നേരിടാൻ മനക്കരുത്തും ആർജ്ജിക്കാനായി ബ്രഹ്മചര്യം അനിവാര്യമാണെന്ന് അദ്ദേഹം ഗാഢമായി വിശ്വസിച്ചിരുന്നു. മുപ്പത്തിയേഴാമത്തെ വയസ്സിൽ പൂർണ്ണ ബ്രഹ്മചര്യം സ്വീകരിച്ച അദ്ദേഹം മരിക്കുവോളം അതിന്റെ പരീക്ഷണങ്ങളിലായിരുന്നു. തനിക്ക് പൂർണ്ണബ്രഹ്മചാരി ആവാൻ കഴിഞ്ഞോ

എന്ന സന്ദേഹം അദ്ദേഹത്തെ ഇടയ്ക്കിടയ്ക്ക് അലട്ടിയിരുന്നുവെന്നതും വാസ്തവമാണ്. മീരാബെൻ, സരളാദേവി, രാജകുമാരി, അമൃത്കൗർ, എസ്തേർ ഫെയറിങ് തുടങ്ങിയ വനിതകളുമായി തന്റെ ബ്രഹ്മചര്യത്വം പരീക്ഷിച്ചതും ഈ കുടിലിൽ വെച്ചാണ്. അങ്ങനെ നീണ്ട ചരിത്രമുറ ങ്ങുന്ന കുടിലിനു മുന്നിലാണ് നില്ക്കുന്നത്.

കുടിലിനു മുന്നിൽ താഴെപ്പറയുന്ന ഏഴുപാപങ്ങൾ ഗാന്ധിജി എഴുതി തൂക്കിയിരുന്നു.

'തത്ത്വാധിഷ്ഠിതമല്ലാത്ത രാഷ്ട്രീയം
അദ്ധ്വാനം കൂടാതെ ആർജ്ജിക്കുന്ന സമ്പത്ത്
ധാർമ്മികതയില്ലാത്ത വാണിജ്യം
സ്വഭാവ രൂപീകരണത്തിന് ഉതകാത്ത വിദ്യാഭ്യാസം
മന:സാക്ഷിയില്ലാത്ത ഭോഗാസക്തി
മനുഷ്യത്വമില്ലാത്ത ശാസ്ത്രം
സ്വയം ത്യജിക്കാതെയുള്ള ആരാധന'

ഇന്നേക്ക് എൺപത് വർഷങ്ങൾക്ക് മുമ്പ് എഴുതിത്തൂക്കിയതാണെ ങ്കിലും ഇന്നും നമ്മുടെ രാഷ്ട്രവ്യവഹാരത്തിലെ സജീവ ചർച്ചാ വിഷയ ങ്ങളാണിവയെല്ലാം.

തൊള്ളായിരത്തി നാല്പത്തിയാറിൽ ഗാന്ധിജി സേവാഗ്രാം വിട്ടു. പിന്നീടൊരിക്കലും സേവാഗ്രാമിലേക്ക് തിരിച്ചെത്തിയില്ല. കിളി പറന്നു പോയ കൂടുപോലെ ബാപ്പുകുടി ഇന്നും തലമുറകൾക്ക് മുന്നിൽ സമ്മി ശ്രവികാരങ്ങളുണർത്തി നില്ക്കുന്നു.

പ്രാർത്ഥന തുടങ്ങിക്കഴിഞ്ഞു. ഹാർമ്മോണിയത്തിലൂടെ ശ്രുതിയും താളവും ശബ്ദവ്യതിയാനങ്ങൾ സൃഷ്ടിച്ച് പുറത്തേക്കൊഴുകി. അതി നൊപ്പിച്ച് പ്രാർത്ഥനയും മുന്നേറുകയാണ്. കുറച്ചപ്പുറത്തുമാറി പ്രാർത്ഥ നയും ശ്രദ്ധിച്ച് അല്പനേരമിരുന്നു.

അപ്പോഴാണ് അപ്പുറത്തുകണ്ട ഒരു കുടിൽ ശ്രദ്ധയിൽപ്പെട്ടത്. 'പർച്ചൂർ ശാസ്ത്രി കുടിൽ' എന്ന് അതിനുമുന്നിൽ എഴുതിവെച്ചിരിക്കുന്നു. അവിടേക്ക് നടന്നു. ഗാന്ധിജിയുടെ സഹതടവുകാരനായിരുന്ന പർച്ചൂർ ശാസ്ത്രികൾ താമസിച്ചിരുന്ന കുടിലാണിത്. മഹാസംസ്കൃത പണ്ഡി തനായിരുന്നു. പക്ഷേ, കുഷ്ഠരോഗം വന്ന് അവശനായ അദ്ദേഹം ആരാലും ശ്രദ്ധിക്കാനില്ലാതെ ഓടയിൽ വീണുകിടക്കുന്നത് ഗാന്ധിജി കണ്ടു. അദ്ദേഹത്തെ കൂട്ടിക്കൊണ്ടുവന്ന് ഒരു പ്രത്യേക കുടിൽകെട്ടി ആശ്രമത്തിൽ താമസിപ്പിച്ചു. ഗാന്ധിജി തന്നെ ശാസ്ത്രികളുടെ ശരീരം വൃത്തിയാക്കുകയും മുറിവുകളിൽ മരുന്നുപുരട്ടി ശുശ്രൂഷിക്കുകയും ചെയ്തു. മറ്റ് ആശ്രമവാസികൾ ഭയപ്പാടോടെയാണ് ഇതെല്ലാം കണ്ടി രുന്നത്. ഗാന്ധിജിക്ക് കുഷ്ഠം പകരുമോ എന്ന ഭയപ്പാടായിരുന്നു അവർക്ക്. പക്ഷേ, ഗാന്ധിജിയുടെ നിശ്ചയദാർഢ്യത്തോടെയുള്ള ശുശ്രൂ ഷമൂലം ശാസ്ത്രികളുടെ രോഗം ഭേദമായി.

ഇന്ന് പരക്കെ ആളുകൾ പ്രയോഗിക്കുന്ന പ്രകൃതി ചികിത്സയുടെ

പ്രാർത്ഥനാലയം: സേവാഗ്രാം

ഉപാസകനായിരുന്നു ഗാന്ധിജി. എല്ലാ ദിവസവും അദ്ദേഹം സ്വയം എനിമ വച്ച് വയറിളക്കിയിരുന്നു. അതിനുശേഷം ഒരു ഗ്ലാസ് ഇളം ചൂടുവെള്ള ത്തിൽ ഒരു കീറുനാരങ്ങാനീര് അല്പം തേനും ചേർത്ത് കഴിക്കുമായി രുന്നു. ഇതായിരുന്നു അദ്ദേഹത്തിന്റെ പ്രഭാത ഭക്ഷണം. തൊള്ളായി രത്തി നാല്പത്തിയെട്ടിൽ വെടിയേറ്റു മരിക്കുമ്പോൾ ഗാന്ധിജിക്ക് എഴു പത്തിയൊൻപത് വയസ്സുണ്ടായിരുന്നു. തന്റെ തലമുറയിലെ ഏറ്റവും ആരോഗദൃഢഗാത്രനായ വൃദ്ധനായിരുന്നു അദ്ദേഹം. ഒരുപക്ഷേ, ജീവി ച്ചിരുന്നുവെങ്കിൽ നൂറിന്റെ പടികടക്കാൻ കഴിഞ്ഞേനെ.

ഇരുട്ടുവീണു തുടങ്ങി. മരങ്ങളിൽ ചേക്കേറിയ പക്ഷികൾ അപ്പോഴും ചിലച്ചുകൊണ്ടിരുന്നു. പ്രാർത്ഥന അവസാനിച്ചു. സംഘാംഗങ്ങൾ ഓരോ രുത്തരായി മടങ്ങുകയാണ്. ബാപ്പുകുടിയോട് മനസ്സാ യാത്ര പറഞ്ഞ് ഞങ്ങളും പുറത്തിറങ്ങി താമസസ്ഥലത്തേക്ക് നടന്നു. അപ്പോൾ രണ്ടു കാര്യങ്ങൾ മനസ്സിലേക്ക് തിരതല്ലിയെത്തി. "എന്റെ ജീവിതമാണ് എന്റെ സന്ദേശ"മെന്ന ഗാന്ധിജിയുടെ വാക്കുകളും, "മഹത്തുക്കൾ കടന്നു പോകുന്നത് കാലമാകുന്ന മണൽപ്പരപ്പിൽ സ്വന്തം പാദമുദ്രകൾ പതി പ്പിച്ചായിരിക്കു"മെന്ന ഇംഗ്ലീഷ് കവി എച്ച് ഡബ്ല്യു ലോങ് ഫെല്ലോയുടെ വാക്കുകളുമായിരുന്നു അത്.

അത്താഴം എവിടെനിന്ന് കിട്ടും? അടുത്തൊന്നും ഹോട്ടലുകളോ ഡാബകളോ ഇല്ല. ഭക്ഷണം പാകം ചെയ്യുന്നതിന്റെ ഗന്ധം നാസിക യിൽ തട്ടി. അപ്പോൾ ക്യാന്റീനിൽ ഭക്ഷണം വേവുന്നുണ്ട്. അങ്ങോട്ടേക്ക് നടന്നു. ചുമതലക്കാരനോട് ഭക്ഷണം കിട്ടുമോ എന്ന് അന്വേഷിച്ചു. റൂം എടുക്കുമ്പോൾത്തന്നെ ഭക്ഷണത്തിനും ഓർഡർ നല്കണമായി

രുന്നുവെന്നും പണം മുൻകൂറായി ഓഫീസിൽ അടയ്ക്കണമായിരുന്നു വെന്നും അയാൾ പറഞ്ഞു. എട്ടുമണിക്ക് മുമ്പ് തുടങ്ങും. ഏതായാലും നിങ്ങൾ എട്ടരമണിക്ക് വരിക. ഭക്ഷണം അഡ്ജസ്റ്റ് ചെയ്തു തരാം. പറഞ്ഞ സമയത്ത് ഞങ്ങൾ ചെന്നപ്പോഴും തിരക്കൊഴിഞ്ഞിരുന്നില്ല. ഇവി ടെയും സെൽഫ് സർവ്വീസിങ് ആണ്. ഭക്ഷണം പാത്രത്തിലെടുത്ത് നില ത്തുവിരിച്ചിരുന്ന ജമുക്കാളത്തിന്മേലിരുന്ന് കഴിച്ചു. തിരിച്ചുപോരാൻ നേരം പ്രഭാതഭക്ഷണത്തെക്കുറിച്ച് അന്വേഷിച്ചു. “ഞാനത് റൂമിലെത്തിച്ചേക്കാം. മറ്റാരുമറിയരുത്. പണം എന്റെ കൈയിൽ തന്നാൽ മതി.” ശബ്ദം താഴ്ത്തി അയാൾ പറഞ്ഞു. അവിടെ താമസിച്ച രണ്ടുദിവസവും ഇതേ രീതിയിലാണ് ഭക്ഷണം കഴിച്ചത്. അപ്പോൾ ഗാന്ധിജിയുടെ ആശ്രമ ത്തിലും വെട്ടിപ്പോ! എന്തായാലും ഞങ്ങൾക്കത് സഹായകരമായി. അയാ ളെപ്പോലെ തന്നെ ഗാന്ധിയൻ ധാർമ്മികതയൊന്നും ഞങ്ങളേയും അല ട്ടിയില്ല.

പിറ്റേന്നു കാലത്തുതന്നെ വിദർഭയെത്തേടിയുള്ള യാത്ര വീണ്ടുമാ രംഭിച്ചു. തലേന്ന് സേവാഗ്രാമിലേക്ക് വരുമ്പോൾത്തന്നെ വഴിയിൽ ഇട യ്ക്കിടയ്ക്ക് ചുവന്ന കൊടികൾ കെട്ടിയിരുന്നത് ശ്രദ്ധയിൽപ്പെട്ടിരുന്നു. വഴിയിൽക്കണ്ട ഒന്നുരണ്ട് പേരോട് ഇതേക്കുറിച്ച് അന്വേഷിച്ചെങ്കിലും ആർക്കുമൊരു മറുപടി നല്കാൻ കഴിഞ്ഞില്ല. എന്തായാലും ചെങ്കൊടി കണ്ടതിലുള്ള സന്തോഷവും അതുകെട്ടിയ സഖാക്കൾ ഇവിടെയെവി ടെയോ ഉണ്ടെന്നുള്ള വിശ്വാസവും ഞങ്ങളിലുണ്ടായി. വടക്കേയിന്ത്യൻ യാത്രകളിൽ ചെങ്കൊടി കാണുകയെന്നത് മനസ്സിന് ആവേശം നല്കുന്ന ഒന്നാണ്. പലപ്പോഴും ട്രെയിൻ യാത്രയിൽ തെറ്റിദ്ധാരണയും നിരാശയും തോന്നിയിട്ടുണ്ട്. ദൂരക്കാഴ്ചയിൽ ചുവന്ന കൊടിയായിത്തോന്നും. പക്ഷേ, അടുത്തെത്തുമ്പോൾ ഏതെങ്കിലും ഹനുമാൻ മന്ദിറിന്റെയോ, ഗണേഷ് മന്ദിരത്തിന്റെയോ മുകളിൽകെട്ടിയ കാവിക്കൊടിയായിരിക്കും. നിരാശ യോടെ കണ്ണുകൾ പിൻവാങ്ങും.

ബാർബർഷോപ്പും കമ്യൂണിസ്റ്റുകാരും

പലരോടും സി പി ഐ (എം) നെക്കുറിച്ച് ചോദിച്ചു. അവർ കൈമ ലർത്തി. ഇവിടെ സി പി എം എന്നു പറഞ്ഞാൽ മനസ്സിലാവില്ല. ‘മാർക്സ് വാദി പാർട്ടി’ എന്നു പറഞ്ഞാലേ അറിയാവൂ. ഇത് പിന്നീടാണ് മനസ്സി ലായത്. മഹാരാഷ്ട്രയിൽ പലയിടത്തും സി പി ഐ (എം)ന് വേരോട്ട മുള്ളതായി അറിയാം. വാർദ്ധയിൽ പാർട്ടി സഖാക്കളേയോ, പാർട്ടി ഓഫീസോ കണ്ടെത്താൻ കഴിയുമോ? രാവിലെത്തന്നെ അന്വേഷണം ആ വഴിക്കായി. സേവാഗ്രാമിൽ നിന്ന് നേരെ വാർദ്ധാ ടൗണിൽ എത്തി. ഓട്ടോറിക്ഷാക്കാരോടും വഴിയിൽക്കണ്ട പലരോടും സി പി ഐ (എം) ന്റെ ഓഫീസ് അന്വേഷിച്ചു. ഓട്ടോറിക്ഷക്കാരനോട് ഓഫീസ് അന്വേഷിക്കുന്നത് കണ്ടുനിന്ന പ്രായമുള്ള ഒരാൾ ഞങ്ങളെ സമീപിച്ചു.

ലക്ഷണം കണ്ടിട്ട് ചുമട്ടുതൊഴിലാളിയാണെന്ന് തോന്നുന്നു. അയാൾ റിക്ഷാക്കാരനോട് ഒരു തെരുവിന്റെ പേരു പറഞ്ഞിട്ട് അവിടെയുള്ള ഗണപതിക്കോവിലിനു സമീപമാണ് ഓഫീസ് എന്ന് പറഞ്ഞുകൊടുത്തു. റിക്ഷക്കാരൻ ഞങ്ങളേയുംകൊണ്ട് അവിടേക്ക് തിരിച്ചു. അഗ്രഹാരത്തെരുവുപോലെയുള്ള ഒരിടത്തെത്തി.പലരോടും ചോദിച്ചു. അവസാനം റോഡുവക്കത്ത് പ്രവർത്തിക്കുന്ന ഒരു ബാർബർഷോപ്പിൽ എത്തി. തേടിയവള്ളി കാലിൽ ചുറ്റിയതുപോലെ പാർട്ടി ഓഫീസിന്റെ താക്കോൽ സൂക്ഷിപ്പുകാരനായിരുന്നു അയാൾ. മുടിവെട്ടിക്കാനായി മൂടിപ്പുതിച്ചിരുന്ന ആളിനോട് ദാ വരുന്നു എന്ന് മറാത്തിയിൽ പറഞ്ഞിട്ട് അയാൾ ഞങ്ങളേയും കൂട്ടി റോഡിൻ എതിർവശത്തേക്ക് നടന്നു.

ഇപ്പോൾ നില്ക്കുന്നത് വാർദ്ധാ ജില്ലാകമ്മിറ്റി ഓഫീസിനുമുന്നിലാണ്. ഓഫീസ് തുറന്നിരുന്നില്ല. ദേവിദാസ്ബോർക്കുട്ടേ, അതായിരുന്നു കൂടെ വന്ന ആളിന്റെ പേര്. അയാൾ ഓഫീസ് തുറന്നു. ഞങ്ങളോട് ഇരിക്കാൻ പറഞ്ഞിട്ട് ആർക്കോ ഫോൺ ചെയ്തു. മുണ്ടു പുതപ്പിച്ച് ഒരാളെ ഇരുത്തിയിട്ട് പോന്നതിനാലാവും അയാൾ ധൃതിയിൽ ബാർബർഷാപ്പിലേക്ക് തിരിച്ചുപോയി. കേരളത്തിലെ കമ്യൂണിസവും ബാർബർഷോപ്പും തമ്മിലുള്ള അഭേദ്യബന്ധമാണ് അപ്പോൾ ഓർമ്മവന്നത്. ഒരുകാലത്ത് തീക്ഷ്ണ രാഷ്ട്രീയ ചർച്ചകളുടെ കേന്ദ്രങ്ങളായിരുന്നല്ലോ നമ്മുടെ ബാർബർഷോപ്പുകൾ. മുടിവെട്ടുകാരൻ തന്നെയായിരുന്നു പലപ്പോഴും ചർച്ചയ്ക്ക് എരിവ് പകർന്നിരുന്നത്.

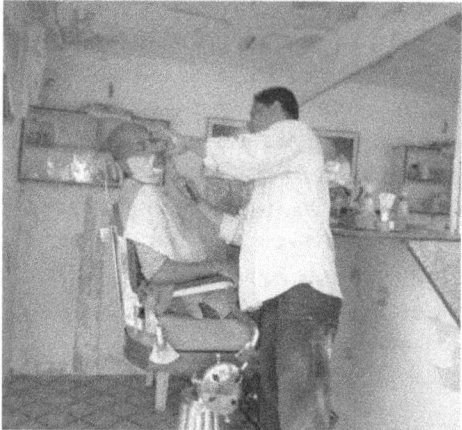

ദേവിദാസ് ബോർക്കുട്ടേയുടെ ബാർബർഷാപ്പ്

ഒരു ചെറിയ കടയുടെ വലിപ്പമേയുള്ളൂ ഓഫീസിന്റെ മുൻഭാഗത്തിന്. അകത്ത് ഒരു ചെറിയ മുറികൂടിയുണ്ട്. അവിടെ മുകളിലേക്ക് കയറാൻ ഒരു ഇടുങ്ങിയ ഗോവണിയുമുണ്ട്. നമ്മുടെ നാട്ടിലെ ഇപ്പോഴുള്ള ചില പഴയ ലോക്കൽകമ്മിറ്റി ഓഫീസിനെ അനുസ്മരിപ്പിക്കും വിധമുണ്ട് ഇത്. ചുവരിൽ ലെനിന്റെയും, മാർക്സിന്റെയും രണദിവേയുടെയും ചിത്രം ഫ്രെയിം ചെയ്ത് തൂക്കിയിട്ടുണ്ട്. അതിനേക്കാൾ പ്രാധാന്യത്തോടെ അംബേദ്കറുടെ ചിത്രവും തൂങ്ങുന്നുണ്ട്. മഹാരാഷ്ട്രയിൽ അംബേദ്കറെ ഒഴിവാക്കിയുള്ള രാഷ്ട്രീയ പ്രവർത്തനം സാദ്ധ്യമല്ലായെന്ന് തോന്നുന്നു. കേരളത്തിൽ നാരായണഗുരുവും പാർട്ടിയും തമ്മിലുള്ള

സി പി ഐ എം വാർധ ജില്ലാ കമ്മിറ്റി ഓഫീസ്

ബന്ധംപോലെ ഒരു ബന്ധം മഹാരാഷ്ട്രയിൽ അംബേദ്കറുമായുണ്ടെന്ന് തോന്നുന്നു.

ഏതാണ്ട് അരമണിക്കൂർ കഴിഞ്ഞപ്പോൾ ഞങ്ങൾ പ്രതീക്ഷിച്ചിരുന്ന ആളെത്തി. സഖാവ് യെശ്വന്ത്സാഠേ. സി പി ഐ (എം) ന്റെ സംസ്ഥാന കമ്മിറ്റിയംഗമാണ്. ഒപ്പം കിസാൻസഭയുടെ സംസ്ഥാന വൈസ് പ്രസി ഡന്റുമാണ്. കേരളം വിട്ടശേഷം ഒരു സഖാവിനെ പരിചയപ്പെടാനും സംസാരിക്കാനും അവസരം ലഭിച്ചതിൽ അതിയായ സന്തോഷം തോന്നി. അപരിചിത ലോകത്ത് കുടുംബത്തിലൊരാളേയോ, സമാന മനസ്ക രേയോ അപ്രതീക്ഷിതമായി കണ്ടുമുട്ടിയാലുണ്ടാവുന്ന പോലെയുള്ള സന്തോഷം. മാത്രമല്ല വിദർഭയിലെ കർഷക പ്രശ്നങ്ങളെകുറിച്ച് ആധി കാരികമായി പറയാൻ ഇതിൽ കൂടുതൽ യോഗ്യനായ മറ്റാരുണ്ട് എന്ന ചിന്തയും. യാത്രോദ്ദേശ്യം അദ്ദേഹത്തിനുമുന്നിൽ വ്യക്തമാക്കി. കാർഷിക കോളേജ് പ്രൊഫസറും, കോൺഗ്രസ് പ്രവർത്തകരും പറഞ്ഞ കാരണങ്ങളൊക്കെത്തന്നെയാണ് സഖാവ് സാഠേയും വിശദീകരിച്ചത്.

പ്രശ്നത്തിന്റെ കാതൽ

കർഷക ആത്മഹത്യയുടെ പ്രധാനകാരണം വിത്ത്, വളം എന്നിവ യുടെ വർദ്ധിച്ച വിലയാണ്. ഉദാരവല്ക്കരണ നയങ്ങൾമൂലം കാർഷിക മേഖലയ്ക്കുള്ള സർക്കാർ സഹായം ഗണ്യമായി കുറഞ്ഞിരിക്കുന്നു.

പുരുഷ തൊഴിലാളിക്ക് പ്രതിദിനം ഇരുന്നൂറ്റി അൻപത് രൂപയും സ്ത്രീതൊഴിലാളിക്ക് നൂറ്റി അൻപത് രൂപയുമാണെങ്കിലും ഇതുപോലും ഇവിടുത്തെ കൃഷിക്കാർക്ക് താങ്ങാൻ കഴിയുന്നില്ല. കാർഷിക മേഖലയോടുള്ള ബാങ്കുകളുടെ സമീപനം നിഷേധാത്മകമാണ്. കാർഷിക ലോൺ കൊടുക്കുന്നതിൽ ബാങ്കുകൾ

സ: യശ്വന്ത് സാഠേ, ജില്ലാ സെക്രട്ടറി
സി പി ഐ എം, വാർധ

തികഞ്ഞ യാഥാസ്ഥിതിക നിലപാടാണ് സ്വീകരിച്ചിരിക്കുന്നത്. ആത്മഹത്യ ചെയ്യുന്ന കർഷകരിൽ ചെറുകിടക്കാർ മാത്രമല്ല; ഇടത്തരക്കാരും വൻകിടക്കാരും വരെയുണ്ട്. വാർധ ജില്ലയിൽതന്നെ രണ്ട് ജലസേചന പദ്ധതികളുണ്ട്. അപ്പർ വാർധ പ്രോജക്ടും ലോവർ വാർധ പ്രോജക്ടും. ഇവയുടെ പണി തുടങ്ങിയിട്ട് ഇരുപത്തി രണ്ട് വർഷമായി. ഇപ്പോഴും കനാൽ വെട്ടിത്തീർന്നിട്ടില്ല. ഇന്നും കൃഷിക്കാർക്ക് അല്പമെങ്കിലും ആശ്രയം ലിഫ്റ്റ് ഇറിഗേഷനും കിണറുകളുമാണ്. പക്ഷേ, കൃഷിക്ക് കൃത്യമായി വൈദ്യുതി കണക്ഷൻ കൊടുക്കില്ല. കണക്ഷനു വേണ്ടി അഞ്ചുവർഷംവരെ കാത്തിരിക്കണം. മഹാരാഷ്ട്രയിൽ എല്ലാ മുൻഗണനയും വ്യവസായത്തിനാണ്. പകൽസമയം കൃഷിക്ക് വൈദ്യുതി നല്കില്ല. രാത്രിയിൽ മാത്രം. ഇതുമൂല പമ്പ് പ്രവർത്തിക്കാനും വെള്ളം തിരിച്ചുവിടാനും കർഷകർ രാത്രിയിൽ പാടത്ത് ഇറങ്ങണം. ഫലമോ, വിഷപ്പാമ്പുകളുടെ കടിയും തന്മൂലമുള്ള മരണവും സാധാരണമാണ്.

ഇന്ന് കർഷകൻ ആത്മഹത്യ ചെയ്താൽ ആകെ സർക്കാർ സഹായം മരിച്ചയാളിന്റെ കുടുംബത്തിന് ഒരു ലക്ഷം രൂപ നല്കുകയെന്നതുമാത്രമാണ്. അത്തരം കുടുംബത്തിലെ ആൺകുട്ടികൾക്കും പെൺകുട്ടികൾക്കും സൗജന്യവിദ്യാഭ്യാസം നല്കണമെന്നും മാന്യമായ തൊഴിൽ കണ്ടെത്താൻ സഹായിക്കണമെന്നുമാണ് കിസാൻസഭ ആവശ്യപ്പെടുന്നത്. മാത്രമല്ല സബ്സിഡി നിരക്കിൽ വിത്തും വളവും നല്കണം. പരുത്തി, സോയ, ഗോതമ്പ് എന്നിവയുടെ നിലവിലുള്ള താങ്ങുവില തുലോം കുറവാണ്. അത് മാന്യമായ നിലയിലേക്ക് ഉയർത്തണം. മറ്റ് മേഖലകളിലെ വസ്തുക്കൾക്ക് ഉണ്ടായ തരത്തിലുള്ള വില വർദ്ധനവ് കാർഷിക വസ്തുക്കൾക്ക് ഉണ്ടായിട്ടില്ല. ഒരു ഉദാഹരണത്തിലൂടെയാണ് അദ്ദേഹമിത് വ്യക്തമാക്കിയത്. 1975 ൽ ഒരു ക്വിന്റൽ പരുത്തിയുടെ താങ്ങുവില ഇരുന്നൂറ്റി അൻപത് രൂപയായിരുന്നു. അന്ന്

പത്തുഗ്രാം സ്വർണ്ണത്തിന് ഇരുന്നൂറു രൂപ. ഇപ്പോൾ ഒരു ക്വിന്റൽ പരുത്തിക്ക് നാലായിരം രൂപാ മാത്രം ലഭിക്കുമ്പോൾ പത്തുഗ്രാം സ്വർണ്ണത്തിന് ഇരുപത്തി അയ്യായിരം രൂപയായി വില ഉയർന്നിരിക്കുന്നു.

കാർഷിക പ്രശ്നങ്ങൾ ഉന്നയിച്ച് മഹാരാഷ്ട്രയിൽ ശക്തമായ പ്രക്ഷോഭം നടത്തുന്ന പ്രധാന സംഘടന കിസാൻ സഭയാണ്. മറ്റൊരു സംഘടന ശരത്ജോഷിയുടെ ശേത്കാരി സംഘടനയാണ്. രണ്ടു ദിവസം മുമ്പ് കിസാൻസഭയുടെ നേതൃത്വത്തിൽ കർഷക പ്രശ്നങ്ങൾ ചർച്ച ചെയ്യാൻ ഒരു സമ്മേളനം സേവാഗ്രാമിൽവച്ചു കൂടുകയുണ്ടായി. അതിൽ കേരളത്തിൽനിന്നുള്ള നേതാക്കളായ എസ് രാമചന്ദ്രൻ പിള്ളയും, കൃഷ്ണപ്രസാദുമൊക്കെ പങ്കെടുത്തിരുന്നു. ഇപ്പോഴാണ് സേവാഗ്രാമിലേക്കുള്ള വഴിയിൽ ചുവന്ന കൊടികൾ കണ്ടതിന്റെ കാരണം മനസ്സിലായത്. വാർദ്ധ ജില്ലയിൽ പാർട്ടി അംഗങ്ങളുടെ എണ്ണം അഞ്ഞൂറ്റിപ്പത്താണ്. കിസാൻ സഭയ്ക്ക് അയ്യായിരം അംഗങ്ങളുണ്ട്. ഏറ്റവും കൂടുതൽ അംഗങ്ങളുള്ളത് അഖിലേന്ത്യാ മഹിളാ അസോസിയേഷനാണ്. ഏഴായിരം. സി ഐ ടി യുവിന് നാലായിരത്തി എണ്ണൂറ് അംഗങ്ങളുണ്ട്.

പാർട്ടി ഓഫീസിനുമുകളിൽ ഒരു നിലകൂടി പണിയാനുള്ള ശ്രമത്തിലാണ് സഖാക്കൾ. കോൺക്രീറ്റ് കഴിഞ്ഞു. സഖാക്കൾക്ക് യോഗം ചേരാനുള്ള സൗകര്യം നിലവിലില്ല. ജില്ലയിലെ സി ഐ ടി യു പ്രവർത്തകരാണ് നിർമ്മാണത്തിനുള്ള സാമ്പത്തികമുൾപ്പെടെ കാര്യങ്ങൾ നിർവ്വഹിക്കുന്നത്.

വിവിധ ബഹുജനസംഘടനകൾ വഴിയാണ് ഇവിടെ പാർട്ടി ജനങ്ങൾക്കിടയിൽ പ്രവർത്തിക്കുന്നത്. പാർട്ടി നേരിട്ട് ജനങ്ങളിലെത്തിക്കാൻ ഇനിയും കഴിഞ്ഞിട്ടില്ല. ഇതിനിടയിലാണ് സഖാവ് സാഠേ അതിശയിപ്പിക്കുന്ന ആ വിവരം വെളിപ്പെടുത്തിയത്. വാർദ്ധ ജില്ലയിൽ രണ്ട് പഞ്ചായത്തുകൾ ഭരിക്കുന്നത് സി പി ഐ (എം) ആണ്. സേവാഗ്രാം, വറൂഡ് എന്നിവയാണ് പഞ്ചായത്തുകൾ. കൃഷിയിടങ്ങൾ നേരിൽക്കാണണമെന്ന് ആഗ്രഹം പ്രകടിപ്പിച്ചപ്പോൾ സാഠേ, സേവാഗ്രാം പഞ്ചായത്ത് ഉപസർപഞ്ചായ രവിരാജ് ഖുമയെ ഫോണിൽ വിളിച്ച് വേണ്ട സൗകര്യങ്ങൾ ചെയ്തുകൊടുക്കണമെന്ന് ശട്ടം കെട്ടി. "നിങ്ങൾക്ക് സേവാഗ്രാമിൽ ഖുമയെ കണ്ടെത്താൻ പ്രയാസമുണ്ടാവില്ല, കവലയിൽ അന്വേഷിച്ചാൽ മതി." സാഠേ പറഞ്ഞു.

സഖാവ് സാഠേയോട് യാത്ര പറഞ്ഞ് ഞങ്ങളിറങ്ങി. ഖുമയെത്തേടിയുള്ള അന്വേഷണം ഞങ്ങളെ എത്തിച്ചത് സേവാഗ്രാമിലുള്ള മറ്റൊരു ബാർബർഷോപ്പിലാണ്. ഖുമെ ആരെന്ന ഞങ്ങളുടെ ചോദ്യത്തിന് മുടിവെട്ടിക്കൊണ്ടുനിന്ന ഒരാൾ ഞാൻ തന്നെയെന്ന ഉത്തരവുമായി ഞങ്ങൾക്കു നേരേ നടന്നുവന്നു. പഞ്ചായത്ത് ഉപസർപഞ്ച് മുടിവെട്ടുകാരനോ! ഒരു നാട്ടുപ്രമാണിയെ മനസ്സിൽ പ്രതീക്ഷിച്ച് എത്തിയ ഞങ്ങൾക്ക് അവിശ്വസനീയമായിരുന്നു ആ കണ്ടുമുട്ടൽ.

4

കർഷകഭവനത്തിലെ
അപ്രതീക്ഷിത രാത്രി

ഖുമെയുടെ ബാർബർഷോപ്പിൽ പോയി. അയാളെ കണ്ടു. പ്രസ
രിപ്പുള്ള ഒരു ചെറുപ്പക്കാരൻ. ഞങ്ങളെ കസേരയിൽ ക്ഷണിച്ചിരുത്തിയ
ശേഷം സ്വന്തം ജോലിയിലേക്ക് അയാൾ തിരിച്ചുപോയി. മുടിവെട്ടിത്തീ
രുന്നതുവരെ കാത്തിരുന്നേ പറ്റൂ. ബാർബർഷോപ്പിന്റെ അകത്താകെ
കണ്ണോടിച്ചു. ഹിന്ദി സിനിമാതാരങ്ങളുടെ ചിത്രക്കലണ്ടറുകൾ ഭിത്തി
യിൽ തൂങ്ങിയാടുന്നു. മുന്നിലെ ചെറിയ ടീപ്പോയിൽ സിനിമാ മാസിക
കളുടെ പഴയ ലക്കങ്ങൾ. നിരന്തരമായി പലരാൽ മറിക്കപ്പെട്ടതുമൂലം
വിയർപ്പും ഉപ്പും ചേർന്ന മിശ്രിതം കടലാസിന്റെ മേനിയഴകിന് മങ്ങ
ലേല്പിച്ചിട്ടുണ്ട്. അതുപോലെ താരരാജാക്കന്മാരുടെയും റാണിമാരു
ടെയും മൃദുല കോമള ശരീരത്തിൽ ചുളിവുകളും വടുക്കളും പടർന്നി
ട്ടുണ്ട്.

ഇതു കണ്ടപ്പോൾ ഒരു കാര്യം ബോദ്ധ്യമായി. ബാർബർഷോപ്പു
കൾക്കെല്ലായിടത്തും ഒരേ മുഖവും ഒരേ രീതിയുമാണ്. കൊളോണി
യൽ ലഗസിയുടെ ഒരു ആത്മാംശം ഇതിൽ പറ്റിച്ചേർന്നിട്ടുണ്ടാവണം.
സായിപ്പ് കടൽകടത്തി കൊണ്ടുവന്ന പല വസ്തുക്കളിൽ ബാർ
ബർഷോപ്പും പെടും. 'സിലോൺ ബാർബർ സലൂൺ' എന്നൊക്കെയുള്ള
പൊതുബാനറുകൾ ഇതിന്റെ ഭാഗമായി ചാർത്തിക്കിട്ടിയതാണ്. കേര
ളവും ഇതിൽനിന്ന് ഭിന്നമല്ല. എന്നാൽ ഒരു ചെറിയ വ്യത്യാസമുണ്ടുതാ
നും. വടക്കേയിന്ത്യയിൽ മുടിവെട്ടിക്കഴിഞ്ഞാൽ തലയിലൊരു 'കൈ'
പ്രയോഗമുണ്ട്. ഏതാണ്ട് മിഴാവിന്മേൽ ആഞ്ഞുകൊട്ടുന്നതുപോലെ ഇരു
കൈകൊണ്ടും രണ്ടുമൂന്നു മിനിട്ടുനേരം നീണ്ടുനില്ക്കുന്ന താളത്തി
ലൊരു കൈക്രിയ. അതായത് ആധുനിക മസാജിങ്ങിന്റെ നാടൻ ക്രിയാ
ഭേദം.

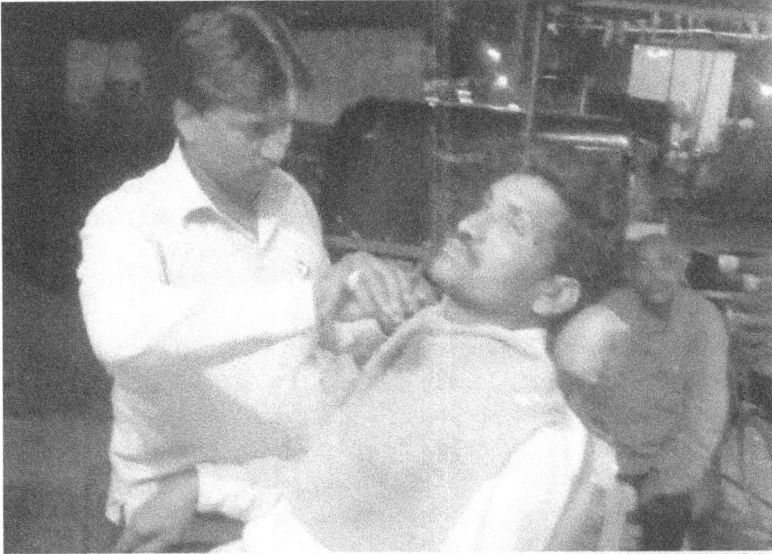

രവിരാജ് ഖുമേ: തൊഴിലിൽ ശ്രദ്ധിച്ച് ഒരു പഞ്ചായത്ത് വൈസ് പ്രസിഡന്റ്

മുടിവെട്ട് അവസാനിച്ചിരിക്കുന്നു. പാന്റിലും ഷർട്ടിലും പറ്റിയ ശ്മശ്രു ശകലങ്ങളെ കൈകൊണ്ട് തട്ടിക്കളഞ്ഞിട്ട് നീണ്ടുനിവർന്നൊരു തയ്യാറെടുപ്പു നടത്തി ഖുമെ. വെളിയിലേക്കിറങ്ങുന്നത് വേറൊരു ഭാവപ്പകർച്ചയിലായിരിക്കണമെന്ന് ഉള്ളിലുദ്ദേശിച്ചതുപോലെ. പുറത്തിറങ്ങി ഞങ്ങൾക്കുവേണ്ടി കടയുടെ ഷട്ടറിട്ടു. അടുത്ത പ്രോഗ്രാം അറിയാനായി ഞങ്ങളുടെ മുഖത്തേക്ക് നോക്കി. കൃഷിയിടങ്ങളിൽക്കറങ്ങണം. വിദർഭയിലെ കർഷകന്റെ ജീവിതം നേരിട്ട് മനസ്സിലാക്കണം. യാത്രോദ്ദേശ്യം ഞങ്ങൾ വെളിപ്പെടുത്തി.

“അങ്കിൾ, അങ്കിൾ”, ഖുമെ അടുത്ത കടയിലേക്ക് നോക്കി വിളിച്ചു. ശബ്ദം കേട്ട് ഒരാൾ പുറത്തേക്കിറങ്ങി. “ഇവർ അങ്കിളിന്റെ നാട്ടുകാരാണ്. കേരളത്തിൽ നിന്നാണ്.” പുറത്തിറങ്ങിയ ആളിനോട് ഖുമെ പറഞ്ഞു. കൊട്ടാരക്കരക്കാരൻ വർഗ്ഗീസ് ചേട്ടൻ. പട്ടാളത്തിലായിരുന്നു. ഇവിടെ മൊബൈൽ ഫോൺ ഷോപ്പ് നടത്തുന്നു. ഭാര്യ അടുത്തുള്ള ആശുപത്രിയിൽ നഴ്സ്. കുടുംബസമേതം ഇവിടെ സെറ്റിൽചെയ്തിരിക്കുന്നു. ഇനി തിരിച്ച് കേരളത്തിലേക്കില്ല. മലയാളിയുടെ ഒന്നാം കുടിയേറ്റത്തിൽ മിക്കവരും വേരുതേടി നാട്ടിലേക്ക് തിരിച്ചെത്തിയിരുന്നു. എന്നാൽ ഇപ്പോൾ നടക്കുന്ന രണ്ടാം കുടിയേറ്റത്തിൽ എല്ലാ ഭൂഖണ്ഡങ്ങളിലേക്കും കുടിയേറുന്നു; ഇനി തിരിച്ചുവരാത്തവണ്ണം. വർഗ്ഗീസ് ചേട്ടനുമായി ഔപചാരിക പരിചയപ്പെടലിനപ്പുറത്തേക്ക് പോകാൻ ഞങ്ങൾക്കും താല്പര്യമില്ലായിരുന്നു. പല വടക്കേയിന്ത്യൻ യാത്രകളിലും

ഉൾനാടുകളിലുംവെച്ച് മലയാളികളെ കണ്ടുമുട്ടാറുണ്ട്. പലപ്പോഴും തണുപ്പൻ പ്രതികരണമാണ് ലഭിക്കാറ്. നാട്ടിൽ നിന്ന് രക്ഷപ്പെട്ടുപോന്നതാണ്; എന്നിട്ട് ഇവിടെയുംവന്ന് ശല്യപ്പെടുത്തുന്നോ, എന്ന ഭാവമാണ് പലർക്കും. ജഗദാൽപ്പൂരിൽവെച്ച് കണ്ടുമുട്ടിയ കോട്ടയംകാരൻ പള്ളീലച്ചനും, ബെച്ചേലിയിൽവെച്ച് പരിചയപ്പെട്ടുതീരും മുൻപേ ഓടിമറഞ്ഞ കായംകുളത്തുകാരൻ വിജയൻനായരുമൊക്കെ മനസ്സിലേക്ക് കടന്നുവന്നു. മറ്റൊന്നുമല്ല; സഹായിക്കേണ്ടിവരുമോ, ബാദ്ധ്യതയാകുമോ എന്ന ഭയമാണ്. അതുകൊണ്ട് ഇത്തരം യാത്രകളിൽ മലയാളികളെ കണ്ടുമുട്ടിയാൽ ഏതാനും വാചകങ്ങളിൽ പരിചയപ്പെടൽ അവസാനിപ്പിക്കും.

രവിരാജ് ഖുമെയുടെ ഹിറോഹോണ്ട ബൈക്കിൽ ഞങ്ങളെ കയറ്റി യാത്രയായി. പ്രധാന വീഥിയിലൂടെ കുറേദൂരം സഞ്ചരിച്ചശേഷം ടാറിട്ട ചെറിയ ഇടറോഡിലേക്ക് കയറി. വിശാലമായ കൃഷിഭൂമിയാണ് എവിടെയും. എവിടേക്കുനോക്കിയാലും ഒരു നിറമേയുള്ളൂ- പച്ച. ആകാശത്തുമാത്രം മൺസൂൺ മേഘക്കാറുകളുടെ കാളിമ. ദൂരെനിന്നു നോക്കുമ്പോൾ, മെലിഞ്ഞ ടാർറോഡ് ഹരിതകമ്പളം പുതച്ച ഭൂമിയുടെ അരക്കെട്ടിൽ ചുറ്റിയ കറുത്ത ചരടുപോലെ തോന്നിച്ചു. പരുത്തിയും സോയയുമാണ് മുഖ്യവിളകൾ. ഇടയ്ക്കിടയ്ക്ക് ചോളവും ഉഴുന്നും കാണാം. റോഡിനിരുപുറത്തെയും വെളിംപ്രദേശങ്ങൾ കൈയേറി 'ആവണക്കും' ഉമ്മവും തഴച്ചുവളരുന്നു. ഒരു നാല്പതുവർഷം മുൻപ് കുട്ടനാട്ടിൽ നെൽകൃഷി സജീവമായുണ്ടായിരുന്ന കാലത്ത് ചങ്ങനാശേരിയിൽനിന്ന് ആലപ്പുഴയ്ക്ക് പോകുന്ന വേളയിൽ നെടുമുടിയിലും പള്ളാത്തുരുത്തിയിലും പച്ചപ്പിന്റെ നോക്കെത്താ ദൂരത്തുള്ള ഇത്തരം വിശാലത കാണാമായിരുന്നു.

സഞ്ചാരത്തിന്റെ ദിശമാറി. ടാർറോഡിൽ നിന്ന് മൺപാതയിലേക്ക് തിരിഞ്ഞു. തകൃതിയായി പണികൾ നടക്കുന്ന ഒരു കൃഷിയിടത്തിൽ ചെന്നുകയറി. ഒത്ത തടിയുള്ള ഒരാൾ പണിക്കാർക്ക് നിർദ്ദേശം നല്കി നില്ക്കുന്നു. അത് ഭിക്കാജി വിഷ്ണുബോർലെ ആണ്. നിക്കറും ബനിയനുമാണ് വേഷം. ഖുമെ ഞങ്ങളെ ബോർലെയ്ക്ക് പരിചയപ്പെടുത്തി. ഊഷ്മളമായ സ്വീകരണം. ബോർലെ കർഷകസംഘത്തിന്റെ പ്രാദേശിക പ്രവർത്തകനാണ്. നാലേക്കർ കൃഷിയിടം സ്വന്തമായുള്ള ചെറുകിട കർഷകൻ. പകുതിസ്ഥലത്ത് സോയകൃഷി ചെയ്തിരിക്കുന്നു. ബാക്കി പകുതിയിൽ കൃഷി പരുത്തിയാണ്.

പരുത്തിച്ചെടികൾ തമ്മിൽ ഒരേ അകലം, അതും കൃത്യമായ നേർരേഖയിൽ, ഒരേ ഉയരത്തിൽ വളർന്നുനില്ക്കുന്നു. ചില ചെടികളുടെ അടിത്തട്ടിൽ ആദ്യപൂക്കൾ തലനീട്ടിക്കഴിഞ്ഞു. നിലത്തുവിരിച്ച ഒരു വലിയ ടാർപാളിന്മേൽ ഫാക്ടംഫോസ് വളം കൂട്ടിയിട്ടിരിക്കുന്നു. നാലഞ്ചു സ്ത്രീതൊഴിലാളികൾ ചെറിയ കുട്ടയിൽ വളം വാരി ചെടികളുടെ ചുവട്ടിൽ വിതറുന്നു. "രണ്ടാം വളപ്രയോഗമാണ്." ബോർലെ പറഞ്ഞു. ഉഴവുകാളകൾ ചെടികൾക്ക് ഒരു പോറൽപോലുമേല്ക്കാതെ ഉഴുതുമുന്നേറി

വളത്തെ മണ്ണിൽ ലയിപ്പിക്കുന്നു. കാളകളുടെ വായതുറക്കാനാവാത്ത വിധം നെറ്റുകൊണ്ട് വരിഞ്ഞു കെട്ടിയിട്ടുണ്ട്. ഉഴുതുനീങ്ങുന്നതിനിടയിൽ ചെടികൾ പറിച്ചുതിന്നാതിരിക്കാനാണിത്. ബോർലെ മാത്രമല്ല, ഭാര്യയും മകനും പണിക്കാർക്കൊപ്പം കൃഷിപ്പണിയിൽ ഏർപ്പെട്ടിരിക്കുകയാണ്. മകന്റെ പേര് സ്വപ്നിൽ വിഷ്ണുബോർലെ.

ചിട്ടയോടെയും കൃത്യനിഷ്ഠയോടെയും കൃഷിയിൽ ഏർപ്പെട്ടിരിക്കുന്നവരാണ് ബോർലെ കുടുംബം. മുപ്പത്തിയെട്ടുവർഷം സേവാഗ്രാം ആശ്രമത്തിൽ ജീവനക്കാരനായിരുന്നു ബോർലെ. സ്വപ്നിൽ ആനിമൽ ഹസ്ബണ്ടറി കോഴ്സ് പാസായതാണ്. പക്ഷേ, സർക്കാർ ജോലിക്ക് പോകുന്നില്ല. കൃഷി ഉപജീവനമാർഗ്ഗമായി തെരഞ്ഞെടുത്തിരിക്കുകയാണ്. പരുത്തിയുടെ വിളവെടുപ്പ് മൂന്നു തവണയായിട്ടാണ്. ആദ്യ വിളവെടുപ്പ് ഒക്ടോബറിൽ. തുടർന്ന് ഡിസംബർ, മാർച്ച് മാസങ്ങളിൽ. ഒരു ഏക്കറിൽ നിന്ന് 10 ക്വിന്റൽ പരുത്തി കിട്ടും. ക്വിന്റലിന് നാലായിരം രൂപ വിലയുണ്ട്. പരുത്തികൃഷിയേക്കാൾ ലാഭം സോയാകൃഷിയാണെന്ന അഭിപ്രായക്കാരനാണ് ബോർലെ. ഏക്കറൊന്നിന് ആറു ക്വിന്റൽവരെ സോയാപ്പയർ ലഭിക്കും. കൃഷിച്ചെലവും പരിചരണവും കുറച്ചുമതി. കുറച്ചുകാലം മുൻപുവരെ ഇവിടങ്ങളിലെ പ്രധാന കൃഷി കരിമ്പായിരുന്നു. മില്ലുടമകൾ കരിമ്പിന് കൃത്യമായി പണം നല്കാത്തതുകൊണ്ട് ഇപ്പോൾ കരിമ്പുകൃഷി ഉപേക്ഷിച്ചു.

നേരം ഉച്ചയായി. ഭക്ഷണത്തിന് ജോലിക്കാർ പിരിഞ്ഞു. ബോർലെ ഞങ്ങളേയുംകൂട്ടി കൃഷിയിടത്തിനു സമീപമുള്ള വീട്ടിലേക്ക് നടന്നു. നാലഞ്ചുമുറികളുള്ള ഒരു കോൺക്രീറ്റ് വീട്. ചുറ്റും വിവിധയിനം ഫലവൃക്ഷങ്ങൾ. ഉയരം കുറഞ്ഞ് പടർന്നുനില്ക്കുന്ന മാവുകൾ. പകുതി മൂപ്പെത്തിയ മാങ്ങകൾ ഭാരം താങ്ങാനാവാതെ ഭൂമിയിലേക്ക് ഏന്തിവലിഞ്ഞു നില്ക്കുന്നു. ഓറഞ്ച് മരങ്ങളും ചെറുനാരകവും സമൃദ്ധമായി ഉണ്ട്. അവയുടെ ചുവടുകളിൽ ഓറഞ്ചുകളും ചെറുനാരങ്ങകളും പഴുത്തടർന്ന് വീണുകിടക്കുന്നു. ഒരു തെങ്ങിൻ തൈ ഇണയില്ലാതെ ഒറ്റയ്ക്ക് വളരുന്നു. അതിന്റെ ആരോഗ്യം കണ്ടാലറിയാം വളരെ അരുമയോടെ വളർത്തുന്നതാണെന്ന്. മറ്റൊരു ഭാഗത്താണ് തൊഴുത്ത്. അവിടെ പല പ്രായത്തിലുള്ള പശുക്കളും കാളകളും. അടുത്തായി ഗോബാർഗ്യാസ് പ്ലാന്റ്. വീട്ടിലെ പാചകത്തിനും വെളിച്ചത്തിനും ഗോബാർഗ്യാസാണ് ഉപയോഗിക്കുന്നത്. ഇതിനിടയിൽ ഖുമെ എന്തോ അത്യാവശ്യം ഉണ്ടെന്നും, രണ്ടുമണിക്കൂർ കഴിഞ്ഞ് വരാമെന്നും പറഞ്ഞ് പോയി.

ബോർലെ ഞങ്ങളെ വീടിനുള്ളിലേക്ക് ക്ഷണിച്ചു. അകത്തുകയറിയിരുന്ന ഞങ്ങൾക്ക് മരുമകൾ സ്റ്റീൽ ലോട്ടയിൽ വെള്ളം കൊണ്ടുവന്നു തന്നു. വടക്കേയിന്ത്യയിൽ അതിഥികളെ സ്വീകരിക്കുന്നതിന്റെ ഭാഗമായി ആദ്യം നല്കുന്നത് കുടിവെള്ളമാണ്. ഒരു ചെറിയ തളികയിൽ ബോർലെ 'സുപാരി' കൊണ്ടുവച്ചു. ഏലത്തരി ചേർത്ത വാസനപാക്കാണ് സുപാരി. പണ്ട് നമ്മുടെ വീടുകളിൽ അതിഥികൾ വന്നാൽ മുറുക്കാൻ കൊടുത്ത്

സ്വീകരിക്കുന്ന പതിവാണ് ഇതു കണ്ടപ്പോൾ ഓർമ്മവന്നത്.

തുടർന്ന് ഞങ്ങൾക്ക് ഭക്ഷണം വിളമ്പി. നിലത്തിരുന്നാണ് ഭക്ഷണം കഴിക്കുന്നത്. കനലിൽ ചുട്ട റൊട്ടി, പച്ചരിച്ചോറ്, ഡാൽ, സബ്ജി, അച്ചാർ, ചുട്ട ജീരകപർപ്പടകം, നാരങ്ങാകഷണം ഏതാനും കഷണം സവാള എന്നിവയാണ് വിഭവങ്ങൾ. അവിസ്മരണീയാനുഭവം. ഒരു വടക്കേയിന്ത്യൻ വീടിന്റെ അകത്തളത്തിലിരുന്നല്ലേ ഭക്ഷണം. ഭക്ഷണം കഴിഞ്ഞ് മുറ്റത്തെ മരച്ചുവട്ടിൽ കിടന്ന ചൂടിക്കട്ടിലിൽ അല്പനേരം വിശ്രമിച്ചു. കുറച്ചുകഴിഞ്ഞപ്പോൾ ഖുമെ തിരിച്ചെത്തി. അടുത്ത പരിപാടി ഗ്രാമം കാണുക; ഗ്രാമീണരെ കാണുക. ഖുമെ എന്തിനും തയ്യാറായി ഞങ്ങൾക്കൊപ്പം നിന്നു. ബോർലെ ഒരാവശ്യം മുന്നോട്ടുവച്ചു. ഇന്ന് രാത്രി നിങ്ങൾ എന്റെ വീട്ടിൽ താമസിക്കണം. നാളെ രാവിലെ പോകാം. അപ്രതീക്ഷിതമായ ക്ഷണം. സൗഹൃദവും ആത്മാർത്ഥതയും മുറ്റിയ പെരുമാറ്റം. ബോർലെയുടെ ഊഷ്മള മനസ്സിനെ നിരാകരിക്കാൻ മനസ്സുവന്നില്ല. മാത്രമല്ല; അതൊരു അനുഭവം കൂടിയാണല്ലോ. ഏതൊരു യാത്രയുടെയും ബാക്കിപത്രം ഇത്തരം ചില അപ്രതീക്ഷിത അനുഭവങ്ങളാണല്ലോ.

“ശരി,” ഞങ്ങൾ സമ്മതിച്ചു. സന്ധ്യയോടുകൂടി മടങ്ങി വരാമെന്ന് ബോർലെയ്ക്ക് വാക്കുകൊടുത്തിട്ട് ഖുമെയുടെ ബൈക്കിൽ വീണ്ടും കറങ്ങി. സമീപത്തുള്ള പല കൃഷിയിടങ്ങളിലും കയറിയിറങ്ങി. റിപ്പബ്ളിക്കൻ പാർട്ടി ഓഫ് ഇന്ത്യയുടെ പ്രാദേശിക പ്രവർത്തകനായ സുരേന്ദ്ര ഉഗ്ലേയെ കണ്ടുമുട്ടാനിടയായി. പഞ്ചായത്ത് മെമ്പർ കൂടിയാണയാൾ. കാർഷിക മേഖലയോടുള്ള സർക്കാരിന്റെ നിലപാടിനെ വിമർശിച്ചുകൊണ്ടാണ് അയാൾ സംസാരിച്ചത്. അന്തകവിത്ത് വന്നതോടുകൂടി ഓരോ വിളയിറക്കലിനും പുതിയ വിത്ത് വാങ്ങണം. നേരത്തെ കർഷകർക്ക് സ്വന്തമായി വിത്തെടുത്ത് സൂക്ഷിക്കാമായിരുന്നു. അൻപത് കിലോയുടെ ഒരു ചാക്ക് യൂറിയാവളത്തിന് കഴിഞ്ഞവർഷം എണ്ണൂറ് രൂപയായിരുന്നു. ഈ വർഷമത് ആയിരത്തി ഒരുന്നൂറ് രൂപയായി വർദ്ധിച്ചു. എന്നാൽ പരുത്തിയുടെയും സോയയുടെയും താങ്ങുവില സർക്കാർ വർദ്ധിപ്പിക്കുന്നില്ലതാനും. സമ്പന്ന കൃഷിക്കാരെ സംബന്ധിച്ച് ഇതൊന്നും വലിയ പ്രശ്നമല്ല. കൃഷി മാത്രമല്ല അവരുടെ വരുമാന സ്രോതസ്സ്. എന്നാൽ നാമമാത്ര, ചെറുകിട കർഷകർക്കൊക്കെ കൃഷി അപടകം പിടിച്ച ഒരു തൊഴിലാണ്.

കൃഷിയിടം പിന്നിട്ട് ഗ്രാമത്തിലേക്ക് കടന്നു. രവിരാജ് എല്ലാവർക്കും പരിചിതനും വേണ്ടപ്പെട്ടവനുമാണ്. വഴിയിൽ ഓരോ പരിചയക്കാരനെ കാണുമ്പോഴും ബൈക്കുനിർത്തി സംസാരിക്കുകയാണ്. അതുകൊണ്ട് യാത്രയും വളരെ സാവധാനത്തിലാണ്. ചിലർക്ക് വെറും കുശലവും സൗഹൃദവും മാത്രം. എന്നാൽ വേറെ ചിലർക്ക് ബാങ്കിലെ ലോൺ ശരിയാകാത്തതും വില്ലേജ് ഓഫീസിൽനിന്നുള്ള സർട്ടിഫിക്കറ്റ് ലഭിക്കുന്നതിലെ കാലതാമസവുമൊക്കെ പരാതിയായിപ്പറയുന്നു. ഇതിലൊക്കെ

ഇടപെടാമെന്ന് വാക്കുകൊടുത്ത് ആശ്വസിപ്പിക്കുന്നു. ഇതിനെല്ലാം മൂക സാക്ഷികളായി ഞങ്ങൾ ബൈക്കിന്റെ പിറകിൽത്തന്നെയുണ്ട്.

സേവാഗ്രാം പഞ്ചായത്ത് ഓഫീസ്, അപ്പർ പ്രൈമറി സ്കൂൾ, പ്രാഥമിക ആരോഗ്യകേന്ദ്രം എല്ലാം അടുത്തടുത്താണ്. ഖുമെ ബൈക്ക് സ്കൂൾ മുറ്റത്തേക്ക് ഓടിച്ചുകയറ്റി. കുറച്ചുകുട്ടികൾ സ്കൂൾ മുറ്റത്ത് കളിച്ചുകൊണ്ടിരിക്കുന്നു. ഹെഡ്മാസ്റ്ററുടെ റൂമിനെ ലക്ഷ്യമാക്കി ഖുമെ നടന്നു. അപരിചിതരായ ഞങ്ങളെക്കണ്ട് കളിച്ചുകൊണ്ടിരുന്ന കുട്ടികൾ കൗതുകത്തോടെ നോക്കി നില്ക്കുകയാണ്. ചില ക്ലാസുകളിൽ പഠനം നടക്കുന്നുണ്ട്. കുട്ടികളുടെ മുഖത്തെ അക്ഷമ കണ്ടാലറിയാം സ്കൂൾ വിടാറായെന്ന്. ഹെഡ്മാസ്റ്റർ ഖുമേയെ സ്വീകരിച്ചിരുത്തി. രണ്ടുപേരും ചേർന്ന് ഉച്ചഭക്ഷണവിതരണത്തെക്കുറിച്ച് ചർച്ച ചെയ്യുകയാണ്. അവിടിരുന്നാൽ ക്ലാസ് മുറികൾ കാണാം. അഞ്ചോ, ആറോ ബഞ്ചുമാത്രമാണ് ഒരു ക്ലാസിൽ ഉള്ളത്. വച്ചെഴുതാൻ ഡസ്ക്കില്ല. നെഞ്ചിൽ ബുക്ക് ചേർത്തു പിടിച്ചാണ് നോട്ട് എഴുതുന്നത്. ഇത്തരം സ്കൂളുകൾ അപൂർവ്വമായി കേരളത്തിലും കാണാൻ കഴിയും. 'ഓപ്പറേഷൻ ബ്ലാക്ക് ബോർഡ്' ഒന്നും ഇവിടേക്ക് എത്തിനോക്കിയിട്ടില്ല. മണി മുഴങ്ങി. ആരവമുയർത്തി കുട്ടികൾ മാളത്തിൽനിന്ന് എലികൾ എന്ന മാതിരി ക്ലാസിൽ നിന്ന് പുറത്തേക്ക് ചിതറിയോടി.

സേവാഗ്രാം പഞ്ചായത്ത് ഓഫീസിൽ എത്തിയപ്പോൾ ഒരു സ്വീകരണം കിട്ടി. പഞ്ചായത്ത് സെക്രട്ടറിയുടെയും ജീവനക്കാരുടെയും വക. 'എമ്പ്രാന്റെ വെളക്കത്ത് വാരരടെ അത്താഴം' എന്നു പറഞ്ഞതു പോലെ എല്ലാം ഖുമെയുടെ കെയറോഫിൽ. പഞ്ചായത്തിന് മൊത്തം ഒൻപത് വാർഡുകൾ. അതിൽ ആറു വാർഡിൽ സി പി എം അംഗങ്ങളാണ്. കർഷകസംഘത്തിന് കൃഷിക്കാരുടെ ഇടയിലുള്ള സ്വാധീനം കൊണ്ടാണ് പഞ്ചായത്ത് ഭരണം ലഭിച്ചത്. മഹാരാഷ്ട്രയിൽ സി പി എം ഭരിക്കുന്ന പഞ്ചായത്തുകൾ ഉണ്ടെന്ന വിവരം ഇവിടെ വരുന്നതുവരെ അറിയില്ലായിരുന്നു. പഞ്ചായത്ത് ഓഫീസിൽ ഞങ്ങൾക്ക് ലഘുസൽക്കാരവും കിട്ടി. ചായയും ആലുപൊറന്തയും. ഖുമെയ്ക്കൊപ്പം റോഡിലിറങ്ങിയ ഞങ്ങൾക്കുചുറ്റും ഗ്രാമീണർ അടുത്തു കൂടി. കേരളത്തിൽ നിന്നാണെന്നറിഞ്ഞപ്പോൾ ചിലർക്ക് അത്ഭുതം. ഇത്രദൂരം താണ്ടി ഇവിടെ എത്തിയോ എന്നഭാവം. എന്നാൽ കേരളം എവിടെയാണെന്നറിയാതെ പകച്ച ചിലരേയും കണ്ടു. അവർക്ക് കൂടെയുള്ളവർ 'മദ്രാസി' എന്ന സംജ്ഞയിലൂടെ സംശയം മാറ്റിക്കൊടുക്കുന്നത് നോക്കി ആസ്വദിച്ചു. ഒപ്പം ഒരു ചെറു വേദനയും.

വീണ്ടും ഖുമെയുടെ ബൈക്കിൽ കയറി യാത്രയായി. തൊട്ടടുത്ത വാറൂഡ് (Warud) എന്ന പഞ്ചായത്താണ് ലക്ഷ്യം. ഈ പഞ്ചായത്തും ഭരിക്കുന്നത് സി പി എം ആണ്. പതിമൂന്നംഗ ഭരണസമിതിയിൽ പത്തുപേർ സി പി എം നെ പ്രതിനിധീകരിക്കുന്നു. പാർട്ടിയുടെ ശക്തികേന്ദ്രങ്ങൾ കാണിച്ചുതരുന്നതിൽ ഖുമേയ്ക്ക് പ്രത്യേക സന്തോഷവും

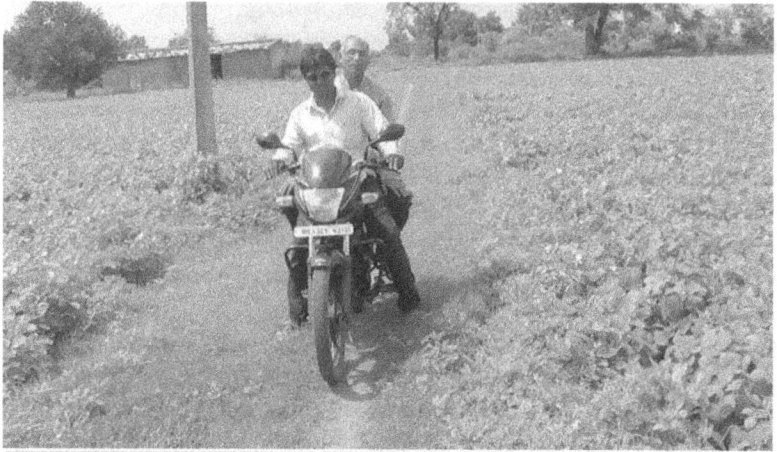

രവിരാജ് ഖുമേയ്ക്കൊപ്പം ഒരു യാത്ര

അഭിമാനവുമുള്ളതായി തോന്നി. പഞ്ചായത്ത് ഓഫീസിൽ എത്തുമ്പോൾ സർപഞ്ച് സഞ്ജയ് ഭോയറും ഉപ സർപഞ്ച് ടെണ്ടുൽക്കറും ഉണ്ടായി രുന്നു. മഹാരാഷ്ട്രയിലും കേരളത്തിലേതുപോലെ അധികാര വികേന്ദ്രീ കരണം നടപ്പിലാക്കിയിട്ടുണ്ടെങ്കിലും പദ്ധതി വിഹിതത്തിന്റെ നാല്പതു ശതമാനമൊന്നും പഞ്ചായത്തുകൾക്ക് നല്കുന്ന രീതിയില്ല. എന്നാൽ വറൂഡ് പഞ്ചായത്തിൽ ഗ്രാമസഭയും ആസൂത്രണസമിതിയും പ്രവർത്തി ക്കുന്നതായി സർപഞ്ച് വ്യക്തമാക്കി.

തിരിച്ച് സേവാഗ്രാമിൽ എത്തി. പക്ഷേ, യാത്ര അവസാനിപ്പിക്കാതെ ഖുമെ മുന്നോട്ടുപോകുകയാണ്. ചെറുകയറ്റങ്ങളും ഇറക്കങ്ങളുമൊക്കെ പിന്നിട്ട് ഗ്രാമത്തിലെ ഒരു വീടിന് മുന്നിലെത്തി, "ഇതാണ് എന്റെ വീട്". മുന്നിൽക്കണ്ട വീടിനെ ചൂണ്ടി ഖുമെ പറഞ്ഞു. ഒരു സസ്പെൻസ് ആയി ക്കോട്ടെ എന്നു കരുതി നേരത്തെ പറയാതിരുന്നതാണ്. ഒരു ചെറിയ കോൺക്രീറ്റ് വീട്. മുറ്റത്ത് ഏതാനും ചെടികൾ നട്ടുവളർത്തിയിട്ടുണ്ട്. അടുത്തടുത്ത് ധാരാളം ചെറിയ വീടുകൾ കാണാം. ദളിതർ താമസി ക്കുന്ന ഒരു പ്രദേശമാണത്.

ഞങ്ങളെക്കണ്ട് ഖുമെയുടെ അച്ഛനും അമ്മയും ഇറങ്ങിവന്നു. അക ത്തുകയറിയ ഉടൻ ഖുമെയുടെ ഭാര്യ ലോട്ടയിൽ വെള്ളവുമായെത്തി. ലഘുഭക്ഷണമായി 'പൊക'യും ഉണ്ടായിരുന്നു. അവിൽ, മലർ, വറുത്ത ചെറുപയർ, കപ്പലണ്ടി, ഉഴുന്ന് എന്നിവ ചേർന്ന ഒരു മിശ്രവിഭവമാണ് 'പൊക'. അവസാനം സുപാരി എന്ന വാസനപാക്കും എത്തി. എതാണ്ട് അരമണിക്കൂറോളം കുടുംബാംഗങ്ങളുമായി വർത്തമാനം പറഞ്ഞിരുന്നു. ഖുമേയ്ക്ക് കുട്ടികളില്ല. വിവാഹം കഴിഞ്ഞിട്ട് അധികനാളുകൾ ആയി ട്ടില്ല. ഭാര്യ ബിരുദധാരിണിയാണ്. സ്ഥിരം തൊഴിലിനായി ശ്രമിക്കുന്നുണ്ട്.

സ്വപരിശ്രമത്താൽ മുന്നേറുന്ന ഒരു ദളിത് കുടുംബമായിരുന്നു അത്. ബിരുദധാരിയാണ് രവിരാജുമെന്ന് വഴിയേ അറിഞ്ഞു.

നേരം സന്ധ്യയായി. ഇരുട്ട് ചുറ്റുപാടും വ്യാപിച്ച് കാഴ്ചയെമറ യ്ക്കാൻ തുടങ്ങി. രവിരാജ് ഖുമെയുടെ കുടുംബാംഗങ്ങളോട് യാത്രപ റഞ്ഞ് വീണ്ടും ബൈക്കിൽക്കയറി ബോർലെയുടെ ഭവനത്തിലേക്ക് തിരിച്ചു. അവിടെ എത്തുമ്പോൾ ശരിക്കും ഇരുട്ട് വീണുകഴിഞ്ഞിരുന്നു. കാലികൾക്ക് വൈക്കോൽ ഇട്ടുകൊടുത്തുകൊണ്ടിരുന്ന ബോർലെ അടു ത്തേക്ക് വന്നു. വീടിനകത്തുകയറി അല്പം കഴിഞ്ഞപ്പോൾ മലയാളി യുടെ സഹജശീലം ഉള്ളിൽ ചുരമാന്താൻ തുടങ്ങി. വൈകുന്നേരത്തെ കുളി. രാവിലെ മുതൽ അലച്ചിലും യാത്രയുമാണ്. മഴക്കാലമായതിനാൽ കാര്യമായി വിയർക്കുന്നില്ലെന്നേയുള്ളൂ. ബോർലെയോട് ആവശ്യം പറഞ്ഞു. ദിവസവും രണ്ടുനേരം കുളിക്കുന്ന പതിവൊന്നും അവിടെ യാർക്കുമില്ല. വല്ലപ്പോഴും കുളിക്കുമെന്നേയുള്ളൂ. തണുപ്പുകാലമായാൽ കുളിയുടെ എണ്ണം വീണ്ടും കുറയും. കടുകെണ്ണയും തേച്ചു നടക്കും. അടുത്തുവരുമ്പോൾ കടുകെണ്ണയുടെ നാറ്റം മൂക്കിലടിക്കും. വീട്ടിൽ കുളി മുറിയില്ല. ബോർലെയുടെ മകൻ ഞങ്ങളെ കുറച്ചപ്പുറത്തുള്ള കിണറ്റിൻക രയിലേക്ക് കൊണ്ടുപോയി. 'അണ്ടാവു' പോലെയുള്ള ഒരു വലിയ പാത്ര ത്തിൽ വെള്ളം പമ്പു ചെയ്തുവച്ചിരിക്കുന്നു. ഓപ്പൺ എയറിൽ ഇരുട്ടു തീർത്ത മറയ്ക്കുള്ളിൽ നന്നായൊരു കുളി നടത്തി.

ചന്ദ്രൻ മാനത്തുണ്ട്. പക്ഷേ, കാർമേഘങ്ങൾ മറയ്ക്കുന്നതുമൂലം ഭൂമിയിലെത്താൻ കഴിയുന്നില്ല. മേഘക്കൂട്ടങ്ങളുടെ വിടവിൽ വെള്ളി അര ഞ്ഞാണംപോലെ പ്രഭതിളങ്ങുന്നു. വിന്ധ്യാതടം ലക്ഷ്യമാക്കി വടക്കു

ഖുമേ കുടുംബം

കിഴക്കൻ ദിശയിലേക്ക് മേഘക്കൂട്ടങ്ങൾ ധൃതിയിൽ പ്രയാണം ചെയ്യുന്നു. കനിവെന്നോണം ഇടയ്ക്കിടയ്ക്ക് ചാറ്റൽമഴ പൊഴിക്കുന്നുമുണ്ട്. ചുറ്റും നോക്കി. വിശാലമായ കൃഷിയിടം. സർവ്വം നിശ്ശബ്ദതയിൽ അമർന്നു കിടക്കുന്നു. ഒരു നരച്ച പ്രകാശം സസ്യജാലങ്ങൾക്കുമേൽ പടർന്നുകിടക്കുന്നുണ്ടെങ്കിലും ഭൂമി ഇരുണ്ടിരുന്നു. ആകാശത്തിലെ വെള്ളിവെളിച്ചവും ഭൂമിയിലെ ഇരുട്ടും ചേർന്നൊരു മായിക ചുറ്റുപാട്.

തിരിച്ചെത്തിയ ഞങ്ങളെക്കാത്ത് അത്താഴവിഭവങ്ങൾ. തന്തൂരി റൊട്ടി, മേമ്പൊടിക്ക് പച്ചരിച്ചോർ, മട്ടർപനീർ, മസാലയുടെ അതിപ്രസരമുള്ള അച്ചാർ, പിന്നെ ജീരക പർപ്പടകവും. ഭക്ഷണശേഷം മുറ്റത്തെ ചൂടിക്കട്ടിലിൽ കുറേസമയം ഇരുന്നു. ഒരു തളിക നിറയെ ഓറഞ്ച് കട്ടിലിന്റെ ഓരത്ത് സ്ഥാനംപിടിച്ചു. അതും മുറ്റത്തെ ഓറഞ്ചു മരത്തിൽനിന്ന് പറിച്ചെടുത്തത്. ഓറഞ്ച് വീണ്ടും വീണ്ടും കഴിക്കാൻ ബോർലെ നിർബന്ധിച്ചുകൊണ്ടിരുന്നു. വായ നന്നാക്കാൻ മറ്റൊരു പാത്രത്തിൽ 'സുപാരി'.

മാനത്തെ വിളറിയ ചന്ദ്രനെയും ഇരുണ്ട ഭൂമിയെയും സാക്ഷി നിർത്തി ഭിക്കാജി ബോർലെ വാർദ്ധയുടെ, അല്ല വിദർഭയുടെ കഥ പറഞ്ഞു. മൗര്യവംശത്തോളം പുറകിലേക്ക് - വിക്രമാദിത്യൻ, ഗോണ്ടുകൾ, മുഗളന്മാർ, ഭാമിനി സുൽത്താൻമാർ, രാഷ്ട്രകൂട്ടർ, ഭോസ്ലേമാർ, ബ്രിട്ടീഷുകാർ, ഗാന്ധിജി-മറക്കാത്ത ഓർമ്മകൾ സൃഷ്ടിച്ച് ഈ മണ്ണിലൂടെ കടന്നുപോയ ആരേയും വിട്ടുപോയില്ല. ഹിന്ദിയും മറാത്തിയും

ബോർലെയ്ക്കൊപ്പം യാത്രികർ

ചേർന്ന ഭാഷ. കുറെയൊക്കെ മനസ്സിലായി. കുറെയേറെ ഊഹിച്ചു. ഉറക്കം ഭിക്കാജിയുടെ കൺപോളകളെ താഴേക്ക് വലിച്ചടപ്പിച്ചു. വാക്കുകൾക്ക് അവ്യക്തത ബാധിച്ചു. കേൾവിക്കാരിലും മയക്കത്തിന്റെ കച്ച പതിയെ വീഴാൻതുടങ്ങി. അവസാനം ശുഭരാത്രി നേർന്ന് ഭിക്കാജി ഉറങ്ങാൻ പോയി; ഞങ്ങളും.

രാവിലെ കുളിച്ച് റെഡിയായി ഖുമെയുടെ വരവും കാത്തിരുന്നു. ഇതിനിടയിൽ പ്രഭാതഭക്ഷണം കിട്ടി. നമ്മുടെ നാട്ടിലേതുപോലെ രാവിലെ മൂക്കറ്റം കഴിക്കുന്ന പതിവില്ല. ഉച്ചഭക്ഷണവും, അത്താഴവുമേയുള്ളൂ. പ്രഭാതത്തിൽ അരിഷ്ടംപോലെ അളന്നുകിട്ടുന്ന ചായയ്ക്കൊപ്പം 'പൊരി' അകമ്പടി. അതിന് 'രാഫ്ത' എന്നാണ് പറയുന്നത്. രാഫ്ത കഴിച്ചുതീർന്നപ്പോഴേക്ക് രവിരാജ് എത്തി. ഭിക്കാജിയോടും കുടുംബത്തോടും നന്ദിപൂർവ്വം യാത്ര പറഞ്ഞു.ഒന്നും കാംക്ഷിക്കാതെ രണ്ട് മദ്രാസികളെ ഒരു രാത്രി പോറ്റിയ അവരുടെ ഹൃദയവിശാലതയെ മനസ്സിൽ നമിച്ചു.

സേവാഗ്രാം ടൗണിൽ എത്തിയ ഞങ്ങൾ ഖുമെയുടെ ബൈക്കിന്മേലുള്ള യാത്ര അവസാനിപ്പിച്ചു. പാവം, രണ്ടുദിവസമായി ഒന്നും പ്രതീക്ഷിക്കാതെ ഞങ്ങൾക്കുവേണ്ടി കഷ്ടപ്പെടുന്നു. എന്തായാലും ഇവിടെ വരെ വന്നതല്ലെ. ഗാന്ധിജിയുടെ പ്രമുഖശിഷ്യനായ വിനോബാജിയുടെ പൗനാർ ആശ്രമം കണ്ടു പോകുന്നതല്ലേ നല്ലത്. ആറുനാഴിക അകലെയുള്ള ആശ്രമത്തിലേക്ക് ഒരു ഓട്ടോറിക്ഷയിൽ യാത്രതിരിച്ചു. ധാം നദിക്കു കുറുകെയുള്ള പാലം കടന്ന് എത്തിയത് പൗനാർ ആശ്രമത്തിലാണ്. കാലവർഷക്കാലമായിട്ടും പാറക്കെട്ടുകൾ നിറഞ്ഞ നദി ആവശ്യത്തിനു വെള്ളമില്ലാതെ തേങ്ങുന്നു.

തന്റെ ആത്മീയ പിൻഗാമിയായി ഗാന്ധിജി പ്രഖ്യാപിച്ചത് ആചാര്യ വിനോബ ഭാവേയെയാണ്. ശാസ്ത്രത്തെയും ആത്മീയതയേയും ഒരേ പോലെ കൂട്ടിയോജിപ്പിക്കാൻ ശ്രമിച്ച ആളാണ് വിനോബ. ശാസ്ത്രത്തിന്റെ നിഗ്രഹാനുഗ്രഹ ശക്തിയെക്കുറിച്ച് നല്ല ബോദ്ധ്യമുണ്ടായിരുന്ന വിനോബ, ശാസ്ത്രത്തെ മനുഷ്യ നന്മയ്ക്കായി വിനിയോഗിക്കണമെന്ന പക്ഷക്കാരനായിരുന്നു. തന്റെ ആദർശങ്ങൾ പ്രയോഗപഥത്തിൽ എത്തിക്കാൻവേണ്ടി 1938 ൽ ധാം നദിക്കരയിൽ ബ്രഹ്മവിദ്യാമന്ദിർ എന്ന പേരിൽ ആശ്രമം സ്ഥാപിച്ചു. സാരള്യതയുടെ സമ്പദ്ശാസ്ത്രമാണ് അദ്ദേഹം മുന്നോട്ടുവെച്ചത്. പണരഹിത സമ്പദ്ഘടന മതി എന്ന അഭിപ്രായക്കാരനായിരുന്നു. ജീവിക്കാനായി കൃഷി ചെയ്യണം. അതും ഏറ്റവും ലളിതവും ചെലവില്ലാത്തതുമായ മാർഗ്ഗമുപയോഗിച്ച്. ഉഴുന്നതിന് കാളകളെയോ, കൃഷിപ്പണിക്ക് തൊഴിലാളികളെയോ പോലും ഉപയോഗിക്കരുത്. നിങ്ങൾക്ക് ആവശ്യമുള്ള മിനിമം സാധനങ്ങൾ സ്വയം അദ്ധ്വാനിച്ച് ഉല്പാദിപ്പിക്കുക. തൊഴിലാളികളെ ഉപയോഗിക്കരുത് എന്നുപറയാൻ കാരണം, അങ്ങനെ ഉപയോഗിച്ചാൽ തൊഴിലാളി-തൊഴിലുടമാബന്ധം ഉണ്ടാകും. ഇത് സമത്വം എന്ന ആശയത്തിനും അഹിംസയ്ക്കും എതി

രാണ്.

1951 ൽ ആന്ധ്രയിലെ പോച്ചംപള്ളി എന്ന ഗ്രാമത്തിൽനിന്ന് അദ്ദേഹം 'ഭൂദാൻ പ്രസ്ഥാനം' ആരംഭിച്ചു. ജന്മിമാരിൽ നിന്ന് സ്വമേധയാ കിട്ടുന്ന ഭൂമി ഭൂരഹിതർക്ക് വിതരണം ചെയ്യാനുള്ള പദ്ധതിയായിരുന്നു അത്. നീണ്ട പതിമൂന്ന് വർഷം ഭൂദാനപ്രസ്ഥാനത്തിന്റെ ഭാഗമായി ഇന്ത്യയിലദ്ദേഹം സഞ്ചരിച്ചു. കമ്യൂണിസ്റ്റ് പാർട്ടിയുടെ നേതൃത്വത്തിൽ നടന്ന തെലങ്കാനാ കർഷകസമരം കണ്ട്, ഇന്ത്യയെ കമ്യൂണിസ്റ്റ് ഭൂതം വിഴുങ്ങുമോ എന്ന ഭയപ്പാടിലാണ് ഭൂദാന പ്രസ്ഥാനം ആരംഭിച്ചതെന്ന ഒരാരോപണം നിലനില്ക്കുന്നുണ്ട്. ഗാന്ധിജിയും വിനോബായും കടുത്ത കമ്യൂണിസ്റ്റ് വിരോധികളായിരുന്നു. 1924 ൽ ലെനിൻ മരിച്ചപ്പോൾ അഖിലേന്ത്യാ കോൺഗ്രസ് കമ്മിറ്റിക്ക്, അനുശോചനം രേഖപ്പെടുത്താൻ ഗാന്ധിജിയുടെ എതിർപ്പുമൂലം കഴിഞ്ഞില്ല. ലെനിൻ അക്രമമാർഗ്ഗത്തിലൂടെയാണത്രേ അധികാരം പിടിച്ചത്. ഗാന്ധിജിയെപ്പോലെ ലളിതജീവിതം നയിക്കുകയും വൈക്കോൽമെത്തയിൽ കിടന്നുറങ്ങുകും ചെയ്ത മനുഷ്യനാണ് ലെനിൻ എന്ന യാഥാർത്ഥ്യമൊന്നും അദ്ദേഹം കണക്കിലെടുത്തില്ല. മാത്രമല്ല, ഗാന്ധിജിയുടെ ആത്മീയ ഗുരുവായിരുന്നു ടോൾസ്റ്റോയി. ലെനിനും ടോൾസ്റ്റോയിക്ക് ഒരർത്ഥത്തിൽ ഗുരുസ്ഥാനം കല്പിച്ചിരുന്നു. ഗാന്ധിജിക്ക് ലെനിനെ അംഗീകരിക്കാൻ ഈ സാജാത്യമൊന്നും മതിയായിരുന്നില്ല.

ആശ്രമത്തിന്റെ കവാടം കടന്ന് അകത്തുകയറി. പഴയമാതൃകയിലുള്ള ഓടിട്ട നിരവധി കെട്ടിടങ്ങൾ. അവിടമാകെ വാനരസേന കൈയടക്കിയിരിക്കുകയാണ്. വിശാലമായ നടുമുറ്റത്ത് കൃഷിയിറക്കിയിരിക്കുന്നു. ചേനയും ചീരയുമൊക്കെ തഴച്ച് വളരുന്നുണ്ട്. ആദ്യം കണ്ടത് ഒരു പുസ്തകശാലയാണ്. അതിന്റെ ചുമതലക്കാരനോട് ആശ്രമത്തെക്കുറിച്ച് ചോദിച്ചുമനസ്സിലാക്കി. അന്തേവാസികളിൽ കൂടുതലും സ്ത്രീകളാണ്. ആശ്രമഭരണം ഒരു പ്രത്യേക വ്യക്തിയിൽ നിക്ഷിപ്തമല്ല. കൂട്ടായ തീരു

വിനോഭാബാവേ ആശ്രമം ബ്രഹ്മവിദ്യാമന്ദിർ

മാനവും കൂട്ടായ നിർവ്വഹണവുമാണ്. ധരിക്കാനുള്ള വസ്ത്രം മുതൽ ഭക്ഷണാവശ്യത്തിനുള്ള വകകൾവരെ ആശ്രമ വളപ്പിൽ നിന്നാണ്. സർക്കാരിൽനിന്നോ, മറ്റേതെങ്കിലും ഏജൻസികളിൽനിന്നോ ഒരു സഹായവും സ്വീകരിക്കുന്നില്ല. കൃഷിയും പശുവളർത്തലും നൂൽനൂല്പും, നെയ്ത്തും എല്ലാം ആശ്രമത്തിലുണ്ട്. അതൊക്കെയും നടന്നുകണ്ടു. അന്തേവാസികളിൽ മിക്കവരും അറുപത് പിന്നിട്ടവരാണ്. വിളറിയതെ ങ്കിലും മുഖത്ത് പ്രശാന്തിയുടെ തിളക്കം കാണാം.

പൗനാർ ആശ്രമത്തോട് യാത്രപറഞ്ഞ് സേവാഗ്രാമിലേക്ക് തിരിച്ചു. ഞങ്ങളെത്തുമ്പോൾ ഖുമെ ബാർബർഷോപ്പിൽ തന്റെ തൊഴിലിൽ വ്യാപൃതനായിരുന്നു. ആദ്യ സന്ദർശനസമയത്തേതുപോലെ ജോലി തീരാൻ അല്പനേരം കാത്തു.

ഖുമേയോട് യാത്രപറയാൻ നേരമായി. രണ്ടു ദിവസം ആത്മാർത്ഥ തയുള്ള ഒരു കമ്യൂണിസ്റ്റുകാരന്റെ സംരക്ഷണയിലായിരുന്നു. അത്, ഇതാ നഷ്ടപ്പെടാൻ പോകുന്നു. ഒരു നേരിയ നൊമ്പരം മനസ്സിൽ കൊളു ത്തിവലിച്ചു. അയാളുടെ സ്നേഹത്തിനും സഹായത്തിനും നന്ദി പറഞ്ഞു. സേവാഗ്രാമിനോട്, ബോർലെ കുടുംബത്തിനോട്, ഇവിടെനിന്ന് പകർന്നു കിട്ടിയ അനുഭവങ്ങളോട് മനസ്സുകൊണ്ട് വിട പറഞ്ഞു. യെവത്മാൽ എന്ന കർഷക ആത്മഹത്യാമുനമ്പിലേക്ക് തിരിച്ചു.

5

ദുരന്തഭൂമിയിലേക്കൊരു നേർനടത്തം

കയറിയത് പഴകിജീർണ്ണിച്ച ഒരു ബസിൽ. യാത്ര പുറപ്പെട്ടപ്പോഴേ ബസ് വിറയ്ക്കാൻ തുടങ്ങിയിരുന്നു. പക്ഷേ, വേഗതയ്ക്ക് കുറവില്ല. കൃഷ്ണമണികൾ കൺതടങ്ങളിൽ നിന്ന് ഇളകിപ്പോകുമോ എന്ന് ഭയപ്പെട്ടു. വിറയൽമൂലം വെളിയിലുള്ള ദൃശ്യങ്ങൾ എൺപതുകളിലെ ബ്ലാക്ക് ആന്റ് വൈറ്റ് ടി വി ചിത്രങ്ങൾ വെട്ടിമറയുന്നതുപോലെ തോന്നിച്ചു. നാഗ്പൂർ പോസ്റ്റ് എന്ന പത്രം വായിക്കാനായി കരുതിയിരുന്നുവെങ്കിലും ബസിന്റെ വിറയൽമൂലം കഴിഞ്ഞില്ല. വഴിയോരങ്ങളിൽ ബി ടി കോട്ടന്റെ പരസ്യപ്പലകകൾ കാണാം. കീടനാശിനികളും വിത്തുകളും വളങ്ങളും പരസ്യലോകത്തെ താരങ്ങളാണ്.

ഒരു സ്റ്റോപ്പിൽ ബസ് അല്പസമയം നിർത്തി. മടിയിലിരുന്ന പത്രത്തിലെ ഒരു ബോക്സ് തലക്കെട്ടിലേക്ക് കണ്ണുകൾ നീണ്ടു. `Buldana ryot consumes poison dies'. (*വിഷം കഴിച്ച കർഷകൻ ബുൽധാനയിൽ മരണപ്പെട്ടു.*) അതിനുള്ളിൽ മറ്റൊരു ചെറിയ ബോക്സിൽ 'Another ryot kills self in Yavatmal dist' (*യവത്മാൽ ജില്ലയിൽ വീണ്ടുമൊരു കർഷക ആതമഹത്യ*) - രണ്ട് കർഷക ആത്മഹത്യാവാർത്തകൾ. അതിൽ ഒരു മരണം യവത്മാൽ ജില്ലാ. ആശുപത്രിയിൽ വച്ചാണെന്നും വാർത്ത പറയുന്നു. മറ്റ് വിശദാംശങ്ങളൊന്നും തന്നെ ഉണ്ടായിരുന്നില്ല. അവിടെ കർഷക ആത്മഹത്യയുടെ വാർത്തകൾ ഇല്ലാതെ ഒരു ദിവസവും പത്രങ്ങൾ പുറത്തിറങ്ങുന്നില്ല. ആത്മഹത്യാവാർത്തകൾ കൊടുക്കുന്നതിൽ പത്രങ്ങൾ പ്രത്യേകം ശ്രദ്ധിക്കുന്നതായി തോന്നി. എന്തായാലും യവത്മാലിലേക്കാണല്ലോ പോകുന്നത്. ജില്ലാ ആശുപത്രിയിൽപ്പോയി വിവരങ്ങൾ അന്വേഷിക്കാം.

വഴിയോരത്തെ വിശാലമായ പാടപ്പരപ്പോ ഓറഞ്ചുതോട്ടങ്ങളോ കണ്ണുകളെ ആകർഷിച്ചതേയില്ല. വാർത്തയുടെ മ്ലാനതയിൽ മനസ്സ് അകപ്പെട്ടു. ഒരു കാര്യം ബോദ്ധ്യമായി; മഹാരാഷ്ട്രയുടെ സമൃദ്ധിയോ പ്രൗഢിയോ ഇവിടെ എവിടെയും ദൃശ്യമല്ല. പിന്നോക്കാവസ്ഥയുടെ ദൃശ്യങ്ങൾ വേണ്ടുവോളം കാണാനുണ്ടുതാനും. ബസ് യവത്മാൽ മുനിസിപ്പൽ സ്റ്റാന്റിൽ വിറച്ചുനിന്നു. സ്റ്റാന്റിനു പുറത്തിറങ്ങി സമീപത്തുകണ്ട ഓട്ടോയിൽ കയറി യവത്മാൽ ജില്ലാ ആശുപത്രിയിലേക്ക് യാത്രയായി. പത്രത്തിലെ ചെറുവാർത്ത മനസ്സിലേക്ക് ഒരിക്കൽക്കൂടി കടന്നുവന്നു. `Insipte of all tall claims from centre and state government of providing relief to farmers, the agrarian crisis continue to claim lives of debt-ridden ryots in the region. അപ്പോൾ കർഷക പ്രതിസന്ധി പരിഹരിക്കാനുള്ള സർക്കാർ നടപടികൾ ഫലപ്രദമല്ലെന്ന് വിമർശനാത്മകമായി പത്രം പറഞ്ഞുവയ്ക്കുകയാണ്.

ആശുപത്രി സൂപ്രണ്ടിന്റെ മുറിയന്വേഷിച്ച് കണ്ടുപിടിച്ചു. അദ്ദേഹത്തോട് വിവരം പറഞ്ഞു. ഇവിടെ പ്രതിദിനം നിരവധി ആത്മഹത്യാ കേസുകൾ റിപ്പോർട്ട് ചെയ്യപ്പെടാറുണ്ടെന്നും നിങ്ങൾ ഉദ്ദേശിക്കുന്നത് ആരെയാണെന്ന് അറിയില്ലെന്നും ഡോക്ടർ പറഞ്ഞു. പുറത്തിറങ്ങി മോർച്ചറിക്കു സമീപം അന്വേഷിക്കുക. അദ്ദേഹം കൈയൊഴിഞ്ഞു. മോർച്ചറിക്കുമുന്നിൽ നിരവധി ആളുകൾ കൂടിനില്ക്കുന്ന കൂട്ടത്തിൽ ഒരാളിനെ പരിചയപ്പെട്ടു. വിദർഭ ജന അന്തോളൻ സമിതിയുടെ പ്രവർത്തകൻ. പേര് ഭഗവാൻ ഗെയ്ക്വാദ്. ആത്മഹത്യാവാർത്ത അറിഞ്ഞെത്തിയതാണ് അയാളും. വിദർഭയിലെ കർഷക ആത്മഹത്യ ഒഴിവാക്കാൻ പ്രവർത്തിക്കുന്ന ഒരു സംഘടനയാണ് 'വിദർഭ ജന അന്തോളൻ സമിതി'. കിഷോർതിവാരി എന്നയാളാണ് പ്രസ്ഥാനത്തിന് നേതൃത്വം നല്കുന്നത്. മരിച്ച ആളിനെക്കുറിച്ചുള്ള വിവരങ്ങൾ ഗെയ്ക്വാദിൽ നിന്ന് മനസ്സിലാക്കി. മനോജ്വ്യാസ്സ് എന്നാണ് മരിച്ച ആളിന്റെ പേര്. പ്രായം നാൽപതുവയസ്സ്. ഉമർഘേഢ് താലൂക്കിൽപ്പെട്ട 'ധാൻകി' ഗ്രാമക്കാരനാണ്. സ്വന്തം ഗ്രാമത്തിലെ കൃഷിപ്പണി പ്രതിസന്ധിയിലായപ്പോൾ മറ്റൊരു ഗ്രാമമായ 'ഡർവ'യിലേക്ക് കുടിയേറിയതാണ് അയാൾ. ഒന്നര ഏക്കർ ഭൂമിയിലാണ് കൃഷി ചെയ്തിരുന്നത്. തുടർച്ചയായ വരൾച്ച കൃഷിയെ പ്രതിസന്ധിയിലാക്കി. ഒപ്പം സ്വന്തം ജീവിതവും. ഓരോ വിളയിറക്കലിനും പലരിൽനിന്നും പണം കടം വാങ്ങിയിരുന്നു. പക്ഷേ, കൃഷിനശിച്ചതിനാൽ പണം തിരിച്ചുനല്കാൻ കഴിഞ്ഞില്ല. കടക്കാരുടെ ശല്യം സഹിക്കവയ്യാതായി. ഒപ്പം കുടുംബത്തിനകത്തെ ദൈനംദിന ചെലവുകൾക്ക് വഴികാണാനാവാത്ത അവസ്ഥ മറുവശത്ത്. സഹായിക്കാനാരുമില്ല. സുഹൃത്തുക്കളും ബന്ധുക്കളുമൊക്കെ ഇതേപോലെ വഴിമുട്ടിയവർ. കടുത്ത ഒറ്റപ്പെടൽ ഭീതി. റൊട്ടി ഉണ്ടാക്കാൻ ആട്ട ഇല്ലെങ്കിലും എല്ലാ കൃഷിക്കാരുടെ വീട്ടിലും ഒരു വസ്തു സുലഭമായി ഉണ്ടാകും- കീടനാശിനി. സർക്കാരിലെ കൃഷി ഉപദേശകരും, വിത്ത്-വളം-കീടനാശിനി

ലോബികളും ചേർന്ന് സൃഷ്ടിച്ച കൂട്ടുകെട്ടുമൂലം കീടനാശിനി തളിക്കാതെ ഒരു കൃഷിയും സാദ്ധ്യമല്ലെന്നതാണ് ഇന്നത്തെ ഇന്ത്യൻ അവസ്ഥ. എല്ലാ കൃഷിക്കാരുടെ വീട്ടിലും കീടനാശിനി ഒരു അവശ്യവസ്തുവായി കരുതിവച്ചിട്ടുണ്ടാവും. ഇവിടെ എല്ലാ വഴികളുമടഞ്ഞ് അന്ധാളിപ്പിലായ വ്യാസ് അവസാനം കീടനാശിനിയിൽ അഭയം കണ്ടെത്തി.

പോസ്റ്റുമോർട്ടം നടപടികൾ അകത്ത് മുന്നേറുകയാണ്. ഗ്രാമത്തിൽനിന്ന് വിവരമറിഞ്ഞ് ഏതാനും ബന്ധുക്കളും പൊലീസുകാരും എത്തിയിട്ടുണ്ട്. കുറച്ചപ്പുറത്തുള്ള ഷെഡിന്റെ തൂണുംചാരി ഒരു സ്ത്രീ വിവശതയോടെ ഇരിക്കുന്നു. സമീപത്ത് കൂട്ടായി ഒന്ന് രണ്ട് പ്ലാസ്റ്റിക് കവറുകളുമുണ്ട്. വിഷം കഴിച്ച് അത്യാസന്നനായ ഭർത്താവിനൊപ്പം ആശുപത്രിയിലെത്തിയതാണ്. പക്ഷേ, തിരിച്ചുകൊണ്ടുപോകുന്നത് ഭർത്താവിന്റെ ചേതനയറ്റ ശരീരമാണ്. ഗെയ്ക്വാദ് അവരെ ചൂണ്ടിക്കാട്ടിത്തന്നു. ജീവിതപ്രാരാബ്ദ്ധങ്ങൾ വടുകെട്ടിയ മുഖം. ദൈന്യതയും അരക്ഷിതത്വവും നിറഞ്ഞ അവരുടെ കണ്ണുകൾ ഒന്നിലും ഉറയ്ക്കാതെ ചുറ്റും ഉഴറുന്നു. ഇത് എതൊരാളിനെയും സ്പർശിക്കുന്ന ഒരു കാഴ്ചയാണ്. കാഴ്ചക്കാരുടെ മനസ്സിൽ സൂചികുത്തിയാലെന്നപോലെ വേദനപടർന്നു കയറും. ഒന്നരയോ രണ്ടോ ലക്ഷം രൂപയാണ് അയാളുടെ പരമാവധി കടം. പക്ഷേ, അത് വ്യാസിനെ സംബന്ധിച്ചിടത്തോളം ഭാരിച്ചതുകയാണ്. പക്ഷേ, ഭരണകൂടത്തിനോ, പൊതുസമൂഹത്തിനോ ഈ ഒന്നര ലക്ഷം രൂപ അത്രവലിയ തുകയൊന്നുമല്ല. അതും ശതകോടീശ്വരന്മാരുടെ കോടാനുകോടി രൂപ എഴുതിത്തള്ളുന്ന ഈ നാട്ടിൽ. ആത്മഹത്യ ചെയ്യുന്ന ആളിന്റെ കുടുംബത്തിന് സർക്കാർ ഒരു ലക്ഷംരൂപ നല്കും. എന്നാൽ മരിക്കുന്നതിനുമുമ്പ് ഈ തുക കടാശ്വാസമായി നല്കിയിരുന്നുവെങ്കിൽ ചില കുടുംബങ്ങളെങ്കിലും രക്ഷപ്പെട്ടേനെ. ആ വിവേകം ഭരണകൂടത്തിന് ഇനിയുമുണ്ടായിട്ടില്ല. മദ്ധ്യകാലഘട്ടത്തിലെ ഫ്യൂഡൽ മനോഭാവത്തിൽനിന്ന് ജനാധിപത്യ സർക്കാരുകൾ ഇനിയും മോചിതരായിട്ടില്ല എന്ന തിരിച്ചറിവാണ് ഇത് സൂചിപ്പിക്കുന്നത്.

വ്യാസിന്റെ മൃതദേഹം കൊണ്ടുപോകാൻ ഒരു പിക്കപ്പ് ഓട്ടോയുമായിട്ടാണ് നാട്ടുകാരെത്തിയിരിക്കുന്നത്. ഈ പാവങ്ങൾക്ക് ആംബുലൻസൊന്നും സൗകര്യത്തിന് ലഭിക്കില്ല. മരിച്ച മനുഷ്യനോട് ആദരവു സൂചിപ്പിക്കാനായി അന്തസ്സുറ്റ ഒരു അന്ത്യയാത്രയ്ക്കുപോലും സൗകര്യമൊരുക്കാൻ പൊതുസമൂഹത്തിനു കഴിയുന്നില്ലല്ലോ എന്നോർത്തപ്പോൾ ഉള്ളിൽ രോഷം പതഞ്ഞു. ആശുപത്രിയുടേയും പരിസരത്തിന്റേയും ഫോട്ടോ എടുക്കാനുള്ള തങ്ങളുടെ ശ്രമം ഗെയ്ക്വാദ് സ്നേഹപൂർവ്വം നിരുത്സാഹപ്പെടുത്തി. ദൈന്യതയുടെ ചിത്രങ്ങളും സംഭവങ്ങളും കണ്ടും അനുഭവിച്ചും സഹികെട്ടുവെന്നയാൾ പറഞ്ഞു.

പ്രാദേശികവാദം അതിരുവിട്ടാൽ

യവത്മാലിൽനിന്ന് മഹാഗാവിലേക്കാണ് അടുത്ത യാത്ര. അഡ്വ. ഡി ബി നായിക്കിനെക്കാണുകയാണ് ആദ്യ പരിപാടി. നായിക്കിന്റെ ഫോൺ നമ്പർ കൈവശമുണ്ട്. നായിക് മഹാഗാവ് പഞ്ചായത്ത് മുൻ സർപഞ്ചാണ്. കർഷകസംഘത്തിന്റെ സ്ഥലത്തെ പ്രധാന നേതാവും. യവത്മാലിൽനിന്ന് മഹാഗാവിലേക്ക് നേരിട്ട് ബസ് സർവ്വീസില്ലെന്ന് അന്വേഷണത്തിൽ അറിഞ്ഞു. ധനോഡയ്ക്കുള്ള ബസിൽ കയറി. ഇരുന്നൂറു കിലോമീറ്റർ ദൈർഘ്യമുണ്ട് ധനോഡയിലേക്ക്. കുറഞ്ഞത് നാലുമണിക്കൂർ യാത്ര. കാര്യമായ തിരക്കൊന്നുമില്ല. ദരിദ്രപ്രദേശമാണ്. മറാത്ത് വാഡയുടെ സമൃദ്ധിയൊന്നും ഇവിടെ കാണാനില്ല. അതുകൊ ണ്ടുതന്നെ മനുഷ്യരുടെ യാത്രകൾ അത്യാവശ്യത്തിനുമാത്രം. ദൈന്യത മൂടുപടമിട്ട പട്ടണം പിന്നിട്ട് ബസ് ഗ്രാമങ്ങളിലേക്കും കൃഷിയിടങ്ങളി ലേക്കും കടന്നു. നാരകത്തോട്ടങ്ങളുടെ വിശാലമായ പരപ്പിലൂടെയാണ് യാത്ര. ഇടയ്ക്കിടയ്ക്ക് പരുത്തിയും സോയയുമൊക്കെ വ്യത്യസ്തത തീർക്കുന്നുണ്ട്. ഇപ്പോൾ ബസ് സഞ്ചരിക്കുന്നത് ഒരു മലമ്പ്രദേശത്തു കൂടിയാണ്. ജനവാസം തീരെയില്ല. തേക്കിൻ തോട്ടമാണ് ചുറ്റും. വിദൂര തയിൽക്കാണുന്ന മലമുകളിൽപ്പോലും തേക്കിന്റെ പച്ചപ്പ് ദൃശ്യമാണ്.

ധനോഡയിൽ എത്തിയപ്പോൾ നാലുമണി കഴിഞ്ഞു. ഉച്ചഭക്ഷണം കഴിച്ചിരുന്നില്ല. വയറ്റിൽ വിശപ്പ് എപ്പോഴോ ആളിക്കെട്ടിരുന്നു. ഇവിടത്തെ മനുഷ്യർ ഉച്ചഭക്ഷണമൊന്നും കൃത്യതയോടെ കഴിക്കുന്നവരല്ല. അതു കൊണ്ടുതന്നെ നമ്മുടെ നാട്ടിലേപ്പോലെ ഭക്ഷണം കഴിക്കാനായി ഇടയ്ക്ക് ബസ് നിർത്തുന്ന സമ്പ്രദായമൊന്നുമില്ല. ബസിറങ്ങിയ സ്ഥലത്ത് വലിയ കടകളൊന്നുമില്ല. ഒരു ഉറക്കം തൂങ്ങിക്കവല. അവിടവിടെ ഉറക്കംതൂങ്ങി

സൈൻ ബോർഡ്

കളായ ചില കടകളും. മുന്നിൽക്കണ്ട ധാബയിൽ നിന്ന് എരിയൻ മസാലയിൽക്കുളിപ്പിച്ച അല്പം മസാലച്ചോറും, ഓരോ റൊട്ടിയും കഴിച്ച് വയറിനെ തല്ക്കാലത്തേക്ക് സമാധാനിപ്പിച്ചു. ഇവിടെ നിന്ന് മഹാഗാവിലേക്ക് കൃത്യമായി ബസ് ഇല്ല. ഒന്ന് രണ്ട് ബസുകൾ ഉണ്ട്. എന്നാൽ എപ്പോൾ വരുമെന്ന് ഉറപ്പില്ല. ധനോഡയ്ക്ക് ഒരു പ്രത്യേകയുണ്ട്. അല്പം മാറി വിദർഭയ്ക്ക് അതിർത്തി തിരിച്ചുകൊണ്ട് പെൻ ഗംഗാനദി ഒഴുകുന്നു. നദിക്ക് അങ്ങേക്കര മുതൽ മറാത്താവാഡയാണ്. സവർണ്ണതയുടെയും സമൃദ്ധിയുടെയും ഭൂമി അവിടെ ആരംഭിക്കുന്നു. വഴി ചോദിച്ച ധനോഡക്കാരൻ തന്നെയാണ് ഇതു പറഞ്ഞത്. പ്രാകൃതഹിന്ദിയിലുള്ള അയാളുടെ വാക്കുകളിൽ വെറുപ്പും അപരിചിതത്വവും നിഴൽവീഴ്ത്തിയിരിക്കുന്നു. ഏതോ ശത്രുരാജ്യത്തെ ചൂണ്ടിക്കാട്ടുന്നതുപോലെയുള്ള ഭാവം. ഒരു സംസ്ഥാനത്തിനുള്ളിലാണെങ്കിലും സാംസ്കാരിക വൈവിദ്ധ്യം ഈ പ്രദേശങ്ങളെ വേറിട്ടതാക്കുന്നു.

ഇവിടെനിന്ന് മഹാഗാവിന് പതിനേഴ് കിലോമീറ്റർ ഉണ്ട്. ബസ് പ്രതീക്ഷിച്ച് നില്ക്കുന്നത് ബുദ്ധിയല്ല. പെട്ടെന്ന് എവിടെനിന്നോ ഒരു ഓട്ടോറിക്ഷ ഓടിക്കിതച്ചെത്തി. മഹാഗാവിനുവരാൻ ഡ്രൈവർക്ക് നൂറുവട്ടം സന്തോഷം. ഒരു നീണ്ട ഓട്ടം കിട്ടിയതിലുള്ള സന്തോഷം അയാൾ മറച്ചുവച്ചില്ല. തിരക്ക് നന്നെ കുറഞ്ഞ റോഡ്. സ്വന്തം വീടും കൃഷിയിടവുമായി ഒരുങ്ങിക്കഴിയുന്നതുകൊണ്ടാവാം റോഡിൽ മനുഷ്യസാന്നിദ്ധ്യം നേർത്തുപോയത്. റോഡിനിരുപുറവും ബാബുൽ മരങ്ങൾ സമൃദ്ധമായി വളരുന്നുണ്ട്. അവയിൽ മഞ്ഞപ്പൂക്കളുടെ പ്രളയം. ശ്രാവണമാസത്തിലെ ചൂടുകാറ്റിൽ പൂമണം കലർന്നിരിക്കുന്നു. മേടത്തിലെ പൂത്തുലഞ്ഞ കണിക്കൊന്നയുടെ ദൃശ്യഭംഗി. പൂക്കളുടെ പീതവർണ്ണവും ഇലച്ചാർത്തിന്റെ

സഖാവ് നായിക്കും സുഹൃത്തുക്കളും

പച്ചരാശിയും. പ്രകൃതിയുടെ വർണ്ണ സങ്കലനബോധം അപാരം തന്നെ. ഇടയ്ക്കിടയ്ക്ക് വനത്തിന്റെ ചെറുതുരുത്ത് പ്രത്യക്ഷപ്പെട്ട് കൃഷിയിടത്തിന് വഴിമാറുന്നു. അവസാനം റിക്ഷ ഓടിയും കിതച്ചും മഹാഗാവിലെത്തി. മഹാഗാവ് ഒരു കാലത്ത് ഒരു മഹാനഗരിയായിരുന്നിരിക്കണം. ഇപ്പോഴത് ദരിദ്രമായ ഒരു ചെറുപട്ടണം മാത്രമാണ്. ഗ്രാമപഞ്ചായത്ത് ഓഫീസിനുമുന്നിൽ ഓട്ടമവസാനിപ്പിച്ചു. അഡ്വ. നായിക്കിനെ ഫോണിൽ ബന്ധപ്പെട്ടു. സ്ഥലത്തിപ്പോഴില്ലെന്നും ഒരു മണിക്കൂർ കഴിഞ്ഞ് എത്തുമെന്നും അറിയിച്ചു. ജീവ് റ്റോഡേയുടെ ചായക്കടയിൽ വെയിറ്റുചെയ്യാൻ പറഞ്ഞു. നന്നായി പരിശ്രമിച്ച ശേഷമാണ് ജീവ് റ്റോഡേയുടെ ചായക്കട കണ്ടുപിടിച്ചത്.

നായിക്കിന്റെ സുഹൃത്തുക്കൾ ആണെന്ന ഞങ്ങളുടെ പരിചയപ്പെടുത്തൽ ഏറ്റെന്നു തോന്നുന്നു. പാചകപ്പുരയോടു ചേർന്ന ഷെഡിലെ കാലിളകിയ ബഞ്ചിൽ ഞങ്ങളെ പിടിച്ചിരുത്തി. ഒരുഭാഗത്തെ വിറകുകൊള്ളികളുടെ ഭീമൻകൂന ബഞ്ചിലിക്കുന്നവരുടെ മേൽ ഇടിഞ്ഞുവീഴാൻ പാകത്തിൽ ഭീതി ഉയർത്തിനിന്നിരുന്നു. ആവശ്യപ്പെടാതെ തന്നെ രണ്ടു ചായ എത്തി. നായിക്കുവരുന്നതുവരെ കാത്തിരുന്നേ മതിയാവൂ. താല്ക്കാലിക തടവിലകപ്പെട്ടതുപോലെയായി. വേണമെങ്കിൽ പുറത്തിറങ്ങാം; പക്ഷേ, അതിനിടയിൽ നായിക്ക് വന്നാലോ. അതുകൊണ്ട് ചായക്കടയിൽത്തന്നെ ഇരുന്നു. ഏകദേശം ഒരുമണിക്കൂർ കഴിഞ്ഞപ്പോൾ നായിക് എത്തി. ആ വരവ് ഒന്നു കാണേണ്ടതുതന്നെയാണ്. രണ്ടുവാഹനങ്ങളിലായി ഏഴുപേരുടെ ഒരു സംഘം. തമിഴ് രാഷ്ട്രീയശൈലിയുടെ അതേപകർപ്പ്. അലക്കിത്തേച്ച വെള്ള കോട്ടൺപാന്റും വെള്ള ഷർട്ടുമാണ് വേഷം. കൂട്ടത്തിൽ ഒരു നേതാവിന്റെ ഭാവഹാവാതികൾ പ്രകടിപ്പിക്കുന്ന മറ്റൊരാളുമുണ്ടായിരുന്നു. നായിക്ക് അയാളെ പരിചയപ്പെടുത്തി. പേര് ബിക്കാജി. ബി ജെ പിയുടെ പ്രാദേശിക നേതാവാണ്.

വിദർഭയുടെ കാർഷിക പ്രതിസന്ധിയിലേക്ക് ചർച്ച വഴിമാറി. സംഭാഷണം തുടങ്ങി അല്പം കഴിഞ്ഞപ്പോൾ ഒരു കാര്യം ബോദ്ധ്യമായി. ഇവിടെ ഇംഗ്ലീഷ് ഉപയോഗമില്ലാത്ത ഒരു ഭാഷയാണ്. അഡ്വക്കേറ്റായതുകൊണ്ട് ഇംഗ്ലീഷ് ഭാഷ നായിക്കിന് നല്ലവണ്ണം വഴങ്ങുമെന്നാണ് കരുതിയിരുന്നത്. ഞങ്ങളുടെ ഹിന്ദി പരിജ്ഞാനത്തേക്കാൾ മോശമായിരുന്നു നായിക്കിന്റെ ഇംഗ്ലീഷ് പരിജ്ഞാനം. ഇതു മനസ്സിലാക്കിയ ബി ജെ പി നേതാവ് ഞങ്ങളുടെ കൈയിൽനിന്ന് നോട്ട്പാഡും പേനയും വാങ്ങി കർഷക ആത്മഹത്യയുടെ കാരണങ്ങൾ അക്കമിട്ട് എഴുതിത്തന്നു. ഹിന്ദിയും മറാത്തിയും ചേർന്ന ഒരു സങ്കരഭാഷയായിരുന്നു അത്. കാർഷിക പ്രതിസന്ധിയുടെ കാരണങ്ങൾ യാത്രയുടെ ആരംഭം മുതൽ കേൾക്കാൻ തുടങ്ങിയവ തന്നെയായിരുന്നു. വെള്ളമില്ല, വൈദ്യുതി ഇല്ല, ബാങ്കുകൾ സഹകരിക്കുന്നില്ല, സർക്കാർ നിഷ്ക്രിയം, പ്രാദേശിക പിന്നോക്കാവസ്ഥ തുടങ്ങിയ കാരണങ്ങൾ തന്നെ.

ഇതിനിടയിൽ ഒരു കാര്യം ബോദ്ധ്യമായി. അമിതമായ പ്രാദേശിക

വല്ക്കരണം ഒരു സമൂഹത്തിന്റെ വളർച്ചയെ എങ്ങനെയൊക്കെ മുരടിപ്പിക്കാമെന്ന്. ശിവസേനയുടെ നേതൃത്വത്തിൽ അറുപതുകളുടെ മദ്ധ്യത്തോടെ തുടങ്ങിയവച്ച പ്രാദേശികവല്ക്കരണം ഇംഗ്ലീഷ് ഭാഷയെ വിദ്യാലയങ്ങൾക്ക് പുറത്താക്കി. ഉന്നതവിദ്യാഭ്യാസരംഗത്തുപോലും പഠനമാധ്യമം മറാത്തിയിലാക്കി. നമ്മുടെ നായിക്ക് എൽ എൽ ബി പഠിച്ചത് മറാത്തി ഭാഷയിലാണ്. ഇക്കാര്യം സംഭാഷണത്തിനിടയിൽ ചർച്ചാവിഷയമായി. അമിതമായ മറാത്തിവല്ക്കരണം മൂലം വിദർഭാമേഖലയിലെ യുവാക്കൾക്ക് മുംബൈ, പൂനെ പോലെയുള്ള മഹാനഗരങ്ങളിലെ കമ്പനികളിൽ ജോലിക്ക് പോകാൻ കഴിയുന്നില്ല. വ്യാപാരവും വാണിജ്യവും ദേശീയ-അന്തർദ്ദേശീയ മാനങ്ങളുള്ള വിഷയമായതിനാൽ കമ്പനികളിൽ ഇംഗ്ലീഷ് പരിജ്ഞാനം അത്യന്താപേക്ഷിതമാണ്. ഇതുമൂലം ഇവിടങ്ങളിലെ യുവാക്കൾ ഗ്രാമങ്ങളിലും കൃഷിയിടങ്ങളിലും തളച്ചിടപ്പെടാൻ നിർബ്ബന്ധിതരാവുന്നു. വിദർഭയുടെ പിന്നോക്കാവസ്ഥയുടെ കാരണങ്ങളിൽ ഒന്നായി ചൂണ്ടിക്കാണിക്കപ്പെടുന്നത് ഈ പ്രശ്നമാണ്. ഇവിടങ്ങളിലെ ജനങ്ങളിൽ ഭൂരിപക്ഷം പേരും പിന്നോക്കക്കാരും ദളിതരും ആദിവാസികളുമാണ്. സർക്കാർ വിദ്യാലയങ്ങളെയാണ് ഇവർ വിദ്യാഭ്യാസത്തിനായി ആശ്രയിക്കുന്നത്. ധനികർക്കും സവർണ്ണർക്കും സി ബി എസ് സി, ഐ സി എസ് സി സിലബസുകൾ പഠിപ്പിക്കുന്ന സ്കൂളുകൾ ഉള്ളതിനാൽ ഈ പ്രശ്നം ഉദിക്കുന്നില്ല. എന്തുപറഞ്ഞാലും ഒരു ബന്ധഭാഷ എന്ന നിലയിൽ സമൂഹത്തിന്റെ മുൻനിരയിൽ ഒരു ജനതയെ എത്തിക്കുന്നതിൽ ഇംഗ്ലീഷിന് പ്രധാനപ്പെട്ട ധർമ്മമുണ്ട്. ഇവിടെ ഒട്ടുമിക്കപേർക്കും ഹിന്ദി സംസാരിക്കാനറിയാം. എന്നാൽ എഴുത്ത് മറാത്തിതന്നെ. ഇതേ യാത്രയിൽ, പിന്നീട്, 'ചികിൽധാര' എന്ന സ്ഥലത്തുവെച്ച് രണ്ടു ചെറുപ്പക്കാരെ പരിചയപ്പെട്ടു. ഒരാൾ മറാത്തി ഭാഷയിൽ എം എ ബിരുദമെടുത്തവൻ. അപരൻ ബി എ പൊളിറ്റിക്കൽ സയൻസുകാരൻ. ആദ്യത്തെയാൾ ടാക്സി ഡ്രൈവർ. രണ്ടാമൻ നാടൻ ടൂറിസ്റ്റ് ഗൈഡ്. ഇത്രയും വിദ്യാഭ്യാസം ലഭിച്ച നിങ്ങൾ എന്തുകൊണ്ട് മെച്ചപ്പെട്ട തൊഴിൽ തേടി മുംബൈയിലെക്കോ താനെയിലേക്കോ പോകാതെ ഇവിടെത്തന്നെ കുറ്റിയടിച്ച് നില്ക്കുന്നുവെന്ന ചോദ്യത്തിന്, അവിടങ്ങളിലേക്ക് പോകണമെങ്കിൽ ഇംഗ്ലീഷ് അറിഞ്ഞിരിക്കണമെന്ന ബുദ്ധിമുട്ട് പ്രകടിപ്പിച്ചു. പ്രാദേശികവല്ക്കരണം അതിരുകടക്കുന്നതിന്റെ ദുരന്തസൂചകമായി ഈ സംഭവത്തെ കാണേണ്ടതുണ്ട്. റഷ്യക്കാരും, ജർമ്മൻകാരുമൊക്കെ അതിസങ്കീർണ്ണമായ ഗണിതശാസ്ത്രവാക്യങ്ങൾ പോലും പ്രാദേശികഭാഷയിൽ പ്രയോഗിച്ച് ലോകത്തെ വെല്ലുവിളിക്കുന്നില്ലേ എന്ന ഉടക്കുചോദ്യം ചോദിച്ച് വേണമെങ്കിൽ ഈ പാവങ്ങളുടെ വായടപ്പിക്കാം. പക്ഷേ, വിന്ധ്യന്റെ തെക്കേമടിത്തട്ടിൽ കിടക്കുന്ന ഈ ദളിത്, ആദിവാസി മഹാജനങ്ങളോട് അങ്ങനെയുള്ള ചോദ്യങ്ങൾ ചോദിക്കുന്നതിൽ ഒട്ടും ഔചിത്യമില്ല സവർണ്ണ-ഫാസിസ്റ്റ് പ്രത്യയശാസ്ത്ര

ക്കാരായ ശിവസേനയ്ക്ക് ഇതൊരു പ്രശ്നമല്ല; കാരണം വിദർഭയിൽ ശിവസേന ദുർബ്ബലമാണ്. മറാത്ത് വാഡയാണ് അവരുടെ ശക്തികേന്ദ്രം.

രാഷ്ട്രീയ അവഗണനയുടെ ഇര

സംസാരം തുടർന്നുകൊണ്ടിരിക്കെ നായിക്ക് ഞങ്ങളേയും കൂട്ടി ചായക്കടയ്ക്കുപുറത്തിറങ്ങി. എന്നിട്ട് ദൂരേക്കു ചൂണ്ടിക്കൊണ്ട് ചോദിച്ചു; ആ പോകുന്ന ഹൈടെൻഷൻ വൈദ്യുതലൈനുകൾ കണ്ടോ? വിശാലമായ പാടത്തിനു നടുവിലൂടെ തലങ്ങും വിലങ്ങും പോകുന്ന വൈദ്യുതി ലൈനുകൾ. ഇതെല്ലാം മറാത്ത്വാഡയിലേക്കാണ്. പക്ഷേ, ഇതിലൂടെ പ്രവഹിക്കുന്ന വൈദ്യുതി ഉല്പാദിപ്പിക്കുന്നത് വിദർഭയുടെ കല്ക്കരി ഉപയോഗിച്ചാണ്: വിദർഭയുടെ ജലവും മറ്റ് പ്രകൃതിസമ്പത്തുമുപയോഗിച്ചാണ്. എന്നാൽ അവിടത്തെ കർഷകന് ജലസേചനത്തിനായി ഒരു യൂണിറ്റ് വൈദ്യുതിപോലും കൊടുക്കാറില്ല. എല്ലാം മറാത്ത്വാഡയിലെ വ്യവസായങ്ങൾക്ക്. പിന്നെ അവനെങ്ങനെ കൃഷികൊണ്ട് രക്ഷപ്പെടും. മറാത്ത്വാഡയും, പൂനെയും, കോലാപ്പൂരുമടങ്ങുന്ന സമ്പന്നപ്രദേശങ്ങൾ വിദർഭയെ ചൂഷണം ചെയ്തു കൊഴുക്കുന്നു.

വിദർഭ ഒരു പ്രത്യേക സംസ്ഥാനമാക്കണമെന്ന ആവശ്യത്തിന് എഴുപത്തിയഞ്ചിലധികം വർഷത്തെ പഴക്കമുണ്ട്. പക്ഷേ, പ്രസ്തുത ആവശ്യത്തെ മറാത്താവാഡ നേതാക്കൾ എതിർത്തു. കാരണം വിദർഭയുടെ പ്രകൃതി വിഭവമില്ലാതെ മറാത്ത്വാഡയ്ക്ക് നിലനില്പില്ല- സാമ്രാജ്യത്വ ശക്തികൾക്ക് ചൂഷണം ചെയ്യാൻ കോളനികൾ വേണമെന്നുപറയുന്നതുപോലെ ശിവസേനയുടെ രാഷ്ട്രീയ ഉദയത്തോടെ വിദർഭാ സംസ്ഥാനമെന്ന ആവശ്യം ദുർബ്ബലപ്പെട്ടു. മറാത്ത്വാഡ എന്ന സമൃദ്ധിയുടെ തുരുത്തിനെ നിലനിർത്താൻ വിദർഭയെ കർഷക ആത്മഹത്യയിലും ദുരിതത്തിലും തളച്ചിട്ടേ മതിയാവൂ. ഇക്കാര്യത്തിൽ കോൺഗ്രസും ബിജെപിയും മറാത്ത്വാഡക്കാർക്കൊപ്പമാണ്. വിദർഭയിലെ ബിജെപിക്കാരും കോൺഗ്രസുകാരും പ്രത്യേക വിദർഭാസംസ്ഥാനം വേണമെന്ന ആവശ്യക്കാരാണ്. പക്ഷേ, ഇവരുടെ താല്പര്യങ്ങൾക്ക് ആരും ചെവികൊടുക്കുന്നില്ല. ബി ജെ പി നേതാവിനെ നോക്കിയാണ് നായിക്ക് ഇത് പറഞ്ഞത്. നായിക്കിന്റെ അഭിപ്രായത്തോട് ബിക്കാജിയും യോജിച്ചു.

രാത്രിസത്രം

അപ്പോഴേക്കും നേരം ഇരുട്ടിത്തുടങ്ങിയിരുന്നു. രാത്രിയിൽ എവിടെത്തങ്ങും എന്ന പ്രശ്നം ചോദ്യചിഹ്നമായി മുന്നിലുയർന്നു. ലോഡ്ജ് പോയിട്ട് നല്ലൊരു ചായക്കടപോലുമില്ലാത്ത സ്ഥലം. നായിക്ക് ഉടൻത്തന്നെ അതിന് പരിഹാരം കണ്ടെത്തി. പി ഡബ്ലു റെസ്റ്റ് ഹൗസിൽ താമസമൊരുക്കാം. ഏതോ ഉദ്യോഗസ്ഥനെ ഫോണിൽ വിളിച്ചു. എന്നിട്ട് കൂടെയുണ്ടായിരുന്ന ദേവദാസിനേയും കൂട്ടി ഞങ്ങളെ റസ്റ്റ് ഹൗസിലേക്ക്

അയച്ചു. പിറ്റേ ദിവസം ഞങ്ങളെ കർഷക ആത്മഹത്യ നടന്ന സ്ഥലങ്ങളിൽ കൂട്ടിക്കൊണ്ടുപോകാനുള്ള ഉത്തരവാദിത്വവും ദേവദാസിനെ ഏല്പിച്ചു.

രണ്ടുകിലോമീറ്റർ സഞ്ചരിച്ചശേഷമാണ് റെസ്റ്റ് ഹൗസിലെത്തിയത്. കാട്ടിനുനടുവിൽ ഒറ്റപ്പെട്ട ഒരു കെട്ടിടം. സർക്കാർ അനാസ്ഥയുടെ പ്രതീകം. ആകെ രണ്ട് അതിഥിമുറികൾ. അടുക്കളയും ഡൈനിങ് ഹാളുമൊക്കെയുണ്ട്. പക്ഷേ, പ്രവർത്തിക്കുന്നില്ല. ഉദ്യോഗസ്ഥർക്കും പ്രാദേശിക രാഷ്ട്രീയ പ്രവർത്തകർക്കും സ്വൈരമായിരുന്ന് മദ്യപിക്കാനുള്ള സ്ഥലമാണിതെന്ന് കുക്ക് കാദിർ പറഞ്ഞു. കാദിർ കുറച്ചപ്പുറത്തു മാറിയാണ് താമസം. ഞങ്ങൾ ചെല്ലുമ്പോൾ രണ്ടു മൂന്നു ചെറുപ്പക്കാർ മുറിയിലുണ്ടായിരുന്നു. അവരെ ഒഴിപ്പിച്ചിട്ടാണ് ഞങ്ങൾക്ക് താമസമൊരുക്കിയത്. പാചകമൊക്കെ നിർത്തിയിട്ട് വളരെക്കാലമായി. ഇവിടെ താമസിക്കാൻ വരുന്ന കുടിയന്മാർക്ക് ഭക്ഷണമൊന്നും വേണ്ട. ഭക്ഷണം തയ്യാറാക്കി കഴിക്കാൻ വിളിച്ചാൽപ്പോലും വരില്ല. കുക്കിന്റെ പണിയൊന്നും ചെയ്യാതെ കാദിർ വെറുതെയിരുന്ന് ശമ്പളം പറ്റുന്നു. കാദിർ അയാളുടെ വീട്ടിൽനിന്ന് ചായയുണ്ടാക്കികൊണ്ടുതന്നു. എന്നിട്ട് ചൗക്കിദാർ രാത്രിയിൽ വരുമെന്ന് പറഞ്ഞിട്ട് ഇറങ്ങിപ്പോയി. ഉമിനീർക്കറപറ്റിയ തലയിണയും കാലിലേയും ശരീരത്തിലേയും മണ്ണും അഴുക്കും വടുക്കൾതീർത്ത കിടക്കയും മനംമറിപ്പുണ്ടാക്കി. മറ്റ് നിവൃത്തിയില്ലല്ലോ. അന്നേദിവസം ഏതാണ്ട് നാന്നൂറിലധികം കിലോമീറ്റർ ബസിൽ യാത്ര ചെയ്തിരുന്നതിനാൽ ക്ഷീണംമൂലം കിടക്കയിൽ വീണതും ഉറങ്ങിപ്പോയി.

നിശയ്ക്ക് ഇത്രയും ചാരുതയോ!

വിശപ്പിന്റെ കത്തൽ കൂടുതൽനേരം ഉറങ്ങാൻ സമ്മതിച്ചില്ല. റെസ്റ്റ് ഹൗസിന്റെ പൂമുഖവും മുറ്റവും കുറ്റാക്കുറ്റിരുട്ടിൽ കാദിർ പറഞ്ഞ ചൗക്കിദാർ ഇനിയുമെത്തിയിട്ടില്ല. ഇരുട്ടിൽ തപ്പിത്തടഞ്ഞ് കാദറിന്റെ വീട് കണ്ടെത്തി. "അടുത്തൊന്നും ഭക്ഷണശാലയില്ല" കാദിർ പറഞ്ഞു. സന്ധ്യകഴിഞ്ഞാൽ ഇവിടെ ചായക്കടപോലും ഉണ്ടാവില്ല. മനുഷ്യരാരും പുറത്തിറങ്ങാറില്ല. ഇനി നാലുകിലോമീറ്റർ അകലെ ഹൈവേയിൽ പോകണം. അവിടെ ഒരിടത്ത് ലോറിക്കാരെ ഉദ്ദേശിച്ച് വഴിയോര ഭക്ഷണശാലയുണ്ട്. ഇത്രയും ദൂരം രാത്രിയിൽ എങ്ങനെപോകും. അതിന് പരിഹാരവുമായി കാദിർ എത്തി. അയാൾ സ്വന്തം ബൈക്ക് തരാൻ സന്നദ്ധനായി. പക്ഷേ, ഒരു ധൈര്യക്കുറവ്. പരിചയമില്ലാത്ത സ്ഥലത്ത് കടം വാങ്ങിയ ബൈക്കുമായി യാത്ര ചെയ്താലുണ്ടാകുന്ന പുലിവാൽ ഓർത്തുപോയി. അവസാനം കാദിർ അകത്തുപോയി വേഷം മാറിവന്നു. ഞങ്ങളേയും കയറ്റി ഹോട്ടൽ ലക്ഷ്യമാക്കി യാത്രയായി. ദുരെനിന്നേ വശങ്ങളിൽ വിശ്രമിക്കുന്ന ലോറികളുടെ നിരകണ്ടു. ഒരുഭാഗത്ത്

ഭക്ഷണം വിളമ്പുന്നു. അപ്പുറത്ത് ഡ്രൈവർമാരുടെ വിശ്രമസ്ഥലം. നിരവധി ചൂടിക്കട്ടിലുകൾ നിരത്തിയിട്ടിരിക്കുന്നു.

തന്തൂരി, റൊട്ടി, മട്ടർപനീർ, ചോറ്, തൈര്, ഭക്ഷണവിഭവങ്ങൾ ഇവയൊക്കെയായിരുന്നു. കാദറിനെ ഭക്ഷണത്തിന് ക്ഷണിച്ചെങ്കിലും അയാൾ വന്നില്ല. ജീവിതത്തിലിന്നുവരെ വീട്ടിൽ നിന്നല്ലാതെ പുറത്തു നിന്ന് ഒരു ഗ്ലാസ് വെള്ളംപോലും കഴിക്കാത്ത മനുഷ്യൻ. ആ ശീലം ഇനിയും മാറ്റാൻ ഉദ്ദേശ്യമില്ലെന്ന് പറഞ്ഞൊഴിഞ്ഞു. പക്ഷേ, ഞങ്ങൾ ഭക്ഷണം കഴിച്ചുതീരുംവരെ കാത്തിരിക്കാൻ കാദറിന് കഴിഞ്ഞില്ല. ഒരു അത്യാവശ്യ ഫോൺ വീട്ടിൽനിന്നെത്തിയതിനാൽ ഞങ്ങളെ ഹോട്ടലിൽ ഉപേക്ഷിച്ചിട്ട് കാദർ തിരിച്ചുപോയി. ഭക്ഷണം കഴിച്ചിറങ്ങിയ ഞങ്ങൾ ഏതെങ്കിലും വാഹനം കിട്ടുമോയെന്ന് അല്പം കാത്തു. ഓട്ടോറിക്ഷയോ, സർവ്വീസ് ബസോ കിട്ടിയില്ല. വല്ലപ്പോഴുമൊരിക്കൽ പാഞ്ഞു പോകുന്ന ഭാരം കയറ്റിയ വാഹനങ്ങൾ മാത്രം. അവസാനം റസ്റ്റ് ഹൗസിലേക്ക് നടക്കാൻ തീരുമാനിച്ചു.

വാഹനം കിട്ടാതിരുന്നത് നന്നായി എന്ന് പിന്നീട് തോന്നി. നിശാന്ധകാരത്തിന്റെ അഭൗമമായ ലാവണ്യഖനിയാണ് പ്രകൃതി ഞങ്ങൾക്കായി ഒരുക്കിവച്ചിരുന്നത്. റോഡിനിരുപുറവും പരുത്തി വയലുകളാണ്. പ്രകൃതി പൂർണ്ണനിശ്ചലതയിൽ. എന്നാൽ ഇടയ്ക്ക് ചില രാപ്പക്ഷികളുടെ അപരിചിതശബ്ദം നിശ്ശബ്ദതയുടെ ഗാഢതയ്ക്കുമേൽ പ്രകമ്പനം സൃഷ്ടിച്ചു. മാനത്ത് മേഘക്കീറുകൾ ഒഴുകിനടക്കുന്നുണ്ട്. അവയ്ക്കിടയിലൂടെ പൂർണ്ണചന്ദ്രൻ വെള്ളിവെളിച്ചം ഭൂമിക്കുമേൽ കോരിയൊഴിക്കുന്നു. കറുപ്പിന്റെ രാശിപടർന്ന പരുത്തിച്ചെടിയുടെ വീതിയേറിയ ഇലകളുടെ അഗ്രങ്ങളിൽ ചന്ദ്രപ്രകാശം തട്ടി വെള്ളിപോലെ തിളങ്ങി. ചക്രവാളസീമ സമീപത്തെങ്ങുമില്ല. അനന്തതയിലെവിടെയോ ആണെന്ന് തോന്നിപ്പോകുന്നു. നടന്നുകയറിയത് ഒരു പുഴയുടെ മുകളിലേക്കാണ്. ഭാരതപ്പുഴയേക്കാൾ വീതി തോന്നിക്കുന്ന പുഴ. പുഴയുടെ പേര് 'പുസാത്' എന്ന് പിറ്റേന്നു മനസ്സിലായി. പുഴയ്ക്കുമേലെ പാലത്തിന് കൈവരികൾ ഇല്ല. വെളിച്ചവുമില്ല. നിലാവിന്റെ പ്രഭമാത്രം. പുഴവെള്ളം ചന്ദ്രവെളിച്ചം വീണ് വെള്ളിനിറമായി. വാഹനങ്ങൾ ഇടയ്ക്ക് പോകുന്നതുകൊണ്ട് നടത്തം അപകടം പിടിച്ചതാണ്. ഇരുട്ടിൽ കാൽതെറ്റിയാൽ നദിയിൽ വീഴും. ഒരു ഭയം മനസ്സിലേക്ക് കടന്നുവന്നു. പക്ഷേ, ഒരു തണുത്ത കാറ്റ് ചെറുസാന്ത്വനം പോലെ ദേഹത്തെ തഴുകിക്കടന്നുപോയി. നിശയുടെ ലാസ്യഭംഗി ലഹരിയായി മനസ്സിനെ ഉന്മത്തമാക്കി. നാലുകിലോമീറ്റർ താണ്ടിയതറിഞ്ഞില്ല. റസ്റ്റ് ഹൗസിൽ എത്തിയിട്ടും പിന്നിട്ട വഴികളിലെ ദൃശ്യഭംഗി മനസ്സിൽ വർണ്ണരാജികൾ തീർത്തുകൊണ്ടിരുന്നു. നാളെ രാവിലെ എട്ടുമണിക്ക് ദേവദാസ് എത്തും. ബിജോറ ഗ്രാമത്തിലേക്ക് പോകണം. കർഷകൻ തുക്കാറാമിന്റെ ദുരന്തകഥകൾ കേൾക്കണം.

6
മരണമണമുള്ള ബിങ്കോറാഗ്രാമം

ദേവദാസ് വാക്കുപാലിച്ചു. സ്വന്തം കാറുമായിട്ടാണ് എത്തിയിരി
ക്കുന്നത്. കൂടെ മറാത്തി ദിനപത്രം *ലോക്മതി*ന്റെ ലേഖകൻ ദിഗംബർ
ഗേയ്ക്ക് വാഡുമുണ്ട്. കർഷകസംഘത്തിന്റെ പ്രദേശത്തെ നേതാവാണ്
ദേവദാസ്. നൂറുശതമാനവും കാർഷികവൃത്തികൊണ്ട് ഉപജീവനം കഴി
ക്കുന്നയാൾ. ഇടയ്ക്കെപ്പോഴോ വർത്തമാനത്തിനിടയിൽ ദേവദാസ് പറ
യുകയുണ്ടായി എനിക്ക് സൈഡ് ബിസിനസ് ഒന്നും ഇല്ലെന്ന്. വീടു
നോടുചേർന്നും കുറച്ചകലെയുമായി പത്തൊൻപത് ഏക്കർ സ്ഥലമുണ്ട്.
ഇതിൽനിന്നുള്ള വരുമാനം കൊണ്ട് ജീവിച്ചുപോകാനാകും. കർഷക
ആത്മഹത്യയുടെ കാരണമായി യാത്രയിലുടനീളം കേട്ട കാരണ
ങ്ങൾതന്നെയാണ് ദേവദാസിനും പറയാനുണ്ടായിരുന്നത്.

സർക്കാർ വൈദ്യുതി ലഭ്യമാക്കാത്തത്, ജലസേചന സൗകര്യ
ത്തിന്റെ അഭാവം, വളത്തിന്റേയും കീടനാശിനിയുടെയും വിലക്കൂടുതൽ,
കൃഷിക്കാരുടെ വിദ്യാഭ്യാസമില്ലായ്മ, കൃഷി മുറയിൽ ആധുനിക സാങ്കേ
തിക വിദ്യയുടെ പ്രയോഗരാഹിത്യം, ബി ടി പരുത്തിയുടെ വരവ്, സാമൂ
ഹികമായ മാമൂലുകൾ ഒക്കെ കർഷക ആത്മഹത്യക്ക് ആക്കം കൂട്ടുന്നു.
സംസാരത്തിനിടയിൽ കാർ പ്രധാന റോഡിൽനിന്ന് തിരിഞ്ഞ് ഒരു കൃഷി
യിടത്തേക്ക് തിരിഞ്ഞുനിന്നു. വിശാലമായ ഒരു മഞ്ഞൾപ്പാടത്തിനു നടു
വിലാണിപ്പോൾ. ഒരേ ഉയരത്തിൽ ചിനച്ചുപൊട്ടിത്തകർത്ത് വളരുന്ന
മഞ്ഞൾച്ചെടിയുടെ വിശാലലോകം. നീരാവി നിറഞ്ഞ കാലവർഷക്കാ
റ്റിന് മഞ്ഞളിന്റെ നൈസർഗ്ഗിക സുഗന്ധമുണ്ടായിരുന്നു. ബോർലെയുടെ
കൃഷിയിടത്തിൽ കണ്ടതുപോലെ ഇവിടെയും ധാരാളം സ്ത്രീകൾ കൃഷി
പ്പണിയിൽ ഏർപ്പെട്ടിരിക്കുന്നു.

ഇവിടെ പതിനഞ്ചേക്കർ ഭൂമിയുണ്ട് ദേവദാസിന്. അഞ്ച് ഏക്കറിൽ

സഖാവ് ദേവദാസും സുഹൃത്തും

മഞ്ഞൾ കൃഷിചെയ്തിരിക്കുന്നു. അഞ്ച് ഏക്കറിൽ പരുത്തിയാണ്. മറ്റൊരു അഞ്ച് ഏക്കറിൽ കൃഷി കരിമ്പാണ്. ചുറ്റുപാടേക്കും കണ്ണോടിച്ചു. തേക്കിൻമരക്കാടുകൾ കൃഷിയിടത്തെ ചുറ്റി അരഞ്ഞാണം കെട്ടിയിരിക്കുന്നു. വിദർഭയാത്രയിൽ ഏറ്റവും കൂടുതൽ കണ്ട വൃക്ഷം ഒരുപക്ഷേ, തേക്കുമരങ്ങളാണ്. മദ്ധ്യ ഇന്ത്യയിലെ പ്രധാന വൃക്ഷമാണ് തേക്ക്. മറാത്തി ഭാഷയിൽ തേക്കിന് 'സാഗ്' എന്നാണ് പറയുന്നത്. മഞ്ഞളിന് 'ഹലത്' എന്നും കരിമ്പിന് മറാത്തിയിൽ 'ഹുഡ്' എന്നു പറയുമ്പോൾ ഹിന്ദിയിൽ അത് 'ഗണ'യാണ്. കൃഷിഭൂമിക്ക് പിന്നിലൂടെ ഒരു ചെറിയ പുഴ ഒഴുകുന്നു. പേര് നാലാനദി. ദേവദാസിന്റെ കാർഷിക വിജയ രഹസ്യം ഇപ്പോഴല്ലേ പിടികിട്ടിയത്. വർഷത്തിൽ മുഴുവൻ ദിനവും ജലം തരുന്ന പുഴ കൃഷിയിടത്തെ മുട്ടിയുരുമ്മിക്കടന്നു പോകുന്നു. ഇത്തരം ഭാഗ്യവാന്മാർ വിദർഭയിൽ അപൂർവ്വമാണ് കേട്ടോ. ജലത്തിനായി വേഴാമ്പൽ മോഹവുമായി കേഴുന്നവരാണ് ഭൂരിപക്ഷം കൃഷിക്കാരും.

കൃഷിയിടത്തിൽനിന്ന് തിരിച്ചുകയറി ബിജോറാ ഗ്രാമത്തിലേക്ക് തിരിച്ചു, പ്രധാന റോഡ് പിന്നിട്ട് ഇടറോഡിലേക്കും പിന്നീട് മൺപാതയിലേക്കും കടന്നു. ഗ്രാമചന്തയ്ക്കു മുന്നിൽ യാത്ര അവസാനിച്ചു. ചന്ത കൂടുകയാണ്. പ്രാദേശിക കാർഷിക വിഭവങ്ങൾ ഒക്കെ നിരന്നിട്ടുണ്ട്. വെച്ചു വാണിഭക്കാരും, വിലകുറഞ്ഞ റെഡിമെയ്ഡ് വസ്ത്രങ്ങൾ വില്ക്കുന്നവരുമൊക്കെയുണ്ട്. നമ്മുടെ നാട്ടിലെ നാടൻ ചന്തയെ അനുസ്മരിപ്പിക്കുന്ന കാഴ്ചകൾ. ഒരു വ്യത്യാസമുണ്ട്. ഇവിടുത്തെപ്പോലെ വിപുലമായ മത്സ്യമാർക്കറ്റില്ല. സസ്യേതരഇനമായി കോഴി മാത്രമേയുള്ളൂ. പിന്നോക്കാവസ്ഥയും ദാരിദ്ര്യവും ചന്തയ്ക്കുചുറ്റും ഘനീഭവിച്ച് നില്ക്കുന്നു. ഒരു ആൽത്തറയും അതിനോട് ചേർന്നുള്ള ദേവീക്ഷേത്രവും പിന്നിട്ട്

ദേവദാസിന്റെ തോട്ടം

മുന്നോട്ടു നടന്നു. ദളിത്-ആദിവാസി ജനങ്ങളാണ് ഗ്രാമനിവാസികൾ. മഹാരാഷ്ട്രയിലെ പ്രധാന ദൈവം ഗണപതിയാണ്. പക്ഷേ ഗണപതി സവർണ്ണ ദൈവമായതിനാൽ ദളിതർക്ക് അപ്രാപ്യനാണ്. അലസതാ വിലസിതരായ കാലികൾ ഒറ്റയ്ക്കും തെറ്റയ്ക്കും കറങ്ങിനടക്കുന്നു. ചാണകം ചവിട്ടാതെ നടക്കുക അസാദ്ധ്യം തന്നെ. ഒരു പശുക്കിടാവ്. കൈയിൽത്തൂക്കിപ്പിടിച്ചിരിക്കുന്ന പഴം അതിന് വിട്ടുകൊടുത്തിട്ട് മുന്നോട്ട് നടന്നു. വക്കേയിന്ത്യയിൽ ഗ്രാമയാത്രകളിൽ പശുക്കളുമായുള്ള ഇത്തരം മുഖാമുഖങ്ങൾ സാധാരണമാണ്. മാവോയിസ്റ്റ് സാന്നിദ്ധ്യത്താൽ പ്രസിദ്ധമായ ദന്തേവാഡയിൽ വച്ച് ഒരിക്കൽ ഇത്തരമൊരു അനുഭവമുണ്ടായി. ജഗദാൽപൂരിൽനിന്ന് ഒരു വെളുപ്പാൻ കാലത്ത് ദന്തേവാഡയിൽ ബസിറങ്ങി. ബസ് സ്റ്റാൻഡിലെ ഇത്തിരിപ്പോന്ന വെയിറ്റിങ് ഷെഡിൽ സുഖ്മയ്ക്കുള്ള ബസും പ്രതീക്ഷിച്ച് ബസ്സ്റ്റാന്റ് കൈയടക്കിയിരുന്ന കന്നുകാലികൾക്കൊപ്പം നേരം വെളുക്കുന്നതും നോക്കി കാത്തിരുന്നു. ദണ്ഡേശ്വരി ക്ഷേത്രത്തിൽ ഉത്സവമായിരുന്നതിനാൽ ബസുകൾക്കൊന്നും കൃത്യത ഉണ്ടായിരുന്നില്ല. നേരം വെളുത്ത് കുറേയേറെ കഴിഞ്ഞിട്ടും ബസ് കിട്ടിയില്ല. വയറ്റിൽ വിശപ്പ് കാളിയതിനാൽ അടുത്തുള്ള ഡാബയിൽ നിന്ന് ഇഡ്ഡലി വാങ്ങിക്കഴിച്ചു. ഭക്ഷണത്തിനിടയിൽ സംസാരവും തുടർന്നതിനാൽ അല്പനേരത്തേക്ക് ഭക്ഷണപാത്രത്തിലെ ശ്രദ്ധമാറി. പിന്നീട് നോക്കുമ്പോൾ ഞങ്ങളിലൊരാളുടെ പാത്രത്തിൽ നിന്ന് ഒരു പശു ഇഡ്ഡലിയും പരിപ്പുകറിയും സ്വാദോടെ ഭക്ഷിക്കുന്നു.

യഥാർത്ഥത്തിൽ പശുവിനെ ഒന്ന് ആട്ടിയകറ്റാൻപോലും ധൈര്യം ഉണ്ടായിരുന്നില്ല. പശുവിനേയും കാളയെയുമൊക്കെ കൊന്നവർ നേരിടേണ്ടിവന്ന അനുഭവങ്ങൾ സംബന്ധിച്ച വാർത്ത ഭയപ്പെടുത്തുന്നതായി

രുന്നു. ടയർക്കട നടത്താനാണ് കാഞ്ഞിരപ്പള്ളിക്കാരൻ തോമസ് റെയ്സൻ ജില്ലയിലെ ഇത്കേഡിയിൽ എത്തിയത്. കേരളത്തിലെ ഒരു പൊതുസ്ഥിതിവച്ച് കക്ഷി ഒരു ക്രിസ്തുമസ് തലേന്ന് ഒരു മൂരിക്കുട്ടനെ ശരിപ്പെടുത്തി. വിവരമറിഞ്ഞ സംഘി പശുപാലകർ ടയർ റീത്രെഡ് കട തീവച്ചു നശിപ്പിച്ചു. ഭാഗ്യത്തിന് തോമസിന് ജീവൻ നഷ്ടപ്പെട്ടില്ല. ഉടുതുണിക്ക് മറുതുണി എടുക്കാതെ നിന്ന നിലയിൽ അയാൾ കേരളം പറ്റി. അവിടെത്തന്നെ ഒരു ഗ്രാമീണൻ സ്വന്തം കൃഷിയിടത്തിലിറങ്ങി നെൽച്ചെടി തിന്ന പശുവിനെ ആട്ടിയകറ്റാനായി ഒരു കല്ലെടുത്ത് എറിഞ്ഞു. കഷ്ടകാലത്തിന് പശു ഏറുകൊണ്ട് ചത്തു. സംഗതി ആകെ പുകിലായി. ഗ്രാമസഭകൂടി ശിക്ഷ വിധിച്ചു. തലമുണ്ഡനം ചെയ്ത് ചെരുപ്പുമാല അണിയിച്ച് തകരച്ചെണ്ട കൊട്ടി റോഡിലൂടെ നടത്തിച്ചു. രണ്ടു വർഷത്തേക്ക് ഗ്രാമത്തിനുപുറത്തേക്ക് നാടുകടത്തി. ശിക്ഷ കഴിഞ്ഞ് തിരിച്ചെത്തിയ അയാൾ സ്വന്തം ഭൂമി എഴുതിവിറ്റ് ഗ്രാമീണർക്ക് സദ്യ നടത്തി. എന്നിട്ടേ ഗ്രാമത്തിൽ തങ്ങാൻ അനുവദിച്ചുള്ളൂ.

ഇപ്പോൾ ചാണകം മണക്കുന്ന വഴികൾ താണ്ടി തുക്കാറാമിന്റെ കുടിലിനു മുന്നിലെത്തി. കോലായയിൽ നിറം മങ്ങിയ പ്ലാസ്റ്റിക് കസേരയിൽ ഒരു വൃദ്ധൻ കൂനിക്കൂടിയിരിക്കുന്നു. ഒരുപാട് വസന്തവും വേനലും വർഷവും കണ്ട മുഖത്ത് ജീവിതമേല്പിച്ച യാതനകൾ വടുകെട്ടി നിന്നിരുന്നു. തുക്കാറാമിന്റെ മകൻ രമേശൻ രണ്ടുമാസം മുമ്പ് ആത്മഹത്യ ചെയ്തു. രണ്ടേക്കർ ഭൂമി പാട്ടത്തിനെടുത്ത് കൃഷി ചെയ്തുവരികയായിരുന്നു. സൊസൈറ്റിയിൽനിന്ന് മുപ്പത്തയ്യായിരംരൂപ രണ്ടുവർഷം മുൻപ് കടമെടുത്തു. എന്നാൽ ഒരു പൈസപോലും തിരിച്ചടയ്ക്കാൻ കഴിഞ്ഞില്ല. രണ്ടു സീസണിലെ പരുത്തിയുടെ വിളവിൽനിന്ന് മിച്ചം പിടിച്ച് ലോൺ അടയ്ക്കാമെന്ന പ്രതീക്ഷയായിരുന്നു. എന്നാൽ മഴക്കുറവും കീടബാധയും മൂലം വിളവ് മോശമായിരുന്നു. അടുത്ത വിളവിറക്കാനായി വട്ടിപ്പലിശക്കാരോട് കടം വാങ്ങി.അതും സമയത്തിന് തിരിച്ചടയ്ക്കാനായില്ല. ഗുണ്ടകളെ വിട്ട് അവർ നിരന്തരം ഭീഷണിപ്പെടുത്തി. ഇതിനിടയിൽ സൊസൈറ്റിയും സമ്മർദ്ദവുമായി എത്തി. നിലതെറ്റിയെന്ന് രമേശന് തോന്നി. പലരോടും സഹായമഭ്യർത്ഥിച്ചു. ഒരു പാവപ്പെട്ട ദളിതനെ ആര് സഹായിക്കാൻ. അങ്ങനെ വഴിമുട്ടുന്ന എല്ലാ കൃഷിക്കാരേയും പോലെ രമേശനും ആത്മഹത്യയുടെ വഴിതേടി. രമേശനായിരുന്നു കുടുംബത്തിന്റെ നട്ടെല്ല്. വാർദ്ധക്യം ബാധിച്ച തുക്കാറാമിന് പണിയെടുക്കാനുള്ള ആരോഗ്യമില്ല. ഇപ്പോൾ കുടുംബത്തിന്റെ ഉത്തരവാദിത്വം രമേശന്റെ ഭാര്യ നന്ദയുടെ ചുമലിലാണ്. വല്ലപ്പോഴും നന്ദയ്ക്ക് ലഭിക്കുന്ന കൂലിപ്പണിയാണ് കുടുംബത്തെ ഉന്തിത്തള്ളി മുന്നോട്ടു നീക്കുന്നത്. വീടിനുമുന്നിൽ വൈദ്യുതി പോസ്റ്റുണ്ടെങ്കിലും തുക്കാറാമിന്റെ വീട്ടിൽ കറന്റില്ല. രണ്ടുവർഷം മുൻപുവരെ ഉണ്ടായിരുന്നു. മിനിമം ചാർജ് അടയ്ക്കുന്നതിൽ വീഴ്ചവരുത്തിയതിനാൽ രണ്ടുവർഷം മുൻപേ വൈദ്യുതി കണക്ഷൻ വിച്ഛേദിച്ചു. വൈദ്യുതിയുടെ മിനിമം ചാർജ് അട

ആദിവാസി ഗൃഹങ്ങൾ

യ്ക്കാൻപോലും മാർഗ്ഗമില്ലാത്ത ഒരു കുടുംബത്തിന്റെ ദയനീയത എത്ര രൂക്ഷമായിരിക്കും. മാത്രമല്ല, സർക്കാർ പ്രഖ്യാപിച്ച ഒരു ലക്ഷം രൂപ പോലും പൂർണ്ണമായി കൊടുത്തില്ല. ഇരുപത്തയ്യായിരം രൂപ മാത്രമാണ് ഇതുവരെ കൊടുത്തത്. ഈ യാത്രയിൽ ബോദ്ധ്യമായ ഒരു കാര്യം ആത്മഹത്യചെയ്ത മിക്ക കർഷകരുടെയും കടബാദ്ധ്യത ഒരു ലക്ഷം രൂപയിൽ താഴെയാണെന്നതാണ്. ആത്മഹത്യ ചെയ്തിട്ട് പണം കൊടുക്കുന്നതിന് പകരം ഫലപ്രദമായ കടാശ്വാസ നടപടികൾ സർക്കാർ സ്വീകരിച്ചിരുന്നുവെങ്കിൽ പല കർഷകരുടെയും ജീവൻ രക്ഷിക്കാമായിരുന്നു. തുക്കാറാമിനോടും കുടുംബത്തോടും യാത്ര പറഞ്ഞ് തിരിച്ചുനടന്നു. ഇടയ്ക്കെപ്പോഴോ പിന്തിരിഞ്ഞ് ഒന്നു നോക്കി. ഇറയത്ത് ഞങ്ങളേയും നോക്കി ഒരാൾ നില്ക്കുന്നുണ്ടായിരുന്നു. രമേശിന്റെ മകൾ അക്ഷര. അച്ഛന്റെ മരണംമൂലം വിരിയും മുൻപേ അനാഥത്വത്തിലേക്ക് വലിച്ചെറിയപ്പെട്ട അവളുടെ മുഖത്ത് മോഹങ്ങൾ കരിഞ്ഞുണങ്ങിയതിന്റെ കരുവാളിപ്പ് വിദൂരകാഴ്ചയിൽ ദൃശ്യമായിരുന്നു.

ഒരു നൂറുമീറ്റർ നടന്നിട്ടുണ്ടാവും. മറ്റൊരു വീടിന്റെ മുറ്റത്തേക്ക് ദേവദാസ് കയറി. വീട് എന്നു പറയാൻ പറ്റില്ല. ഏതുനിമിഷവും തകർന്ന് വീഴാൻ തയ്യാറായി നില്ക്കുന്ന ജീർണ്ണിച്ച ഒരു കുടിൽ. പ്രഭാകർ എന്ന യുവാവിന്റെ വീടാണിത്. ഏതാനും മാസങ്ങൾക്ക് മുമ്പ് പ്രഭാകർ ആത്മഹത്യ ചെയ്തു. പ്രഭാകറിന്റെ കുടുംബം പരമ്പരാഗതമായി സ്ഥലത്തെ സെമിന്ദാറിന്റെ കൃഷിഭൂമിയിൽ പണിയെടുക്കുന്നവരായിരുന്നു. ഒരുതരം അടിമപ്പണി. മറ്റാരുടേയും കീഴിൽ ജോലിക്കുപോകാൻ സെമിന്ദാർ അനുവദിച്ചിരുന്നില്ല. അയാൾ കൊടുക്കുന്ന തുച്ഛമായ കൂലികൊണ്ട് കുടുംബം പുലർത്തുക ബുദ്ധിമുട്ടായിരുന്നു. സ്പാർട്ടക്കസിന്റെ പോരാട്ടവീര്യത്തോടെ പ്രഭാകർ ജന്മിയെ വെല്ലുവിളിച്ചുകൊണ്ട് സ്വന്തം മോചനം

പ്രഖ്യാപിച്ചു. ദൃഢനിശ്ചയക്കാരനായ ചെറുപ്പക്കാരനായിരുന്നു അയാൾ. മറ്റൊരാളുടെ മൂന്നേക്കർ ഭൂമി പാട്ടത്തിനെടുത്ത് കൃഷി ചെയ്യാൻ ധൈര്യം കാട്ടി. സ്വന്തം കാലിൽനിന്ന് ലോകത്തെ വെല്ലുവിളിക്കാൻ അയാൾ ആഗ്രഹിച്ചു. ഹുണ്ടികക്കാരിൽ നിന്ന് കടം വാങ്ങിയാണ് കൃഷിച്ചെലവ് കണ്ടെത്തിയത്. സ്വന്തം കൃഷിയിടങ്ങളിൽ ജോലി ഇല്ലാത്ത സമയത്ത് അടുത്ത ഗ്രാമത്തിൽ കൂലിപ്പണിക്ക് പോയിരുന്നു. കടുത്ത അദ്ധ്വാനി. പക്ഷേ, വിധി അയാൾക്കുവേണ്ടി പറഞ്ഞുവച്ചിരുന്നത് മറ്റൊന്നാണ്. ഭൂമിയിൽനിന്ന് പ്രതീക്ഷിച്ച വിളവ് കിട്ടിയില്ല. ഹുണ്ടികക്കാരിൽനിന്ന് കടം വാങ്ങിയ പണത്തിന്റെ പലിശയും മുതലും തിരിച്ചടയ്ക്കാനായില്ല. അയാൾ പരാജയപ്പെട്ടു പിന്മാറാൻ തയ്യാറായില്ല. വീണ്ടും മറ്റ് പലരിൽ നിന്നും പണം കടം വാങ്ങി. മെച്ചപ്പെട്ട വിളവ് ലഭിച്ചാൽ കടം വീടാൻ ബുദ്ധിമുണ്ടാവില്ല എന്ന പ്രതീക്ഷയിലായിരുന്നു. പക്ഷേ, കൃഷി ഒരു മഹാദുരന്തമായി അയാൾക്കുമേൽ പതിച്ചു. കടം പെരുകി. ഹുണ്ടികക്കാർ നിന്നു ശ്വസിക്കാൻ ഇടം തരാതെ വീർപ്പുമുട്ടിക്കാൻതുടങ്ങി. ഗത്യന്തരമില്ലാതെ പ്രഭാകർ ഒരു ദിവസം വീടിനുസമീപത്തെ വേപ്പിൻ കൊമ്പിൽ ആശ്വാസം കണ്ടെത്തി. രണ്ട് കുട്ടികളെയും ഭാര്യയെയും വിധിക്ക് എറിഞ്ഞുകൊടുത്തിട്ടാണ് അയാൾപോയത്. ഭാര്യ യശോദയ്ക്ക് വല്ലപ്പോഴും ലഭിക്കുന്ന തൊഴിലുറപ്പ് പദ്ധതിയിൽനിന്നുള്ള വരുമാനം കൊണ്ടാണ് കുടുംബം മുന്നോട്ടു നീങ്ങുന്നത്.

"കഴിഞ്ഞ അഞ്ചുവർഷത്തിനുള്ളിൽ ഈ ഗ്രാമത്തിൽ മാത്രം ഇരുപത്തിയഞ്ചിലധികം കർഷകർ ആത്മഹത്യ ചെയ്തിട്ടുണ്ട്." തിരിഞ്ഞു നിന്ന് ദേവദാസ് പറഞ്ഞു. ഇപ്പോൾ നടത്തം മറ്റൊരു ഇടവഴിയിലൂടെയാണ്. ലക്ഷ്യം ആത്മഹത്യ ചെയ്ത മറ്റൊരു കർഷകന്റെ കുടിലാണ്.

വേണ്ട ദേവദാസ്, ദുരന്തകഥകൾ ഇനിയും കേൾക്കാനുള്ള കരുത്ത്

ആത്മഹത്യ ചെയ്ത പ്രഭാകറിന്റെ ഭാര്യയും മകളും

മനസ്സിനില്ല. ആവർത്തിക്കപ്പെടുന്ന ദുരന്താനുഭവങ്ങൾ. വ്യക്തികൾ മാറുന്നുവെന്നേയുള്ളൂ. എല്ലാ ആത്മഹത്യക്കു പിന്നിലും ഒരേ ദുരന്തകാരണങ്ങൾ. ദുർബ്ബലമനുഷ്യർക്കുമേൽ കുറെ പ്രകൃതി അടിച്ചേല്പിക്കുന്നത്; ബാക്കി ഭരണകൂടവും പൊതുസമൂഹവും കയറ്റിവച്ചുകൊടുക്കുന്നത്. വീട് സന്ദർശനം ഒഴിവാക്കി തിരിച്ചുനടന്നു. നടക്കുന്നതിനിടയിൽ മനസ്സിലേക്ക് ഒരു മുഗൾഭരണകാല സംഭവം ഓടിയെത്തി. 1594-98 ൽ മദ്ധ്യേന്ത്യയിൽ ആകെ ക്ഷാമം പിടികൂടി. കാരണം തുടർച്ചയായ വരൾച്ച. അന്ന് നിരത്തിലൂടെ നടന്നുപോകുന്നവർക്കുനേരെ ഒരു കഷണം റൊട്ടിക്കായി നീണ്ടുവരുന്ന ദുർബ്ബല കരങ്ങളെക്കാണാമായിരുന്നു. വിശപ്പ് സഹിക്കവയ്യാതെ സ്വന്തം മകന്റെ മാംസം കിട്ടിയാൽപോലും തിന്നാൽ തയ്യാറായിനിന്ന ഒരു പിതാവിനെ കണ്ടതായി അക്കാലത്ത് അതുവഴി കടന്നുപോയ ഒരു വിദേശവ്യാപാരി രേഖപ്പെടുത്തിയിട്ടുണ്ട്. പ്രഭുക്കന്മാരും രാജാക്കന്മാരും ക്ഷാമം തടയാൻ യാതൊരു നടപടിയും എടുത്തില്ല. അവരുടെ അറപ്പുരകളിൽ ധാന്യവും സമ്പത്തും അന്നും വേണ്ടുവോളമുണ്ടായിരുന്നു.

കാലം ഇത്രയൊക്കെ മാറിയിട്ടും ചരിത്രത്തിന്റെ ആവർത്തനമല്ലേ ഇപ്പോഴും സംഭവിക്കുന്നത്. ഭരണകൂടവും പൊതുസമൂഹവും ആത്മാർത്ഥമായി വിചാരിച്ചാൽ ഒരു കർഷകൻപോലും ആത്മഹത്യ ചെയ്യേണ്ടിവരില്ല. കാരണം ഇവരെ താങ്ങാനുള്ള ശേഷി നമ്മുടെ സമൂഹത്തിനുണ്ട്.

ഗൃഹനാഥനെ മരണം കവർന്ന കുടുംബം

പിന്നെ ഇതുവരെയുള്ള അനുഭവത്തിൽ നിന്ന് ബോദ്ധ്യമായ ഒരു കാര്യം ആത്മഹത്യചെയ്യുന്ന കർഷകരിൽ തൊണ്ണൂറുശതമാനവും ദളിത്-ആദിവാസി വിഭാഗത്തിൽപ്പെട്ടവരാണ്. മുന്നോക്കവിഭാഗത്തിൽപ്പെട്ടവർക്ക് ലഭിക്കുന്ന സാമൂഹിക-സാമ്പത്തിക പിന്തുണ ഈ വിഭാഗം ജനങ്ങൾക്ക് ലഭിക്കുന്നില്ല. അവർ പ്രകൃതിയുടെയും പൊതുസമൂഹത്തിന്റേയും കേവല ഇരകൾ മാത്രമാണ്. കൃത്യമായി വൈദ്യുതി ലഭ്യമാക്കിയാൽ, വിത്തും വളവും കീടനാശിനിയും ന്യായവിലയ്ക്ക് ലഭ്യമാക്കിയാൽ; ഉല്പന്നങ്ങൾക്ക് ന്യായമായ താങ്ങുവില ലഭ്യമാക്കിയാൽ, റൂറൽ ക്രെഡിറ്റ് സംവിധാനം കൂറേക്കൂടി മെച്ചപ്പെടുത്തിയാൽ ഇനി ഒരു കർഷകനും ആത്മഹത്യ ചെയ്യുന്ന ദുരന്താനുഭവം ഉണ്ടാകില്ല.

തിരിച്ച് നടക്കുന്നതിനിടയിൽ വഴിയരികിൽ കണ്ട സ്കൂളിൽ വെറുതേയൊന്ന് കയറി. ജില്ലാ പരിഷത്ത് നടത്തുന്ന ബിജോറാം അപ്പർ പ്രൈമറി സ്കൂളാണ്. ഏഴാം ക്ലാസ് വരെ കുട്ടികൾക്ക് ഇവിടെ പഠിക്കാം. തുടർന്ന് പഠിക്കണമെങ്കിൽ ഗ്രാമത്തിനു പുറത്തു പോകണം. ഹെഡ്മാസ്റ്റർ ഗെവാൻഡേയുമായി സംസാരിച്ചു. നൂറ്റിമുപ്പത്തിയഞ്ച് കുട്ടികൾ പഠിക്കുന്നു. മിക്കവരും ഏഴാംക്ലാസുകൊണ്ട് വിദ്യാഭ്യാസം അവസാനിപ്പിക്കും. പത്ത്കിലോമീറ്റർ സഞ്ചരിച്ചാലേ ഹൈസ്കൂളിൽ എത്താൻ കഴിയൂ. അപൂർവ്വം പേരെ അതിന് തയ്യാറാവൂ. മിക്കവരും ദുരന്തങ്ങൾ ഏറ്റുവാങ്ങാനായി കൃഷിഭൂമിയിലേക്ക് പോകും. ദേവദാസിന്റെ വീടാണ് അടുത്ത ലക്ഷ്യം. വഴിയരികിൽ ഒരു ബാങ്കിന്റെ ബ്രാഞ്ച് പ്രവർത്തിക്കുന്നു. വളഞ്ഞുപുളഞ്ഞ് റോഡിനോളം നീണ്ട ക്യൂ കാണാം. ജില്ലാ കോ-ഓപ്പറേറ്റീവ് ബാങ്കിന്റെ ശാഖയാണ്. ദേവദാസ് കാർ നിർത്തി ബാങ്കിനുള്ളിലേക്ക് പോയി. വിള ഇൻഷുറൻസിനുള്ള അപേക്ഷ കൊടുക്കുന്നതിന്റെ ക്യൂവാണ്. ക്യൂവിൽ നില്ക്കുന്ന ചിലർക്ക് എന്തൊക്കെയോ നിർദ്ദേശങ്ങൾ കൊടുത്തിട്ട് ദേവദാസ് തിരിച്ചുവന്നു. വിള ഇൻഷുറൻസ് പദ്ധതിയൊക്കെ ഉണ്ടായിട്ടും എന്തേ കർഷകർ ആത്മഹത്യ ചെയ്യുന്നു എന്ന് അറിയാതെ ചോദിച്ചുപോയി. “ഇതൊക്കെ വെറും നക്കാപ്പിച്ച പൈസകളല്ലേ കിട്ടൂ. ഇതൊന്നും കൃഷിക്കാരന് താങ്ങാവില്ല.” ദേവദാസിന്റെ മറുപടി ഇങ്ങനെയായിരുന്നു.

ദേവദാസിന്റെ വീട്ടുമുറ്റം നിറയെ കാർഷിക ഉപകരണങ്ങളാണ്. രണ്ട് ട്രാക്ടറുകൾ, ഞാറുനടുന്ന യന്ത്രം, വളം വിതറുന്ന യന്ത്രം, മറ്റ് പല ഉപകരണങ്ങളും അവിടവിടെയായി കിടക്കുന്നു. ഒരു ഇടത്തരം കോൺക്രീറ്റ് കെട്ടിടമാണ് വീട്. ചുറ്റുമുള്ള പുരയിടം ഉഴുതുമറിച്ച് വാഴത്തൈ കൃഷി ചെയ്തിരിക്കുന്നു. വീടിനകത്തേക്ക് കയറിപ്പോയ ദേവദാസ് തിരികെവന്നു. പുറകേ ഭാര്യ ലോട്ടയിൽ വെള്ളവുമായി എത്തി. മുറ്റത്തുനിന്നു തന്നെ വെള്ളം കുടിച്ചു. എന്നിട്ട് വീടിനകത്തേക്ക് കയറി. വിശാലമായ മുറികൾ. ഒരു ഗോഡൗണിന്റെ പ്രതീതി. ഒരുഭാഗത്ത് മേൽത്തട്ട്. ഒപ്പം ചാക്കുകൾ അടുക്കിവച്ചിരിക്കുന്നു. പുഴുങ്ങി ഉണങ്ങിയ മഞ്ഞളാണ്. നല്ല വില പ്രതീക്ഷിച്ച് സൂക്ഷിക്കുകയാണ്. മറ്റൊരു മുറി

ബിജോറാം അപ്പർ പ്രൈമറി സ്കൂളിലെ കുട്ടികൾ

യിൽ ഗോതമ്പ് ചാക്കുകൾ അടുക്കിനിറച്ചിരിക്കുന്നു. ദേവദാസിന്റെ കുടുംബത്തെ കൂടാതെ ജ്യേഷ്ഠനും കുടുംബവും കൂടി ഇവിടെ താമസിക്കുന്നുണ്ട്. അല്പം കഴിഞ്ഞ് ഞങ്ങളെ ഭക്ഷണത്തിന് ക്ഷണിച്ചു. ഇവിടെയും നിലത്തിരുന്നാണ് ഭക്ഷണം. ചോറ്, റൊട്ടി, ഉരുളകിഴങ്ങ് കറി, അച്ചാർ-സ്ഥിരവിഭവങ്ങൾ നിരന്നു.

ഭക്ഷണശേഷം ദേവദാസിന്റെ കുടുംബത്തോട് യാത്ര പറഞ്ഞ് ആദ്യം എത്തിയ മഹാഗാവിൽ വന്നു. അടുത്ത ലക്ഷ്യം അമരാവതിയാണ്. പക്ഷെ, മഹാഗാവിൽ നിന്ന് അമരാവതിക്ക് നേരിട്ട് ബസ് കിട്ടില്ല. ഇവിടെയും ദേവദാസ് സഹായത്തിനെത്തി. കാറിൽ പുസാത് എന്ന സ്ഥലത്തെത്തിച്ചു. ഞങ്ങൾക്കായി കുറഞ്ഞത് ഒരു നൂറ്റി അൻപത് കിലോമീറ്ററെങ്കിലും ദേവദാസ് കാറോടിച്ചിട്ടുണ്ടാവും. പക്ഷേ, ഏറെ നിർബ്ബന്ധിച്ചിട്ടും പെട്രോൾകാശുപോലും അയാൾ വാങ്ങിയില്ല. സൗഹൃദംമാത്രം മതി എന്നായിരുന്നു മറുപടി. പുസാത്-അമരാവതി ഇരുന്നൂറുകിലോമീറ്റർ ദൂരമുണ്ട്. വിന്ധ്യ-ശതപുര മലനിരകളിലൂടെയാണ് യാത്ര. പ്രകൃതിയുടെ മറ്റൊരു അവിസ്മരണീയ ദൃശ്യവിസ്മയമാണ് യാത്ര സമ്മാനിച്ചത്. തേക്കിൻ മരക്കാടുകളാൽ സമൃദ്ധമാണ് എവിടവും. ഇടയ്ക്കിടയ്ക്ക് മിന്നിമറയുന്ന പരുത്തിപ്പാടം; ഇടവിട്ടുള്ള സോയാപ്പാടം, നാരകത്തോട്ടങ്ങൾ; ഇടയ്ക്കിടയ്ക്ക് യാത്രമുടക്കുന്ന കാലിക്കൂട്ടങ്ങൾ. ബസിന്റെ പ്രയാണത്തിനൊപ്പം അമരാവതിയുടെ അനുഭവങ്ങൾ തേടി മനസ്സും പാഞ്ഞുകൊണ്ടിരുന്നു.

7
അമരാവതി ഒരിക്കൽ
മൃതനഗരമായിരുന്നു

വിദർഭയ്ക്ക് സങ്കടങ്ങൾ മാത്രമല്ല സന്തോഷങ്ങളുമുണ്ട്. മഹാരാ
ഷ്ട്രയിലെ പ്രധാന നഗരങ്ങളിലൊന്നാണ് അമരാവതി. പുസാത്തിൽ
നിന്നും അമരാവതിയിലേക്കുള്ള യാത്ര ഉറക്കവും സ്വപ്നവും കാഴ്ചയും
തമ്മിലുള്ള കൊളാഷാണെന്നു പറയാം. മയക്കത്തിലേക്കുവീഴുമ്പോൾ
പുറകോട്ടു പോയ്മറഞ്ഞ തേക്കിൻ തോട്ടങ്ങളും സോയാപാടങ്ങളും
വിന്ധ്യപർവ്വതത്തിന്റെ ശിഖരവിതാനങ്ങളും മനസ്സിൽ റിവൈൻഡ് ചെയ്യു
ന്നുണ്ടാവും. പെട്ടെന്നൊരു ഗ്രാമപാതയിൽ വണ്ടി നിർത്തുമ്പോൾ സ്വപ്
നത്തുടർച്ചപോലെ കാഴ്ചപ്പെരുമയിതാ കൺമുന്നിൽ. അമരാവതിയിലെ
സന്ധ്യാദീപങ്ങൾ തെളിയുന്നത് കിലോമീറ്ററുകൾക്കിപ്പുറത്തുനിന്നേ
കാണാം. നഗരങ്ങളിലേക്ക് നമ്മെ സ്വാഗതം ചെയ്യുന്നത് പരസ്യപ്പലക
കളാണല്ലോ. വോഡഫോണിന്റെ ഇലക്ട്രോണിക്സ് പ്ലേബോർഡ് ബി
ടി കോട്ടൺ പരസ്യങ്ങൾ, കീടനാശിനിപ്പരസ്യങ്ങൾ കൂടുതൽ വ്യക്തത
യോടുകൂടി കണ്ടുതുടങ്ങുന്നു. ചുമപ്പും വെള്ളയും യൂണിഫോമണിഞ്ഞ
മഹാരാഷ്ട്ര സ്റ്റേറ്റ് ട്രാൻസ്പോർട്ട് കോർപ്പറേഷന്റെ ചെറിയ ബസുകൾ
കൂടുതൽ കൂടുതൽ കാണപ്പെട്ടു. പല തരത്തിലുള്ള കാറുകൾക്കും ഓട്ടോ
റിക്ഷകൾക്കും സൈക്കിൾറിക്ഷകൾക്കും സാമാനങ്ങൾ കയറ്റിയ ലോറി
കൾക്കും ഇടയിലേക്കാണ് ഞങ്ങളുടെ ബസും ഓടിക്കയറിയത്.

അമരാവതി ബസ് സ്റ്റേഷനിൽ ഇറങ്ങുമ്പോഴേ തങ്ങേണ്ട സത്ര
ത്തിന്റെ നിയോൺ ദീപങ്ങൾ ഞങ്ങളെ മാടിവിളിച്ചുകഴിഞ്ഞിരുന്നു. ഒരു
വെജിറ്റേറിയൻ ഹോട്ടലിന്റെ മുകൾ നിലയിലാണ് രാത്രി സങ്കേതം. ജാല
കങ്ങൾ തുറന്നാൽ ബസ് സ്റ്റാന്റിലെ കാഴ്ചകൾക്കൊപ്പം പുകയും പൊ
ടിയും കൊതുകും ഉള്ളിലേക്കിരച്ചുകയറും. യവത്മാൽ പോലെയോ മഹാ
ഗാവ് പോലെയോ പുസാത് പോലെയോ അല്ല അമരാവതി. ലക്ഷണ

മൊത്തൊരു മെട്രോപൊളിറ്റൻ നഗരം. നഗരത്തിന്റേതായ എല്ലാം അവിടെയുണ്ട്.

രാത്രി നടത്തത്തിന് ഒരു പ്രത്യേകതയുണ്ട്. കാണേണ്ടതുമാത്രമേ കാണേണ്ടതുള്ളൂ. നിയോൺ വിളക്കുകൾ വഴി തെളിയിക്കുമ്പോൾ ഇരുട്ട് അകലെ കാഴ്ചകൾ മറയ്ക്കും. ഒരു നഗരത്തെ കാണേണ്ടത് രാത്രി വെട്ടത്തിലാണ്. മനുഷ്യന്റെ വന്യമോഹങ്ങൾക്ക് ചിറകുമുളയ്ക്കുന്നതും പ്രണയപ്രയാണങ്ങൾക്ക് താളലയങ്ങൾ വന്നുചേരുന്നതും അപ്പോഴാണല്ലോ. ഇരുചക്രവാഹനങ്ങൾ ഓടിച്ചുപോകുന്ന പെൺകുട്ടികൾ രാത്രിയായപ്പോൾ മുഖാവരണങ്ങൾ മാറ്റിക്കഴിഞ്ഞു. അവരുടെ സുന്ദരവദനങ്ങളിൽ ചിരിപടർന്നു തുടങ്ങി. ആരെയോ ഭയന്ന് കണ്ണുകളൊഴികെ ബാക്കിയെല്ലാം മറച്ചാണിവർ യാത്ര ചെയ്യുന്നത്. സദാ ചാരക്കണ്ണുകളിൽ പെടാതിരിക്കാനും പൊടിപടലങ്ങളിൽനിന്നും ചൂടിൽനിന്നും രക്ഷപ്പെടാനുമുള്ള മൾട്ടിപർപ്പസ് ആവരണമായാണതിനെ വായിച്ചെടുത്തത്.

അമരാവതിയിലെ ദസ്തർ റോഡിലൂടെയാണിപ്പോൾ നടക്കുന്നത്. ഓടകൾക്ക് മുകളിലൂടെയാണ് കാൽനടക്കാരുടെ വഴി. ഇടയ്ക്ക് ഇളകിയ സ്ലാബോ തള്ളിനില്ക്കുന്ന കമ്പിയോ കണ്ടേക്കും. സൂക്ഷിച്ചുവേണം ചുവടുകൾവയ്ക്കാൻ. വഴിയരികിലെ കടകളിൽനിന്നും വായിച്ചെടുത്തു ഇത് ന്യൂകോളനിയാണെന്ന്. സമ്പന്നരുടെ വാസഗേഹങ്ങളിൽ നിന്ന് സൂര്യകാന്തിയെണ്ണ ചൂടാക്കുന്നതിന്റെ മണം പരക്കുന്നു. ഏതു നഗരത്തിനുമുണ്ടാവും സ്വന്തം മണങ്ങൾ. അതവരുടെ ആഹാരശീലങ്ങളുമായി ബന്ധപ്പെട്ടാകാം. അമരാവതിയിൽ ദക്ഷിണേന്ത്യൻ ഭക്ഷണം സുലഭമാണ്. ചപ്പാത്തിപോലെ അഖിലലോക സാന്നിദ്ധ്യമാണ് ഇഡ്ഡലിക്കും സാമ്പാറിനും വന്നു ചേർന്നിട്ടുള്ളത്.

നടന്നുനടന്ന് എത്തിച്ചേർന്നത് തിരക്കേറിയ വാണിജ്യകേന്ദ്രത്തിലേക്കാണ്. വിപണി ഉണർന്നു തുടങ്ങിയിരിക്കുന്നു. വഴിയരികിൽ പഴക്കടകൾ നിരനിരയായി കാണപ്പെട്ടു. ഓറഞ്ചിന്റെ സീസണായിരുന്നില്ല അത്. വിദേശമുദ്രകളോടെ ചുവപ്പ് രാശികലർന്ന മഞ്ഞ ഓറഞ്ചുകളും കൊതിയൂറുന്ന പാകത്തിലുള്ള വലിയ പേരയ്ക്കകളും മാദകചുവപ്പാർന്ന മാതളപ്പഴങ്ങളും പടലകണക്കാക്കി അറുത്തെടുത്ത കേലയും ഉന്തുവണ്ടികളിൽ നിറഞ്ഞിരിക്കുന്നു. ഇവിടെ കേരളത്തിലേതുപോലെ പലയിനം വാഴപ്പഴങ്ങളില്ല. ഇളം മഞ്ഞയിലുള്ള റോബസ്റ്റ ഇനത്തിൽപ്പെട്ട ഒറ്റപ്പഴം മാത്രം. അതിനവർ കേല എന്ന് പേരിട്ട് നീട്ടിവിളിക്കുന്നു. വീട്ടിൽനിന്നും പുറത്തേക്കോടിപ്പോയ പുന്നാര മകളെ മടക്കിവിളിക്കും പോലെ ആർദ്രമായാണ് കേലാ..... എന്നു നീട്ടുന്നത്.

അംബാദേവി ക്ഷേത്രത്തിന്റെ വിദൂരദൃശ്യം ഒരു കോട്ടയെ അനുസ്മരിപ്പിക്കും. അടുത്തെത്തുമ്പോൾ അതിന് മോസ്കിന്റെ ഒരു ഛായ ഉണ്ടോയെന്നു തോന്നും. പച്ചച്ചായവും ആർച്ചും ഇസ്ലാമിക വാസ്തുവിദ്യയുടെ സ്വാധീനം വ്യക്തമാക്കുന്നു. തനിമയ്ക്കുവേണ്ടിയുള്ള മുറവിളികൾ നടക്കുന്ന ഇക്കാലത്ത് സാംസ്കാരത്തിന്റെ കലർപ്പുകളത്രെ എവി

അംബാ ദേവിക്ഷേത്രം: അമരാവതി

ടെയും ദൃശ്യമാകുന്നത്. വലിയൊരു മതിൽകെട്ടിനുള്ളിലാണ് അംബാ ദേവി ക്ഷേത്രം. അമരാവതിയുടെ രക്ഷകയെന്ന നിലയിലാണ് ഈ ദേശക്കാർ ദേവിയെ കാണുന്നത്. വളരെ പഴക്കമുള്ള ക്ഷേത്രമാണിത്. ശ്രീകൃഷ്ണൻ രുക്മിണിയെ വിവാഹം കഴിച്ചത് ഇവിടെ വച്ചാണെന്ന് പ്രാദേശികമായി വിശ്വസിക്കുന്നു. ദുർഗ്ഗയുടെ വേറൊരു മുഖമത്രെ അംബാ ദേവി. നവരാത്രികാലത്താണ് ഇവിടെ ഉത്സവം. വിദൂരദേശങ്ങളിൽ നിന്നും ആളുകൾ എത്തിച്ചേരും. നിരവധി ഇടനാഴികളും തുറസ്സുകളും ക്ഷേത്രത്തിലുണ്ട്. പെരുമ്പറകൾ മുഴക്കുന്ന ശബ്ദത്തിൽ മുഖരിതമാണീ പ്രദേശം. ആർച്ചിന്റെ ആകൃതിയിലുള്ള ഗർഭഗൃഹം മൂന്ന് ദേവതകൾക്കായി വിഭജിക്കപ്പെട്ടിരിക്കുന്നു. അംബാദേവി, ഗണപതി, വിഷ്ണു. ലക്ഷ്മിക്കും വിഷ്ണുവിനുമൊപ്പമിരിക്കുന്ന അംബാദേവിക്കു മുന്നിൽ വെള്ളിയിലുള്ള കെടാവിളക്കുകൾ ജ്വലിച്ചുനില്ക്കുന്നുണ്ട്. ഒരു ക്ഷേത്രത്തിന്റേതല്ല ഭക്തിവ്യവസായത്തിന്റെ അന്തരീക്ഷമാണ് ആകെയുള്ളത്. അംബാദേവിയുടെ പേരിൽനിന്നാണത്രെ അമരാവതി എന്ന പേരുസിദ്ധിച്ചത്. ഔദംബരവാഡി എന്നായിരുന്നു ഈ പ്രദേശം പണ്ടുകാലത്ത് അറിയപ്പെട്ടിരുന്നത്. അതിൽനിന്നും അമരാവതി എന്ന പേരുണ്ടായി എന്നും അഭിപ്രായപ്പെടുന്നവരുമുണ്ട്. 1097 എ ഡിയിലാണ് ഈ ക്ഷേത്രം പണിതത് എന്നാണ് ചരിത്രരേഖകളിൽ. അപ്പോൾ കൃഷ്ണ-രുക്മിണി വിവാഹം കെട്ടുകഥമാത്രമാണെന്നൂഹിക്കാൻ വലിയ ചരിത്രജ്ഞാനമൊന്നും വേണ്ട.

ഈ മെട്രോ പോളിറ്റൻ നഗരത്തിൽ ജനസംഖ്യ 7 ലക്ഷത്തിൽ താഴെ മാത്രമാണ്. നാഗ്പൂർ കഴിഞ്ഞാൽ വിദർഭ പ്രദേശത്തെ രണ്ടാമത്തെ വലിയ നഗരമാണിത്. പതിനാലാം നൂറ്റാണ്ടിൽ ഉണ്ടായ ഭീകരമായ വരൾച്ച ഈ പ്രദേശത്തെ മനുഷ്യരുടെ സ്മരണകളിൽ കഥകളും കെട്ടുകഥകളുമായി പിണഞ്ഞുകിടക്കുന്നു. ആ വരൾച്ചക്കാലത്ത് അമരാവതിയിലെ മനുഷ്യർ അമരരായില്ല, മൃതിയുടെ ഗേഹത്തിലേക്ക് യാത്രയാവുകയോ ശേഷിച്ചവർ മറ്റിടങ്ങളിലേക്ക് പലായനം ചെയ്യുകയോ ആയിരുന്നു. ഗുജറാത്തിലേക്കും മാൾവയിലേക്കുമായിരുന്നു ആ പലായനങ്ങൾ ഏറെയും. വരൾച്ചയൊടുങ്ങിയപ്പോൾ ജീവിതം വീണ്ടും തളിർത്തുതുടങ്ങിയപ്പോൾ ഇതര പ്രദേശങ്ങളിൽനിന്നും ആളുകൾ ഇവിടേക്കു കുടിയേറി. അമരാവതിയിലെ ജാതിഘടന പരിശോധിച്ചാൽ ഇതുകാണാം. വിദർഭയിലെ മറ്റിടങ്ങളിൽ ദളിത് പിന്നോക്ക സംസ്കൃതിയുടെ അടയാളങ്ങൾ കാണാം. എന്നാൽ അമരാവതിയുടെ പൊതുകാഴ്ച, ഇടങ്ങൾ സവർണ്ണമാണ്.

പഴമയുടെ അടയാളങ്ങളായി വേറെചിലതുമുണ്ടിവിടെ. ഒരു മോസ്ക്ക് സ്ഥാപിക്കാനായി ഔറംഗസേബിന് പതിച്ചുനല്കിയ 'ഔറംഗവും' വെല്ലസ്ലി പ്രഭുവിന്റെ ക്യാമ്പ് സ്ഥിതി ചെയ്തിരുന്ന ക്യാമ്പും ഇന്നും സ്ഥലനാമങ്ങളിൽ ഇടം പിടിക്കുന്നുണ്ട്. ആധുനിക അമരാവതിയുടെ നിർമ്മിതി നടത്തിയത് എഡി 1859 മുതൽ 1887 വരെ ഇവിടം ഭരിച്ച നിസ്സാമായിരുന്നു.

വേറൊരു ചരിത്രപ്രാധാന്യം കൂടിയുണ്ട് അമരാവതിക്ക്. 1897 ൽ ഇന്ത്യൻ നാഷണൽ കോൺഗ്രസിന്റെ സമ്മേളനം ചേർന്നത് ഈ നഗരത്തിലായിരുന്നു. മലയാളിയായിരുന്ന ചേറ്റൂർ ശങ്കരൻനായരായിരുന്നു ആ സമ്മേളനത്തിന്റെ അദ്ധ്യക്ഷൻ. ഇന്ത്യക്ക് സ്വയംഭരണം എന്ന ആവശ്യം ആദ്യമായി ഉയർന്നത് ഇവിടെവച്ചായിരുന്നു. കുറഞ്ഞത് ഡൊമിനിയൻ പദവിയെങ്കിലും അനുവദിക്കണമെന്നായിരുന്നു അന്നത്തെ ആവശ്യം. മഹാനായ ഭഗത്സിങ് മൂന്നുനാൾ ഒളിവിൽ പാർത്തതും ഈ നഗരത്തിലാണ്.

ഇന്ന് വിദ്യാഭ്യാസ ഹബ്ബായി ഈ നഗരം മാറിയിട്ടുണ്ട്. ഒട്ടനവധി വിദ്യാഭ്യാസ സ്ഥാപനങ്ങൾ ഈ നഗരത്തിലുണ്ട്. തെരുവുകളിൽ പുസ്തകസഞ്ചി ചുമലിലേറ്റി നടക്കുന്ന യുവതയുടെ സാന്നിദ്ധ്യം ഇതിന് അടിവരയിടുന്നു. 1923 ൽ സ്ഥാപിതമായ വിദർഭ മഹാവിദ്യാലയം ശാസ്ത്രവിഷയങ്ങളിൽ പഠന സൗകര്യമൊരുക്കിയ ആദ്യ വിദ്യാലയങ്ങളിലൊന്നാണ്. കിങ് എഡ്വേർഡ് കോളേജ് എന്നായിരുന്നു ആദ്യപേര്.

അമരാവതിയിലെ ജനസംഖ്യയിൽ ബ്രാഹ്മണർ വെറും 3 ശതമാനം മാത്രമാണെങ്കിലും ഏറ്റവും സ്വാധീനമുള്ളത് ഈ സമുദായത്തിനാണ്. സംസ്കാരിക മണ്ഡലത്തിൽ ഇവരുടെ സ്വാധീനം വലുതാണ്. ബ്രാഹ്മണരിൽ തന്നെ തദ്ദേശീയ ബ്രാഹ്മണരായ ദേശസ്ഥരാണ് ഭൂരിപക്ഷവും. രജപുത്രരും സ്വാധീനമുള്ള വിഭാഗമാണ്. കുംബി, ലോധി, കിരാർ, കാച്ചി,

മാന, ജാട്ട്, കുർമ്മി എന്നിങ്ങനെ പോകുന്നു ഇവിടത്തെ ജാതിവിഭാഗങ്ങൾ. കൃഷിഭൂമിയുടെ ഏറിയ പങ്കും കൈവശമുള്ളത് കുംബി വിഭാഗത്തിനാണ്. ഇവരാണിവിടത്തെ ഭൂമിക്കാർ. കൃഷിഭൂമിയുടെ 24 ശതമാനവും ഇവരുടെ ഉടമസ്ഥയിലാണത്രെ! ശിവജിയുടെ സേനയിലേക്ക് കുംബികളെ റിക്രൂട്ട് ചെയ്യപ്പെട്ടതോടെയാണ് ഇവരുടെ ഭാഗ്യനക്ഷത്രം തെളിഞ്ഞത്. പടയാളികൾക്ക് കരമൊഴിവാക്കി നല്കിയ ഭൂമിയാണ് ഇവരെ ഭൂ ഉടമകളുടെ മേൽത്തട്ടിൽ പ്രതിഷ്ഠിച്ചത്. കുംബികൾ യഥാർത്ഥത്തിൽ സമ്പന്നരല്ലാത്ത നിരവധി കർഷകജാതികളുടെ പൊതുവിളിപ്പേരാണ്. ഭൊനോജെ, ഘാത്തോലെ, ഹിന്ദ്രെ, യാദവർ, ലോണാരേ തുടങ്ങിയ വിദർഭയിലെ മറ്റു ജാതികളും ഇതിൽപ്പെടും. ഇവരാണ് പില്ക്കാലത്ത് മഹാരാഷ്ട്രയിലെ ഏറ്റവും സ്വാധീനമുള്ള മറാത്തകൾ എന്ന് അറിയപ്പെടുന്നത്.

അംബാദേവി ക്ഷേത്രത്തിൽനിന്നും മടങ്ങവെ നിറയെ ഷോപ്പിങ് ഇടങ്ങളുള്ള ഒരു കവലയിൽ നിന്നു. തെരുവിൽ നിന്നു റാഫിയുടെ ഗാനമുയരുന്നു. ജബ് ജബ് ഫൂൽ ഖിലേ... പരിമിതമായ സംഗീതോപകരണങ്ങൾ. ലളിതമായ ശബ്ദസംവിധാനങ്ങൾ. റാഫി അനുസ്മരണമാണെന്ന് അടുത്തുള്ള ഫ്ളക്സ് ബോർഡ് സൂചിപ്പിച്ചു. റാഫിയുടെ പാട്ടുകൾക്ക് മാന്ത്രികശക്തിയുണ്ട്. കാന്തത്തിൽ ഇരുമ്പുപൊടിയെന്നോണമാണ് ആളുകൾ അവിടേക്ക് ഒഴുകിയെത്തിയത്. അവിടത്തെ വ്യാപാരി സമൂഹമാണ് റാഫി അനുസ്മരണം സംഘടിപ്പിച്ചിരിക്കുന്നത്. ഡിജിറ്റൽ ടെക്നോളജി പൂർവ്വനാളുകളിൽ സിനിമാകാസറ്റുകളും സംഗീത കാസറ്റുകളും വിതരണം ചെയ്യുന്ന ഹബ്ബായിരുന്നത്രെ അമരാവതി. ഹിന്ദി ചലച്ചിത്ര വിതരണക്കമ്പനികളുടെ ആസ്ഥാനവുമായിരുന്നു ഇവിടം. സെല്ലുലോയ്ഡ് അപ്രത്യക്ഷമാവുകയും ഡിജിറ്റൽ സാങ്കേതികവിദ്യ പ്രാബല്യത്തിൽ വരികയും ചെയ്തപ്പോൾ ചലച്ചിത്ര വിതരണപ്രഭാവം ഇവിടെ കെട്ടടങ്ങി. റാഫിയുടെ സ്വരമനുകരിക്കാനുള്ള ശ്രമങ്ങൾ ചിലപ്പോൾ ഗംഭീരമായും ചിലപ്പോൾ ദയനീയമാവുകയും ചെയ്യുമ്പോൾ ഞങ്ങൾ നടത്തം തുടങ്ങി. വാസ്തവത്തിൽ ആളുകൾ കേൾക്കുന്നത് അവരുടെ ബോധമണ്ഡലങ്ങളിൽ രേഖപ്പെടുത്തിയ റാഫിയുടെ തന്നെ സ്വരമാണല്ലോ.

യാത്രികർക്ക് ആതിഥ്യമൊന്നും നല്കാത്ത നഗരമാണ് അമരാവതി. പല പ്രദേശങ്ങളിലേക്കുള്ള യാത്രകളിൽ ഒരു ഇടത്താവളമായാണ് സഞ്ചാരികൾ അമരാവതിയിൽ എത്തിപ്പെടുന്നത്. മഹാരാഷ്ട്രയിലെ മറ്റ് പ്രദേശങ്ങളിലേക്കും മദ്ധ്യപ്രദേശിലേക്കും യാത്ര ചെയ്യുന്നവർക്ക് ബസും ട്രെയിനും ഈ നഗരത്തിൽനിന്നും ലഭിക്കും. നഗരത്തിൽ നിന്നും 15 കിലോമീറ്റർ തെക്കുമാറി അമരാവതി എയർപോർട്ടുമുണ്ട്.

രാത്രി സഞ്ചാരം മതിയാക്കി മുറിയിലെത്തി. വിദർഭയുടെ ഭൂപടം നിവർത്തി ചികിൽധാര അയാളപ്പെടുത്തി. ശതപുര പർവ്വതനിരകളിൽ കോടമഞ്ഞു പുതച്ചു നില്ക്കുന്ന ചികിൽധാരയെ ലക്ഷ്യമാക്കി ഭാണ്ഡം മുറുക്കി. ഉറക്കം കാത്തുകിടന്നു.

8

ഓറഞ്ചു പൂക്കളുടെ ഗന്ധം

അമരാവതി ജില്ലയിൽത്തന്നെയാണ് ചികിൽധാര. വിദർഭയുടെ മൂന്നാർ. അമരാവതിയിൽ ചൂട് ഉച്ചസ്ഥായിയിലെത്തുമ്പോൾ അമരാവതിയിലെ മദ്ധ്യവർഗ്ഗം ചികിൽധാരയിലേക്കു വണ്ടികയറും. മഴയും വെയിലും വിതയും കൊയ്ത്തും വായ്പയും വിലത്തകർച്ചയും അന്തകവിത്തും ആത്മഹത്യയും ഒക്കെ കൂടിക്കുഴഞ്ഞ് കിടക്കുമ്പോഴും മനുഷ്യർക്ക് ജീവിക്കണം. അന്നന്നത്തെ അപ്പം മാത്രമല്ല ആഹ്ലാദങ്ങളും അവർക്കുവേണം. അമരാവതിയിൽനിന്നും ചികിൽധാരയിലേക്ക് തൊണ്ണൂറിലേറെ കിലോമീറ്റർ ദൂരമുണ്ട്. രണ്ടേകാൽ മണിക്കൂർകൊണ്ട് നിങ്ങൾക്ക് ചികിൽധാരയിൽ എത്താമെന്നാണ് ഗൂഗിൾമാപ്പ് പറയുക. എന്നാൽ അതു സ്വന്തം കാറിൽ നിർത്താതെ ഡ്രൈവു ചെയ്യുന്നെങ്കിൽ. യാഥാർത്ഥ്യം എപ്പോഴും അല്പം വ്യത്യസ്തമാണ്.

അമരാവതി ബസ് സ്റ്റാന്റിൽ എത്തുമ്പോഴാണ് ചികിൽധാരയിലേക്ക് നേരിട്ട് ബസില്ല എന്നകാര്യം അറിയുന്നത്. നിരാശരാകേണ്ട. പരത്വാഡ വരെ പോവുക. പരത്വാഡയിലേക്ക് അമരാവതിയിൽനിന്നും അറുപതോളം കിലോമീറ്റർ ദൂരമുണ്ട്. രണ്ടുമണിക്കൂർ യാത്ര. ഏറെപ്പേരൊന്നും കയറിയിരിക്കുന്നില്ല പരത്വാഡ ബസിൽ. അമരാവതി മാർക്കറ്റിൽ നിന്നും പഴങ്ങളും പച്ചക്കറികളും വാങ്ങി വില്പനയ്ക്കായി കൊണ്ടുപോകുന്ന ഏതാനും മുതിർന്ന ദീദിമാർ കട്ടിമറാത്തിയിൽ വച്ചു കാച്ചുന്നുണ്ട്. ഒറ്റയക്ഷരം പിടികിട്ടുന്നില്ല. വഴിയിലെവിടെയോ ഓഫീസിലിറങ്ങേണ്ടവർ ഇടയ്ക്കിടയ്ക്ക് വാച്ചിലേക്കു നോക്കി അസ്വസ്ഥരാകുന്നുണ്ട്. അറ്റത്തിരിക്കുന്ന ഒരാൾ പാൻപരാഗ് കവർകീറി ഉള്ളം കൈയിൽ തട്ടി വിരൽകൊണ്ടു മർദ്ദിച്ച് മോണയിൽ തേച്ചുപിടിപ്പിക്കാൻ തുടങ്ങവെയാണ് ബെൽ മുഴങ്ങിയതും ഡ്രൈവർ എഞ്ചിൻ സ്റ്റാർട്ടാക്കിയതും ഏവരും ഒന്നു

മുന്നോട്ടാഞ്ഞതും...

അമരാവതി നഗരം വേഗത്തിൽ പിന്നിട്ടു. ചെറിയ മയക്കത്തിനു ശേഷം കണ്ണുതുറന്നപ്പോൾ തുറസ്സായ കൃഷിയിടങ്ങളാണ്. ഒന്നോ രണ്ടോ മഴ വന്നുപോയിട്ടുണ്ടാവണം. ഉഴുതുമറിച്ച പാടത്ത് വിതകളേതോ മുള പൊട്ടുന്നു. പരുത്തിയാവണം. തൈകൾക്ക് പ്രത്യേക പാറ്റേണുണ്ട്. ശതപുരപർവ്വതത്തിൽ തട്ടിവരുന്ന കാറ്റിന് നേർത്തൊരു ഈർപ്പമുണ്ട്. പച്ചക്കറി ഭാണ്ഡവുമായി മദ്ധ്യനിരയിലെ സീറ്റിൽ സംസാരിച്ചിരിക്കുന്ന ദീദിമാരോട് കുശലം പറയാൻ കൂടി. മറാത്തി എന്തെന്നറിയാത്തതിനാൽ അറിയാവുന്ന ഹിന്ദിയെ ശരീരത്തിന്റെയും ആത്മാവിന്റെയും ദേശീയ ഭാഷയാക്കി.

"ദീദി പച്ചക്കറികൾക്കൊക്കെ വിലയെങ്ങനെ?"

ദീദിമാർ തിരിഞ്ഞു നോക്കി.

പുകയിലക്കറ പിടിച്ച പല്ലുകൾ പുറത്തുകാട്ടി അവർ ചിരിച്ചു. അപ്പോൾ കാറ്റിന് തണുപ്പേറിയ പോലെ തോന്നി.

"എന്തുപറയാൻ ഭായ് സാബ്. ഞങ്ങൾ കൊടുക്കുന്നതിനൊന്നും വിലയില്ല. വാങ്ങാൻ പോകുമ്പോൾ പൊള്ളുന്ന വില. ഈ ടുമാറ്റോ നോക്കൂ. ഞങ്ങൾ കൃഷി ചെയ്യുമ്പോൾ ഇതിന് വില തീരെയില്ല. ഞങ്ങ ളിത് റോഡരികിൽ തള്ളും. ടുമാറ്റോ എത്രയെന്നുവച്ചാ കഴിക്കുന്നത്. സബ്ജിയിലിടുന്നതിനും കണക്കില്ലേ. ഇപ്പഴവിടെ സീസണല്ല. ആന്ധ്ര യിൽനിന്നും കൊണ്ടുവരുന്ന ടുമാറ്റോയാണിത്. കിലോക്ക് മുപ്പത്തെട്ടു രൂപ, ഭായിസാബ്. പുതിയതരം തക്കാളി കണ്ടിട്ടില്ലേ? വലുത്. ഒരു മൂട്ടിൽ പത്തുകിലോയിലേറെ കിട്ടും. ഇപ്പോൾ സീസണല്ല. മുപ്പത്തെട്ട് രൂപയ്ക്കു വാങ്ങിയാൽ എത്രരൂപയ്ക്കു വില്ക്കും?"

തക്കാളിയിൽനിന്നും വഴുതനയിലേക്കും ഉരുളക്കിഴങ്ങിലേക്കും സംസാരം നീണ്ടുപോയി. അനേക വിത്തിനങ്ങളെപ്പറ്റി അവർക്കറിയാം. വീണ്ടും വീണ്ടും വിലകൊടുത്തു വാങ്ങേണ്ടതെന്ന നിലയിൽ. രാസവളം, കീടനാശിനി, വിത്ത് എന്നിവയുടെ വില കർഷകരുടെ നൊടുവൊടിച്ചു. വിലത്തകർച്ചയും വായ്പാ തിരിച്ചടയ്ക്കാൻ കഴിയാത്ത അവസ്ഥയും കർഷകരെ അരക്ഷിതാവസ്ഥയുടെ അഗ്നികുണ്ഡങ്ങളിലേക്ക് എടുത്തെ റിയപ്പെടുന്ന കാര്യം ഈ ദീദിമാർക്കും അറിയാം.

അസേഗാവിലാണ് അവർക്കിറങ്ങേണ്ടത്. ഏകദേശം മുപ്പതുകിലോ മീറ്റർ യാത്ര. പച്ചക്കറി സീസണായാൽ അവർ അമരാവതിയിലേക്കു യാത്ര ചെയ്യില്ല; പച്ചക്കറി വാങ്ങാൻ. അസേഗാവിലും സമീപ ഗ്രാമങ്ങ ളായ അരുൾപൂർണ്ണ, പൂർണ്ണനഗർ, ചിഞ്ചോലി, ഖുർദ് തുടങ്ങിയ ഗ്രാമ ങ്ങളിൽ ഉന്തുവണ്ടിയിൽ പച്ചക്കറിയും പഴവർഗ്ഗങ്ങളും എത്തിച്ചാണ് രമ ദീദിയും പുത്ലിഭായി ദീദിയും ജീവിക്കുന്നത്. വണ്ടിയുന്താൻ അവർക്ക് ആൺമക്കളുണ്ട്. സീസണായാൽ അവർ സമീപഗ്രാമങ്ങളിൽനിന്നും പച്ച ക്കറികൾ ശേഖരിക്കും. അപ്പോൾ അമരാവതിയിലെ മൊത്തക്കച്ചവടക്കാർ ലോറിയുമായി ഗ്രാമങ്ങളിൽ എത്തിച്ചേരും.

അസേഗാവ് അചൽപൂർ അസംബ്ലി മണ്ഡലത്തിൽപെട്ട സ്ഥലമാണ്. ആ ഗ്രാമത്തിന് ഒരു സവിശേഷതയുണ്ട്. ഗ്രാമീണർ ഉൾപ്പെടെ മിക്കവർക്കും ഇംഗ്ലീഷ് മനസ്സിലാവും. ബ്രിട്ടീഷ് ഭരണം അവർക്കു നല്കിപ്പോയതാണത്. ദില്ലി സുൽത്താന്മാരും ഹൈദരാബാദിലെ നിസാമും അചൽപൂർ തങ്ങളുടെ നിയന്ത്രണത്തിലാക്കിയിരുന്നു. 1903 മുതൽ ബ്രിട്ടീഷ് ഭരണത്തിൻ കീഴിലായി ഈ പ്രദേശം. സെൻട്രൽ പ്രോവിൻസസിലെ ഒരു പ്രവിശ്യയായി ഇതു തുടർന്നു.

അചൽപൂർ പരത്വാഡയുടെ ഇരട്ട നഗരമാണ്. ശതപുര പർവ്വത നിരകളിലേക്കുള്ള ചവിട്ടുപടികളാണീ പട്ടണങ്ങൾ. രണ്ടു നദികൾക്കിടയിലാണ് ഈ നഗരങ്ങൾ സ്ഥിതിചെയ്യുന്നത്. സപനും ബിക്കാനും. രണ്ടും പുഴകളും ഒടുവിൽ ചന്ദ്രഭാഗപ്പുഴയിൽ എത്തിച്ചേരുന്നു. മലകളാൽ ചുറ്റപ്പെട്ട നഗരങ്ങളായി പരത്വാഡയെയും അചൽപ്പൂരിനെയും കണക്കാക്കാം. പരത്വാഡയിൽനിന്നും 12 കിലോമീറ്റർ സഞ്ചരിച്ചാൽ മദ്ധ്യപ്രദേശായി.

ശകുന്തള റെയിൽപ്പാതയും ഇംഗ്ലീഷുകാരും

അചൽപ്പൂരും പരത്വാഡയും യാത്രാഹബ്ബ് എന്നു വിശേഷിപ്പിക്കാവുന്ന നഗരങ്ങളാണ്. റെയിൽ റോഡ് കണക്ടിവിറ്റിയാണതിനു കാരണം. ശകുന്തള റെയിൽപ്പാത എന്നറിയപ്പെടുന്ന 762 മില്ലീമീറ്റർ നാരോഗേജ് അചൽപൂരാണ് അവസാനിക്കുന്നത്. മുംബൈയിലേക്കും കൊല്ക്കത്തയിലേക്കും പോകുന്ന രണ്ട് സാധാരണ റെയിൽപ്പാതകൾ വടക്കുമാറി, മുർജത്പൂർ (76 കിമി), കിഴക്കുമാറി യവത്മാൽ (113 കിമി) ശകുന്തള റെയിൽപ്പാതയുടെ പാദങ്ങൾപോലെ നിലകൊള്ളുന്നു. ഒരു ബ്രിട്ടീഷ് കമ്പനിയാണ് ഈ പാത നിർമ്മിച്ചത്. 1903 ൽ ഈ കമ്പനി സെൻട്രൽ റയിൽവെയ്ക്ക് ശകുന്തള റെയിൽപ്പാത പാട്ടത്തിനു നല്കി. സ്വാതന്ത്ര്യത്തിനുമുമ്പ് ഈ പാളങ്ങളിലൂടെ ഓടിയിരുന്നത് മദ്ധ്യ ഇന്ത്യയിലൂടെ കടന്നു പോകുന്ന ഗ്രേറ്റ് ഇന്ത്യൻ പെനിൻസുലാർ റെയിൽവേയായിരുന്നു. 1952 ൽ റെയിൽവെ ദേശസാല്ക്കരിക്കപ്പെട്ടപ്പോഴും ഈ പാത അവഗണിക്കപ്പെട്ടു. പത്തൊൻപതാം നൂറ്റാണ്ടിൽ നിർമ്മിക്കപ്പെട്ട ഈ റെയിൽപ്പാത 21-ാം നൂറ്റാണ്ടിലും ബ്രിട്ടീഷ് ഉടമസ്ഥതയിൽത്തന്നെ തുടരുന്നു. നാരോഗേജിലൂടെ തീവണ്ടി ഇപ്പോഴും കൂകിപ്പാഞ്ഞു പോകുന്നു. 190 കിലോമീറ്റർ ദൂരം പിന്നിടാൻ 20 മണിക്കൂർ ചെലവിടണം. മഹാരാഷ്ട്രയിലെ അമരാവതി, യവത്മൽ ജില്ലകളിലെ സാധാരണ മനുഷ്യരുടെ പ്രിയവാഹനമാണിത്. ദ ഡി സ്റ്റീം എഞ്ചിനാണ് ഈ പുകവണ്ടിയിൽ ഉപയോഗിച്ചിരുന്നത്. 1921 ൽ മാഞ്ചസ്റ്ററിൽ നിർമ്മിച്ച ഈ എഞ്ചിൻ 1923 മുതൽ 1994 ഏപ്രിൽ വരെ ശകുന്തളപ്പാളത്തിലൂടെ കിതയ്ക്കാതെ ഓടി.

1994 ൽ ഈ എഞ്ചിൻ മാറ്റി പുതിയ എഞ്ചിൻ സ്ഥാപിച്ചു. 1910 ൽ Killick- Niyon എന്ന ബ്രിട്ടീഷ് കമ്പനിയാണ് ശകുന്തള റെയിൽപ്പാത

ശകുന്തള റയിൽപാത

പണിതത്. ബ്രിട്ടീഷ് സർക്കാരുമായുള്ള സംയുക്ത സംരംഭമായിരുന്നു ഇത്. യവത്മാലിൽ വിളയുന്ന പരുത്തി മുംബൈയിൽ എത്തിക്കുകയായിരുന്നു ബ്രിട്ടന്റെ ലക്ഷ്യം. അവിടെനിന്നും പരുത്തിക്കെട്ടുകൾ മാഞ്ചസ്റ്റർ ലക്ഷ്യമാക്കി കപ്പൽ കയറി. ബ്രിട്ടീഷ് കമ്പനിക്ക് ഇപ്പോഴും പ്രതിവർഷം ഒരുകോടി രൂപ പ്രതിഫലമായി ലഭിക്കുന്നുണ്ട്. 7 ജീവനക്കാരാണ് ഈ തീവണ്ടിയെ പരിപാലിക്കാനായി ആകെയുള്ളത്. ഈ ഹെറിറ്റേജ് പാതയും മുഖംമിനുക്കുകയാണ്. ബ്രോഡ്ഗേജിലേക്ക് മാറ്റാനായി കേന്ദ്രറെയിൽവെ മന്ത്രാലയം 1500 കോടി രൂപ അനുവദിച്ചിരിക്കുന്നു.

പരത്വാഡ ബസ്സ്റ്റാൻഡ് രണ്ട് സുപ്രധാന ഹൈവേകളെ സ്പർശിച്ച് നിലകൊള്ളുന്നു. നാഷണൽ ഹൈവേ 6 ഉം 24 ഉം. സർക്കാർ ഉടമസ്ഥതയിലുള്ള മഹാരാഷ്ട്ര റോഡ് ട്രാൻസ്പോർട്ട് കോർപ്പറേഷനും സ്വകാര്യ ബസുകളും ഇവിടെനിന്നും അന്തർസംസ്ഥാന സർവ്വീസുകൾ നടത്തുന്നുണ്ട്. പരത്വാഡ എന്ന ഈ പൊടിനിറഞ്ഞ നഗരം സൈക്കിൾറിക്ഷകളാലും ഓട്ടോറിക്ഷകളാലും തിങ്ങിനിറഞ്ഞതാണ്. ഇരുചക്രവാഹനങ്ങൾ ഓടിച്ചുപോകുന്നവർ, പ്രത്യേകിച്ചും സ്ത്രീകൾ ഷാൾകൊണ്ട് മുഖം മറച്ചിരിക്കുന്നു. കണ്ണുകൾ മാത്രമേ പുറത്തുകാണാനാകൂ. ഒരുപക്ഷേ, പൊടിയാവാം ഇതിനു കാരണം. ബസ്സ്റ്റാന്റിനകത്ത് പ്രൈവറ്റ് ബസുകളും എം എസ് ആർ ടി സി ബസുകളും പാർക്ക് ചെയ്തിട്ടുണ്ട്. സർവ്വീസുകൾ അനൗൺസ് ചെയ്യുന്നിടത്ത് പെൺകുട്ടികൾ കൂട്ടംചേർന്നു നില്ക്കുന്നുണ്ട്. യൂണിഫാറത്തിൽനിന്നും അവർ സ്കൂൾകുട്ടികളാണെന്ന് ഒറ്റനോട്ടത്തിൽ തിരിച്ചറിയാം. ദീർഘദൂര യാത്ര

ക്കാരുടെ ഒരു സാന്നിദ്ധ്യവും അവിടെയെങ്ങും ദൃശ്യമായില്ല. ഒരുപക്ഷേ, ദീർഘദൂര ബസുകൾക്കായി പ്രത്യേക ഭാഗം ഒരുക്കിയിട്ടുണ്ടാവും. അന്വേഷണത്തിൽനിന്നും ഇനിയും ഒന്നരമണിക്കൂർ കഴിഞ്ഞേ ചികിൽധാരയിലേക്കുള്ള ബസ് പുറപ്പെടൂ എന്നുറപ്പിച്ചു. റാഫിയും കിഷോറും ആശയും മന്നാഡേയും പാടുന്ന പാട്ടുകൾ എഫ് എം ബാൻഡിൽ നിന്നും ഒഴുകിയെത്തി. അലഞ്ഞുതിരിയുന്ന ഗോമാതാക്കൾ ബാഗിൽ മണം പിടിച്ചു. അതും നോക്കി തെരുവുനായ്ക്കൾ നിലകൊണ്ടു. അപ്പോഴേക്കും ഏതോ ഭാഗ്യവാന്മാർ തിന്നു പുറത്തേക്കെറിഞ്ഞ 'കേല'യുടെ മഞ്ഞത്തൊലികൾക്കു പുറകേ ഗോമാതാക്കൾ പാഞ്ഞപ്പോൾ നായ്ക്കൾ അരികിലെത്തി. സ്വച്ഛഭാരതത്തിന്റെ ബോർഡുകൾ, കാരിക്കേച്ചറുകൾ ബസ്സ്റ്റാന്റിൽ അന്തകവിത്തിന്റെയും കീടനാശിനികളുടെയും ചിത്രങ്ങൾക്കൊപ്പം പ്രദർശിപ്പിച്ചിട്ടുണ്ട്. യൂസ് ആന്റ് പേ ടോയ്‌ലറ്റിൽ നിന്നുള്ള ദുർഗ്ഗന്ധം സ്വച്ഛഭാരതത്തിനു വെല്ലുവിളിയുയർത്തി. കാഴ്ചകൾ കണ്ടും പാട്ടുകൾ കേട്ടും നില്ക്കെ നീളം കുറഞ്ഞ ഒരു ബസ് വന്നു നിന്നു. ലഗേജുകളും മനുഷ്യരും ഉന്തിത്തള്ളി അകത്തേക്കു കടന്നു. മഹായുദ്ധത്തിൽ കാഴ്ചക്കാരനാകാനേ കഴിഞ്ഞുള്ളൂ. മിക്ക സീറ്റുകളും കുട്ടികൾ കൈയടക്കിക്കഴിഞ്ഞു. ഭാരവും ചുമന്നുനില്ക്കുന്ന ഞങ്ങളെക്കണ്ടപ്പോൾ രണ്ടു കുട്ടികൾ എഴുന്നേറ്റുമാറി. നന്ദിപൂർവ്വം നിരസിക്കാൻ നോക്കിയപ്പോൾ കുട്ടികൾ വ്യക്തമാക്കി. ഏതാനും സ്റ്റോപ്പുകൾക്കപ്പുറം ഞങ്ങളിറങ്ങും. അപ്പോഴേക്കും ബസ് നഗരപാത പിന്നിട്ടിരുന്നു.

പരത്‌വാഡയിൽ നിന്നും ചികിൽധാരയിലേക്കുള്ള യാത്ര കാഴ്ചയുടെ ഉത്സവമാണൊരുക്കിയിരിക്കുന്നത്. മലയുടെ താഴ്വാരങ്ങളിൽ വലിയ വലിയ പാടങ്ങളിൽ ഓറഞ്ച് മരങ്ങൾ. നമുക്ക് പരിചിതമായ നാരകമരങ്ങൾപോലെയാണ് ഓറഞ്ചുമരങ്ങൾ. മരങ്ങൾക്ക് കൂടുതൽ ഉയരവും ശിഖരങ്ങൾക്കും ഇലകൾക്കും ദൃഢതയും ഏറുമെന്നു മാത്രം. ഓറഞ്ചുതോട്ടങ്ങളിൽ ദൃഷ്ടിയൂന്നി ശതപുരപർവ്വതത്തിൽനിന്നുള്ള കുളിർകാറ്റേറ്റ് ഇരിക്കുന്നതിനിടെ സ്കൂൾ കുട്ടികൾ ഇറങ്ങിപ്പോവുകയും കയറുകയും ചെയ്തു. ആദിവാസി മേഖലകളിൽ സർക്കാർപദ്ധതികളുടെ വിളംബരബോർഡുകളും ചെറുതും വലുതുമായ വിദ്യാലയപരസ്യങ്ങളും കാണപ്പെട്ടു. വിദ്യാഭ്യാസം നല്ല ഒരു വ്യവസായമായി വളരുന്നുണ്ടിവിടെ.

നാഗ്പൂറിനെ ഓറഞ്ചു നഗരമാക്കുന്നത് ഈ പ്രദേശത്ത് വിളയുന്ന മധുരനാരങ്ങകളാണ്. ഓറഞ്ചിലകളിൽ കാറ്റടിക്കുമ്പോൾ ഉയരുന്ന നാരകമണവും വെളുവെളുത്ത ഓറഞ്ചു പൂക്കളുടെ മഞ്ഞിന്റെ മണവും തലച്ചോറിനെ മത്തുപിടിപ്പിക്കുന്നു. കുട്ടികൾ ഒഴിഞ്ഞ സീറ്റുകളിലേക്ക് ഓറഞ്ചു പാടങ്ങളിൽനിന്നും പണികഴിഞ്ഞു മടങ്ങുന്ന ഗ്രാമീണർ കയറിപ്പറ്റി. അവരുടെ കൈകളിൽ കുട്ടകളും അരിവാൾ രൂപത്തിലുള്ള കത്തികളുമുണ്ടായിരുന്നു. ഓറഞ്ചിലകളുടെയും പൂക്കളുടെയും മണവുമായാണ് മനോജ്ദാസ് എന്ന മദ്ധ്യവയസ്കൻ അരികിലേക്ക് എത്തിയത്. തോട്ടത്തിൽ നിന്നുള്ളവരാണ്. ഏറെനേരത്തെ മൗനത്തിനുശേഷം മഞ്ഞുരുകി.

ഏഴ് ഏക്കർ ഓറഞ്ച് തോട്ടത്തിന്റെ ഉടമയാണദ്ദേഹം. കേരളത്തിൽ നിന്നാ ണെന്നു പറഞ്ഞപ്പോൾ അദ്ദേഹം തന്റെ ഓറഞ്ച് കൊച്ചി മാർക്കറ്റിൽ എത്തിച്ചിരുന്ന കാര്യം ഓർത്തു. ശ്രീകണ്ഠൻ നായർ എന്നൊരാൾ തന്റെ ഓറഞ്ച് വിതരണം ചെയ്തിരുന്നു. എപ്പോഴോ ആ വ്യാപാരബന്ധം മുറി ഞ്ഞുപോയത്രെ!.

ഓറഞ്ച്, മാർക്കറ്റിൽ കാണുന്നില്ലല്ലോ എന്ന ചോദ്യത്തിന് അദ്ദേഹം മറുപടി പറഞ്ഞു. ഓറഞ്ചിന് രണ്ടു വിളവെടുപ്പുകളാണുള്ളത്. ജനുവരി, ഫെബ്രുവരി, മാർച്ച് മാസങ്ങളിൽ ലഭിക്കുന്ന 'മിർഗ്' എന്ന മധുരമുള്ള ഓറഞ്ചും സെപ്റ്റംബറിൽ ലഭിക്കുന്ന 'അംബിയ' എന്ന പുളി ഓറഞ്ചും. മഴക്കാലമായ ജൂൺ, ജൂലൈ മാസങ്ങളിൽ പൂവിടുന്ന ഓറഞ്ച് വിളഞ്ഞു വരുവാൻ 240 മുതൽ 280 ദിവസം വരെയെടുക്കും. വ്യത്യസ്ത ഇനങ്ങ ളാണ് ഇങ്ങനെ രണ്ടു സീസണിലുള്ള വിളവെടുപ്പ് സാദ്ധ്യമാക്കുന്നത്. വർഷത്തിൽ ഒരു സീസണിൽ മാത്രമെ ഒരു ഓറഞ്ചുമരം പൂവിടാറുള്ളൂ.

9

കീചകന്റെ താഴ്‌വരയും ഗാവിൽഘർ കോട്ടയും

മരങ്ങൾക്കിടയിലൂടെ വളവുകൾ പിന്നിടുമ്പോൾ ശതപുര പർവ്വതനിരകൾ അടുത്തേക്കും അകലേക്കും നീങ്ങി. വഴിതെറ്റിവന്നതുപോലെ കോടമഞ്ഞിന്റെ ഒരു മേഘക്കാറ്റ് ബസിനുമുകളിലൂടെ കടന്നുപോയി. ഒരു മഴക്കോൾ വേഗം പ്രസന്നാകാശത്തിനു വഴിമാറി. താഴ്‌വാരങ്ങളിൽ മേഞ്ഞുനടന്ന പശുക്കളെ ആട്ടിത്തെളിച്ചൊരാൾ ധൃതിയിൽ നടന്നുപോയി. വായിൽത്തിരുകിയ പുല്ലിൻ നാമ്പുകൾ നാവിൽ ചുഴറ്റിയ ഒരു പശു ഓടി മുമ്പേകയറി. പശുക്കളുടെ നേതാവായിരിക്കണം അവൾ. വളവിലും തെളിവിലുമായി ഓരോരുത്തർ ഇറങ്ങി. പാൽ നിറച്ച കാനുകളുമായി രണ്ടു ബാലന്മാർ ബസിൽ കയറി. അവർ കയറിയതോടെ പാലിന്റെയും പശുവിന്റെയും മണം ബസിലെങ്ങും പരന്നു.

ചെറിയൊരു പട്ടണം തെളിഞ്ഞുവരുന്നുണ്ട്. റിസോർട്ടുകളുടെ പരസ്യങ്ങൾ വഴിവക്കിൽ കണ്ടു. അപ്പോഴേക്കും ഇരുട്ട് പരന്നുതുടങ്ങി. വഴിവിളക്കുകൾ മിഴിതുറന്നു. നിശാശലഭങ്ങളും ചെറുപ്രാണികളും വിളക്കിനു ചുറ്റും തത്തിക്കളിക്കുന്നുണ്ട്. ബസ് സ്റ്റാൻഡിൽ ബസ് തിരിച്ചുനിർത്തി. മടക്കയാത്രയ്ക്കുള്ള ഒരുക്കമാണ്. ബസ്സ്റ്റാന്റിന്റെ ഓരങ്ങളിലും, നിലത്ത് കാലുകളും പൃഷ്ഠങ്ങളുമൂന്നി മുറുക്കിത്തുപ്പി രസിച്ചിരുന്നവർ പൊടിതട്ടി ബസിനടുത്തേക്കോടി. ഇറങ്ങാനും കയറാനും തുടങ്ങുന്നവർ തമ്മിലുള്ള ഉരസൽ പ്രകൃതിനിയമമാണല്ലോ.

അലഞ്ഞുനടക്കുന്ന ഗോമാതാക്കൾക്കിടയിലൂടെ ഹോട്ടൽ അന്വേഷിച്ചിറങ്ങി. ചെറിയ ചെറിയ ഹോട്ടലുകളാണേറെയും. ആരും പിടിച്ചുവലിക്കാനോ വഴികാട്ടാനോ തിക്കിത്തിരക്കിയെത്തിയില്ല. മുറികൾ ഒഴിവില്ല എന്ന മറുപടികൾ നിരാശപ്പെടുത്തിയില്ല. ഒരു കിലോമീറ്ററോളം നീളമുള്ള ഒറ്റവരിത്തെരുവാണ് ചികിൽധാര പട്ടണം.

തെരുവിന്റെ വടക്കേയോരത്ത് കാപ്പിത്തോട്ടത്തെ അഭിമുഖീകരി
ക്കുന്ന പുതിയ ഒരു ഹോട്ടലിൽ മുറി തരപ്പെട്ടു. സന്ധ്യമറഞ്ഞു. രാത്രി
വന്നു. ഒപ്പം കോടമഞ്ഞും. പട്ടണത്തിന് തണുപ്പ് പുതച്ച് മഞ്ഞാവരണം
നിലകൊണ്ടു. തലയിൽ മഫ്ളറോ കമ്പിളിത്തൊപ്പിയോ അണിഞ്ഞ്
പുള്ളോവറുകൾ ധരിച്ച് ആളുകൾ റെസ്റ്റോറന്റുകളിൽ ഭക്ഷണത്തിനായി
കാത്തുനില്പുണ്ട്. ആവശ്യമനുസരിച്ചുമാത്രം ചുട്ടെടുക്കുന്ന ചപ്പാ
ത്തിയോ റൊട്ടിയോ ആണ് പ്രധാന ഭക്ഷണങ്ങൾ. സസ്യയെണ്ണയിൽ
വേവുന്ന പലഹാരങ്ങളുടെ ഗന്ധം തെരുവിലാകെ നിറയുന്നുണ്ട്. അല
ഞ്ഞുതിരിയുന്ന പശുക്കൂട്ടങ്ങൾ റോഡരികിൽ ഉറക്കം തൂങ്ങിനിന്നു.
ആളൊഴിഞ്ഞിട്ടുവേണം അവിടൊന്നു തലചായ്ക്കാൻ.

വനസംരക്ഷണ നിയമവും ആദിവാസി സമൂഹവും

സർക്കാർ ബസുകൾക്കുപുറമെ ജീപ്പ് സർവ്വീസുമുണ്ട് വിവിധ ഇട
ങ്ങളിലേക്ക്. ശതപുര പർവ്വതങ്ങളുടെ താഴ്വാരങ്ങളിലെ മനുഷ്യവാസ
കേന്ദ്രങ്ങളിലേക്കും ജീപ്പുകളാണ് ശരണം. ചികിൽധാരയോടു ചേർന്നുള്ള
മേൽഘട്ട് പ്രധാനമായും ആദിവാസിമേഖലയാണ്. മേൽഘട്ട് കടുവ സംര
ക്ഷണ കേന്ദ്രം പ്രസിദ്ധമാണ്. കടുവ സംരക്ഷിത പ്രദേശങ്ങൾക്കക
ത്തായി വരുന്ന ആദിവാസി സമൂഹങ്ങളിൽ എഴുപതു ശതമാനവും
കോർക്കു വിഭാഗത്തിൽപെട്ടവരാണ്. മഹാരാഷ്ട്രയിൽ ഓരോ വർഷവും
രണ്ടു ലക്ഷം കുട്ടികൾ വീതമെങ്കിലും മരണപ്പെടാറുണ്ട്. ദാരിദ്ര്യം തന്നെ
യാണ് മരണകാരണം. കോർക്കു ആദിവാസികളിൽ 90% പേരും ദാരി
ദ്ര്യരേഖയ്ക്കു കീഴിലുള്ളവരാണ്. മഹാരാഷ്ട്രയിൽ ഏറ്റവും കൂടുതൽ
ബാലമരണങ്ങൾ നടക്കുന്നതും ആദിവാസിമേഖലകളിലാണ്. കടുവ
സംരക്ഷണ മേഖലയാക്കിയതോടെ വനവിഭങ്ങൾ ശേഖരിക്കുന്നതിനും
കൃഷിയിറക്കുന്നതിനും കടുത്ത നിയന്ത്രണങ്ങൾ വന്നു. ഇതുമൂലം ആദി
വാസികളുടെ ജീവനോപാധികൾ അടഞ്ഞു. മതിയായ ആഹാരം ലഭി
ക്കാത്തതിനാൽ പട്ടിണിമരണം ഇവിടെ സർവ്വത്രികമാണ്. വനസംര
ക്ഷണം എന്ന ദേശീയ ലക്ഷ്യം പലപ്പോഴും ആദിവാസികളുടെ പ്രാദേ
ശിക താല്പര്യങ്ങളുമായി പൊരുത്തപ്പെട്ടു പോകുന്നതല്ല. 1980 ലെ വന
സംരക്ഷണ നിയമം ഫലത്തിൽ ആദിവാസികളുടെ ജീവിതത്തെ പ്രതി
കൂലമായി ബാധിച്ചു എന്നു പറയാം. അതിൽ സ്വച്ഛന്ദമായി വിഹരിച്ചിരു
ന്നവർ വനസംരക്ഷണ നിയമം വന്നതോടെ കടന്നുകയറ്റക്കാരായി.
അവർപോലും അറിയാതെ അവർ നിയമനിഷേധികളാവുന്ന ഭരണകൂട
മാറ്റമാണിത്. 1988 ലെ ദേശീയ വനനയം ആദിവാസികൾക്ക് വനവിഭവ
ങ്ങൾക്കുമേലുള്ള അവകാശത്തെ അംഗീകരിച്ചുവെങ്കിലും അതെല്ലാം കട
ലാസിൽ ഒതുങ്ങി. വൻതോതിലുള്ള വനനശീകരണം മൂലം ആദിവാ
സികൾക്ക് ഇതര പ്രദേശങ്ങളിലേക്ക് കുടിയേറാൻ ഇടവരുത്തി. ആ പ്രദേ
ശങ്ങളിൽ ആദിവാസികൾ ശീലിച്ചുപോന്ന തൊഴിലും ആഹാരവും ലഭ്യ
മാകാതെ വന്നത് പട്ടിണിമരണങ്ങൾക്ക് ആക്കം കൂട്ടി. ചികിൽധാരയോ

ടടുത്തു കിടക്കുന്ന മറ്റൊരു പ്രദേശമാണ് ധരണി. ഒരുകാലത്ത് മലമ്പനി മൂലം മനുഷ്യർ ചത്തൊടുങ്ങിയ പ്രദേശമാണിത്. ഇപ്പോൾ വനം വെളു പ്പിച്ച് കൃഷിയിടങ്ങളായി മാറ്റപ്പെട്ടിരിക്കുന്നു. തപ്തി നദീതടങ്ങളിലെ ഫല ഭൂയിഷ്ഠ മണ്ണും നദിയിലെ ജലവും ഇവിടുത്തെ കൃഷിയെ സമൃദ്ധമാക്കി.

മേൽഘട്ട് പർവ്വതമേഖല അമരാവതി ജില്ലയിലെ രണ്ടു തഹസിലു കൾ ചേർന്നതാണ്. ഏകദേശം 4,426 ചതുരശ്ര കിലോമീറ്ററാണ് വിസ്തീർണ്ണം. ഇതിൽ 3630 ചതുരശ്ര കിലോമീറ്ററാണ് ചികിൽധാരയു ടേത്. ശതപുരപർവ്വതത്തിന്റെ 1118 മീറ്റർ ഉയർന്ന പ്രദേശമാണ് ചികിൽധാര. ചികിൽധാരയെന്ന പേരിനുപിന്നിൽ ഒരു മിത്തുണ്ട്. അതു മഹാഭാരതകഥയുമായി ബന്ധപ്പെട്ടതാണ്. പല സ്ഥലകാലങ്ങളിൽ വായ്മൊഴി വഴക്കങ്ങളിലൂടെ പ്രചരിക്കപ്പെട്ടതാണല്ലോ ഭാരതകഥ. ഓരോ ജനവിഭാഗങ്ങളും അവരുടെ പ്രദേശത്തെ കഥകളുമായി കൂട്ടിയിണക്കും. അതുകൊണ്ടാണ് ഭാരതത്തിലെമ്പാടും സീത കുളിച്ച കുളങ്ങളും ഹനു മാൻ മരുന്നുമലയുമായി പോയ ഇടങ്ങളും രാമപാദം പതിഞ്ഞശിലക ളുമൊക്കെ കാണുന്നത്.

കീചകധാരയെന്ന ചികിൽധാര

വിരാട രാജ്യത്തിലെ രാജ്ഞിയായ സുദേഷ്ണയുടെ ഇളയ സഹോ ദരനായിരുന്നു കീചകൻ. അജ്ഞാതവാസക്കാലത്ത് വിരാട രാജ്യത്ത് സൈരന്ധ്രിയായി വേഷം മാറിക്കഴിഞ്ഞിരുന്ന പാണ്ഡവ പത്നിയായ ദ്രൗപദിയോട് കീചകന് താല്പര്യമുണർന്നു. ദ്രൗപദിയെ പ്രാപിക്കാതെ

കീചകധാര

കീചകന് നിദ്ര അസാദ്ധ്യമാകുന്നു. താല്പര്യം മറച്ചുവച്ചില്ല. ദ്രൗപദി പറഞ്ഞു. "അഞ്ചു ഗന്ധർവ്വന്മാർ എൻ കണവന്മാർ. അവരറിഞ്ഞാൽ താങ്കളെ വച്ചേക്കില്ല. വൻദുരന്തങ്ങൾ വന്നുചേരും." സുദേഷ്ണയെ സമീ പിച്ച് കീചകൻ പറഞ്ഞു. "സോദരീ നിന്റെ തോഴി അതീവ സുന്ദരി. അവളെ എനിക്കുവിട്ടു തരിക. അവൾ എനിക്കു വഴങ്ങുന്നില്ല. നീയൊരു പോംവഴി കാണൂ." സോദരന്റെ കാമപൂരണത്തിനുള്ള മാർഗ്ഗങ്ങൾ കണ്ടെ ത്തിക്കൊടുക്കുക അവളുടെ ധർമ്മം. അവൾ തന്റെ ദാഹം തീർക്കാനുള്ള തെളിനീർ കൊണ്ടുവരാനായി കീചക കൊട്ടാരംവരെ പോകാൻ ദ്രൗപദിയെ നിയോഗിച്ചു. "അവിടത്തെ സോദരൻ ഒരു വിടനാണ്. എന്നെ അവൻ പ്രാപിക്കാൻ നോക്കും" എന്നൊക്കെ കേണെങ്കിലും, കല്പന കല്ലുപിളർക്കുമല്ലോ. തെളിനീർ എടുക്കാനെത്തിയ ദ്രൗപദിയെ കീചകൻ കടന്നുപിടിച്ചു. പല്ലും നഖവും ആയുധമാക്കി അവർ രക്ഷപ്പെട്ടു. എന്നാൽ കോപാക്രാന്തനായ കീചകൻ വിരാടരാജന്റെ മുന്നിലിട്ട് അവളെ തൊഴിച്ചു. വീരകേസരികളായ പഞ്ചപാണ്ഡവന്മാർ നോക്കിയിരുന്നു. പില്ക്കാലത്ത് രജസ്വലയായ പാഞ്ചാലിയെ കൗരവസദസ്സിൽ തുണിയു രിഞ്ഞപ്പോഴും പഴംവിഴുങ്ങികളെപ്പോലെ നോക്കിയിരിക്കുകയായി രുന്നല്ലോ അവർ. തങ്ങളുടെ അജ്ഞാതവാസത്തിന് ഭംഗംവന്ന് സിംഹാ സനം അകന്നുപോകുമോ എന്ന ഭയമായിരുന്നു പാണ്ഡവന്മാർക്ക്. അന്നു രാത്രി രണ്ടാമൂഴക്കാരനായ ഭീമസേനൻ പ്രേയസിക്കരികിലെത്തി. അവൾ തന്റെ ദു:ഖവും ക്രോധവും ഭീമസേനനുമുന്നിൽ ചൊരിഞ്ഞു. കൂട്ടത്തിൽ അവളോടു പ്രേമമുള്ളത് ഭീമനുമാത്രം. അവൻ കീചകന് അന്തകനാകും. ഉപായവും ഉപദേശിച്ചു. കീചകനെ കണ്ട് ഒരുപാധിവയ്ക്കുക. ഞാൻ മണിയറയിലുണ്ടാവും. ഒരു വ്യവസ്ഥ. "കീചകപത്നിമാരോ സോദര ങ്ങളോ കൊട്ടാരംവാസികളോ അറിയരുത്." കീചനകനതു പണ്ടേ സമ്മതം. ദ്രൗപദിയെന്ന വ്യാജേന ഭീമസേനൻ മണിയറയിൽ സുന്ദരവ നിതയായി ചമഞ്ഞ് കിടന്നു. "കീചകൻ കാമാതുരയോടെ കിടക്കയിലേക്കു ചാഞ്ഞു. ഭീമൻ കീചകയുദ്ധം നാളുകൾ നീണ്ടു. ഭീമൻ കരുതിയതുപോലെ കീചകൻ എളുപ്പത്തിൽ കീഴടങ്ങിയില്ല. ഒടുവിലോ വൻമരം വീണു.

ഭീമനാൽ വധിക്കപ്പെട്ട കീചകനെ ശതപുരപർവ്വതത്തിലെ അഗാ ധഗർത്തത്തിലേക്കു വലിച്ചെറിഞ്ഞെന്നും അങ്ങനെ ആ പ്രദേശം കീചക ധാരയായിത്തീർന്നെന്നുമാണ് ഐതിഹ്യം. കീചകധാരയുടെ കാലാന്ത രത്തിലുള്ള പരിണതിയത്രെ ചികിൽധാര. കീചകധാരയെന്നാൽ കീച കന്റെ താഴ്‌വരയെന്നർത്ഥം.

ചരിത്രപുസ്തകങ്ങളിൽ കാണുന്ന വിവരമനുസരിച്ച് ബ്രിട്ടീഷ് സൈന്യത്തിന്റെ ഹൈദരാബാദ് റെജിമെന്റ് ക്യാപ്റ്റനായിരുന്ന റോബിൻസനാണ് 1823 ൽ ചികിൽധാര കണ്ടുപിടിച്ചത്. കൊളോണി യൽ ചരിത്രനിർമ്മിതി ഇങ്ങനെയൊക്കെയാണല്ലോ. 1492 ൽ കൊളമ്പസ് കണ്ടുപിടിക്കും വരെ അമേരിക്ക ഇല്ലായിരുന്നല്ലോ! കൊളോണിയൽ വാഴ്ച തുടങ്ങുന്നതുമുതല്ക്കാണ് ആ പ്രദേശത്തിന് ചരിത്രം ഉണ്ടാകു

ന്നത് എന്നത്രെ ചരിത്രത്തിന്റെ കൊളോണിയൽ വഴക്കം. കൊളമ്പസ് അമേരിക്ക കണ്ടതല്ല അമേരിക്കക്കാർ കൊളമ്പസിനെ കണ്ട വർഷമാണ് 1492 എന്നാണ് പുതിയ ചരിത്രപാഠം.

ശതപുരപർവ്വതത്തിന്റെ ഈ ഉത്തുംഗതയിൽ കാഴ്ചകൾ കണ്ടു തീർക്കുക അത്രയെളുപ്പമല്ലെന്ന് മഹാരാഷ്ട്ര ടൂറിസത്തിന്റെ ലഘുലേഖയിലൂടെ ഒന്നു കണ്ണോടിച്ചപ്പോൾത്തന്നെ മനസ്സിലാക്കി. ഭീമ്കുണ്ഡ്, നരാല ഫോർട്ട്, മേൽഘട്ട് കടുവ സംരക്ഷിത കേന്ദ്രം, ഗവാലിഘർ ഫോർട്ട്, മുക്തഗിരി, ബീർ തടാകം, കാലാപാനി തടാകം, പഞ്ചോൾ പോയിന്റ്, പത്ത് കാഴ്ചാ കേന്ദ്രങ്ങൾ എന്നു പേരിട്ടുവിളിക്കുന്ന സൺസെറ്റ് പോയിന്റ്, മങ്കി പോയിന്റ്, മൊസാരി പോയിന്റ്, മാളവ്യ പോയിന്റ്, പ്രോസ്പെക്ട് പോയിന്റ്, പഞ്ച്ബോൽ പോയിന്റ്, ദേവിപോയിന്റ് ഇതെല്ലാം കണ്ടുതീർക്കണം. എന്നാൽ കൈയിലുള്ള സമയം കൊണ്ടിത്രയും നിർവ്വഹിക്കാനുമാവില്ല. മഹാരാഷ്ട്ര ടൂറിസത്തിന്റെ പാക്കേജുമുണ്ട്. പാക്കേജുകൾ വിദേശികൾക്കുള്ളതാണ്. നിശ്ചിത വഴികളിലൂടെയുള്ള യാത്രകൾ, യാത്രാവിവരണങ്ങൾ.... നമുക്ക് തനിവഴി.

പ്രഭാത ഭക്ഷണത്തിനുശേഷം നടത്തിയ അന്വേഷണങ്ങൾക്കൊടുവിലാണ് അനുപ്രസാദ് സോനാർ എന്ന യുവാവിനെയും അവന്റെ വെള്ള ടാറ്റാ ഇൻഡിക്കാ കാറിനെയും കാണുന്നത്. തലേദിവസം ഞങ്ങൾ ഭാണ്ഡങ്ങളും പേറി ഹോട്ടലിലേക്ക് പോകുന്നത് അവൻ കണ്ടത്രെ. “ഇതൊരു ചെറിയ പ്രദേശമല്ലേ സാബ്. നമ്മൾ വീണ്ടും വീണ്ടും ഇവിടെ കണ്ടുമുട്ടും.” പ്രവാചകന്മാരെപ്പോലെയാണ് അവന്റെ സംസാരം. ഓരോ വാക്കിലും സൂക്ഷ്മദർശനങ്ങൾ ഒളിപ്പിച്ചുവച്ചവൻ. ശതപുര പർവ്വതത്തിന്റെ നെറുകയിലൂടെ കാപ്പിത്തോട്ടങ്ങൾക്കിടയിലൂടെ ധൃതിയിലോടിപ്പോകുന്ന മേഘക്കീറുകൾക്ക് കീഴിലൂടെ അവൻ ഞങ്ങളെ കൊണ്ടുപോവുകയാണ്.

“അങ്ങനെയിങ്ങനെയുള്ള ഒരു ഡ്രൈവറല്ല സാബ് ഞാൻ. മറാത്തി ഭാഷയിൽ എം എ ചെയ്യുകയാണ്. ക്ലാസില്ലാത്ത ദിവസങ്ങളിൽ മാത്രം വണ്ടിയെടുക്കും. സീസൺ തുടങ്ങിക്കഴിഞ്ഞാൽ നിർത്താത്ത ഓട്ടമാണ്. അപ്പോഴെന്റെ ചങ്ങാതി പ്രകാശ് ഹെഗ്ഡെ സഹായത്തിനെത്തും. നമ്മളാദ്യം ഗവാലിഘർ ഫോർട്ട് കാണാനാണ് പോവുക. പോകുന്ന വഴിക്കാണ് എന്റെ വീട്. അതൊരു കരകൗശല ഗ്രാമമാണു സർ. നിങ്ങൾക്ക് അത്യാവശ്യം വേണ്ട കരകൗശല വസ്തുക്കൾ വാങ്ങുകയുമാവാം. അവിടെ നല്ല ചായ കിട്ടും. ചായ കുടിച്ചുനില്ക്കുമ്പോൾ പ്രകാശ് എത്തും. അവനെയും കൂട്ടണം സർ. അവൻ എല്ലാം വിവരിച്ചു തരും. അവന് ഇംഗ്ലീഷ് നല്ലവശമുണ്ട്. എം എ വരെ പഠിച്ചിട്ടും ഞാനെന്തുകൊണ്ട് ഇംഗ്ലീഷ് പഠിച്ചില്ല എന്നു സാബ് അത്ഭുതപ്പെടുന്നുണ്ടാവും അല്ലേ? അതാണു സാബ് ഞങ്ങളുടെ ശാപം. ഇവിടെ എല്ലാം മറാത്തി മീഡിയമാണു സർ. ഇംഗ്ലീഷ് വേണമെങ്കിൽ പഠിക്കാം. പക്ഷേ, പഠനമാധ്യമമല്ല. ഇംഗ്ലീഷ് പഠിച്ചില്ലെങ്കിൽ എവിടെ സർ ജോലി കിട്ടാൻ. എല്ലാ

ജോലിയും മുംബൈക്കാർ കൊണ്ടുപോകും. അവിടെ വലിയ വലിയ കമ്പനികളുണ്ട്. അവർക്ക് ഞങ്ങളെയെന്തിന്?"

അവന്റെ സംസാരപ്പെയ്ത്തിനൊപ്പം വാഹനത്തിന്റെ വേഗതകൂടി. ഇപ്പോൾ ഒരു പുൽമേടിനു മുകളിലൂടെയാണു യാത്ര. തെളിഞ്ഞ ആകാശം. താഴെ പച്ചപ്പുൽപ്പരപ്പ്. മേഞ്ഞു നടക്കുന്ന അസംഖ്യം പശുക്കളും ആടുകളും. കളികളിൽ ഏർപ്പെട്ടിരിക്കുന്ന ബാലികാ ബാലന്മാർ. ചില കുട്ടികൾ കാറിനു കൈകാണിക്കുന്നു. ഈന്തികോലങ്ങളും മടലുകളും ചേർത്തു നിർമ്മിച്ച തൊപ്പികളും കളിപ്പാട്ടങ്ങളും അവരുടെ കൈകളിലുണ്ട്.

"വേണ്ട സർ. എല്ലാം കള്ളക്കൂട്ടങ്ങളാണ്, പിടിച്ചുപറിക്കാർ. അതെല്ലാം കുട്ടികളാണെന്നു കരുതേണ്ട. പഠിച്ച കള്ളന്മാരാണ്. നാലിരട്ടി വിലവാങ്ങും. ചായ കുടിക്കാൻ നിർത്തുമ്പോൾ നമുക്ക് വാങ്ങാം."

രണ്ടു വളവുകൾക്കപ്പുറം ദരിദ്രമനുഷ്യർ തിങ്ങിപ്പാർക്കുന്ന വാസസ്ഥലം. ഏതാനും കടകൾ. പലചരക്കുവ്യാപാരം, കരകൗശല വസ്തുക്കളുടെ പ്രദർശനശാല, തയ്യൽക്കട, ഒരു ചായക്കട. കാർനിർത്തി ഇപ്പോൾ വരാമെന്നു പറഞ്ഞ് അനുപ്രസാദ് വീടുകൾക്കിടയിൽ മറഞ്ഞു. രണ്ടു ചായയ്ക്ക് ഓർഡർ നല്കുമ്പോൾ രജനീകാന്തിന്റെ മുഖമുള്ളൊരു ചെറുപ്പക്കാരൻ അടുത്തെത്തി. അയാൾ സ്വയം പരിചയപ്പെടുത്തി.

"അയാം പ്രകാശ് ഹെഗ്ഡെ. അനുപ്രസാദ്സ് ഫ്രണ്ട്."

ചായയുടെ ഓർഡർ മൂന്നാക്കി. വേണ്ട എന്നൊക്കെ പറഞ്ഞെങ്കിലും ഒടുവിലവൻ വഴങ്ങി.

ആറ്റിക്കുറുക്കിയ പാലിൽ തേയിലയും പഞ്ചസാരയും പാകത്തിന് ചേർത്ത് രണ്ട് ഏലക്കായും അല്പം ഇഞ്ചിയും ചതച്ചിട്ട് മൂന്നുവട്ടം പതപ്പിച്ച് പതതാഴ്ത്തി കുഞ്ഞുഗ്ലാസിൽ പകർന്ന ചായ മോന്തിക്കുടിച്ചു നില്ക്കുമ്പോൾ വലിയൊരു കാറ്റ് വീശിയടിച്ചു. കുടിലുകൾ വിറകൊണ്ടു. മരങ്ങൾ തലകുനിച്ചു. കാറ്റിന്റെ ആരവമൊടുങ്ങിയപ്പോൾ ഹെഗ്ഡെ ചിരിച്ചു.

"ഇത് ഇവിടത്തെ പ്രത്യേകതയാണ് സാബ്. എപ്പോഴെന്നറിയാതെ വലിയ കാറ്റ് വീശിയടിക്കും."

ഹെഗ്ഡെയുടെ കർണ്ണാടക മണം

"രാമകൃഷ്ണ ഹെഗ്ഡയുടെ ആരെങ്കിലും?" "ഇല്ല സർ. ഞങ്ങളുടെ പൂർവ്വികർ കർണ്ണാടകത്തിലെ സൗത്ത് കാനറയിൽനിന്നും കുടിയേറിയവരാണ്. വിജയനഗരസാമ്രാജ്യത്തിന്റെ കാലത്ത് കോട്ടകൾക്ക് കാവൽനിന്നവർക്ക് നല്കിയ ബഹുമതിയാണ് ഹെഗ്ഡെ. തുളുവായിരുന്നു അവരുടെ മാതൃഭാഷ. ഇതൊക്കെ ഞാൻ അന്വേഷിച്ചു കണ്ടെത്തിയതാണ്. ഞാൻ കർണ്ണാടകയിൽ ബാംഗ്ലൂർ വരെ പോയിട്ടുണ്ട്. ഞങ്ങളുടെയാളുകൾ ഇപ്പോൾ മറാഠികളാണ്. തുളുവും കാനറയുമൊക്കെ പഴങ്കഥകൾ..." അനുപ്രസാദ് പറഞ്ഞതു ശരിതന്നെ. പ്രകാശിന് ചരിത്രത്തെപ്പറ്റി സാമാന്യധാരണയുണ്ട്. ഇംഗ്ലീഷും ഹിന്ദിയും മോശമല്ല. അവന്റെ അഭിപ്രായം കണക്കിലെടുത്ത് നരാലഫോർട്ടും മേൽഘട്ട് കടുവ

സംരക്ഷിത കേന്ദ്രവും ഒഴിവാക്കി. നരാല ഫോർട്ടിലേക്ക് ചികിൽധാര
യിൽനിന്നും നൂറ്റിപ്പത്തു കിലോമീറ്ററും മേൽഘട്ടിലേക്ക് 76 കിലോ
മീറ്ററും സഞ്ചരിക്കണം.

ഗാവ്ലിഘർ അഥവാ ഗവാലിഘർ ദുർഗ്ഗം

ചികിൽധാരയിൽ നിന്നും ഏതാനും മിനിറ്റുകളുടെ യാത്രയേയുള്ളൂ
ഗവാലിഘർ ഫോർട്ടിലേക്ക്.

ശതപുരപർവ്വതത്തിന്റെ ചക്രവാള സീമയോളം കാണാം കോട്ടയുടെ
അവശിഷ്ടങ്ങൾ. മുഴുവൻ കോട്ടയും കണ്ടുതീർക്കുക എന്നത് രണ്ടുദി
വസം നീളുന്ന പദ്ധതിയാണ്. വനംവകുപ്പിന്റെ അനുമതിയോടെ സർവ്വ
സന്നാഹങ്ങളോടും കൂടിയ ട്രക്കിങ്ങും അതിനായി വേണം. എന്നാൽ
കോട്ടയുടെ ഹൃദയഭാഗം നമുക്ക് നടന്നുകാണാവുന്നതാണ്. നരാല
ഫോർട്ടിൽ നിന്നും 21 മൈൽ നീളമുള്ള തുരങ്കം ഗവാലിഘർ ഫോർട്ടി
ലേക്കുണ്ട്. ഒരിക്കൽ നരാല ഫോർട്ടിൽനിന്നും ഇരുപത് അംഗ
ആട്ടിൻകൂട്ടം തുരങ്കത്തിലേക്കിറങ്ങിപ്പോയി. ഒരു ആട് വന്നുകയറിയത്
ഗവാലിഘർ ഫോർട്ടിലാണെന്ന് പ്രകാശ് ഹെഗ്ഡെ സാക്ഷ്യപ്പെടുത്തു
ന്നു. ഇടിഞ്ഞുതകർന്ന ആ കോട്ടയിലേക്കാണ് നാം കടക്കുന്നത്. തൂണു
കളും മിനാരങ്ങളും അകത്തളങ്ങളും ക്ഷേത്രവും മോസ്കുമെല്ലാം നില
നില്ക്കുന്നതിന്റെ അവശിഷ്ടങ്ങളാണ് നാം കാണുക. ചുറ്റും ശതപുര
പർവ്വതത്തിന്റെ കാഴ്ചകളും. അവശിഷ്ടങ്ങളിൽ നിന്നുതന്നെ ഇത് കേവ
ലമൊരു കോട്ടയായിരുന്നില്ലെന്നും മനുഷ്യന്റെ കലാവിരുതിന്റെ മകു
ടോദാഹരണങ്ങളാണെന്നും നമുക്ക് മനസ്സിലാകും. ദൗർഭാഗ്യവശാൽ
സ്വാതന്ത്ര്യത്തിനു തൊട്ടുമുമ്പും പിന്നീടുമുള്ള കാലയളവിൽ ആളുകൾ
ഈ കോട്ടയിലെ നിർമ്മിതികൾ പലതും തകർത്തു. നിധി ഒളിപ്പിച്ചിട്ടു
ണ്ടാവുമെന്നു കരുതിയാണത്രെ ഈ ചെയ്തികൾ.

ശതപുരപർവ്വതത്തിന്റെ ചരിവുകളിലൂടെയാണ് ഈ കോട്ട കടന്നു
പോകുന്നത്. മറാത്ത സാമ്രാജ്യത്തിന് ഡക്കാൻപീഠഭൂമിയിലുണ്ടായിരുന്ന
ശക്തമായ കോട്ടയായിരുന്നു ഇത്. രണ്ടാം ആംഗ്ലോ മറാത്തിയുദ്ധ
(1803 ഡിസംബർ 15) ത്തിൽ ആർതർ വെല്ലസ്ലിയുടെ നേതൃത്വത്തിലുള്ള
ബ്രിട്ടീഷ് സേന ഈ കോട്ട പിടിച്ചടക്കി. ബർണാഡ് ക്രോൺവെല്ലിന്റെ
Sharpe's Fortress എന്ന നോവൽ ഈ കോട്ടയെ ചുറ്റിപ്പറ്റിയാണ് വിക
സിക്കുന്നത്. സമുദ്രനിരപ്പിൽനിന്നും 3619 അടി ഉയരത്തിലാണ് ഈ കോട്ട
യുടെ നില. ഗാവ്ലി എന്നാൽ പശുമേയ്ക്കുന്നവർ എന്നാണർത്ഥം. അമ
രാവതി ജില്ലയിലെ പശുപാലകർ പശുക്കളെ മേച്ചു കഴിഞ്ഞിരുന്ന ഇട
ത്താണ് 1425-26 എഡിയിൽ അഹമ്മദ്ഷാ ഒന്നാമൻ ഈ കോട്ട നിർമ്മി
ച്ചത്. മണ്ണുകുഴച്ചാണ് ഈ കോട്ടയുടെ പലഭാഗങ്ങളും നിർമ്മിച്ചിട്ടുള്ളത്.
ഗോങ് ആദിവാസി വിഭാഗത്തിൽപ്പെട്ട രാജാക്കന്മാർ പുരാതനകാല
ത്തെങ്ങോ നിർമ്മിച്ച മൺകോട്ടയെ 1425 ൽ എല്ലിച്ച് പൂറിൽ ക്യാമ്പ്
ചെയ്ത അഹമ്മദ്ഷാ എന്ന മുസാഫാരിദ് വംശത്തിലെ ഒൻപതാം

ഗവാലിഘർ കോട്ടയ്ക്കുമുന്നിൽ

രാജാവ് ഈ കോട്ട കണ്ടെത്തി പുതുക്കിപ്പണിയുകയായിരുന്നു. ആർതർ വെല്ലസ്ലി കീഴടക്കിയശേഷം അവർ കോട്ട വെട്ടിമുറിച്ച് പല കവാടങ്ങൾ തുറന്നു. ഈ യുദ്ധത്തിൽ 150 ലേറെ ബ്രിട്ടീഷ് സൈനികർ മരിച്ചു. സമാധാനം പുനഃസ്ഥാപിച്ച ശേഷം ബ്രിട്ടീഷുകാർ മറാത്താ രാജാക്കന്മാർക്ക് തിരിച്ചുനല്കിയെങ്കിലും അവരത് ഉപേക്ഷിക്കുകയായിരുന്നു.

ഏഴുഗേറ്റുകളുണ്ട് ഈ കോട്ടയ്ക്ക്. ഓരോ കവാടത്തിലും പേർഷ്യൻ ലിഖിതങ്ങൾ കാണാം. രണ്ട് കൂറ്റൻ ജലസംഭരണികൾ കോട്ടയ്ക്കകത്തുണ്ട്. ഒന്നിലിപ്പോഴും വെള്ളമുണ്ട്; പക്ഷേ, സന്ദർശകർ അതിനെ പ്ലാസ്റ്റിക് കൊണ്ടുനിറച്ചിരിക്കുന്നു. പത്താൻ മാതൃകയിൽ നിർമ്മിച്ച ഒരു മോസ്ക് ഇതിനകത്തുണ്ട്. ഇന്ന് നഷ്ടപ്രതാപത്തിന്റെ തേങ്ങലുമായി ഗാവൽഘട്ട് നിലകൊള്ളുന്നു. കോട്ടയുടെ നാശോന്മുഖ ഇടങ്ങളിലെല്ലാം

പുല്ലുവളർന്നിരിക്കുന്നു. കാലികൾക്കായി പുല്ലുശേഖരിക്കുന്ന സമൃദ്ധമായൊരിടം കൂടിയാണിന്ന് ഈ മഹാദുർഗ്ഗം.

ഭീമ്കുണ്ഡ്

ഭീമൻ കീചകനെ കൊന്നുതള്ളിയെന്നു ഐതിഹ്യമുള്ള കിഴുക്കാംതൂക്കായ താഴ്‌വരയാണ് ഭീമ്കുണ്ഡ്. ചികിൽധാരയിൽനിന്നും പരത്‌വാഡയിലേക്കു പോകുന്ന വഴിയിലായാണ് ഈ താഴ്‌വര. ഏകദേശം 3500 മീറ്റർ ആഴമുണ്ട് ഈ താഴ്‌വരയ്ക്ക്. അവിടെയുള്ള ജലാശയത്തിൽ ഭക്തജനങ്ങൾ കുളിച്ചുകയറുന്നുണ്ട്. ഉറവയിൽ നിന്നും നീരൊഴുകി ജലാശയം നിറയുന്നു. ഒരു കൈയാൽ വെള്ളം പുറത്തേക്കൊഴുകുന്നു. ഇവിടെനിന്നും നോക്കിയാൽ മലയുടെ അങ്ങേപ്പുറത്തായി വലിയൊരു വെള്ളച്ചാട്ടം കാണാം. അവിടെയെത്തണമെങ്കിൽ ദുർഘടപാതകൾ താണ്ടണം. മഴക്കാലത്ത് അതിന്റെ ശോഭയേറും. പർവ്വതനിരകളിലെ പാറക്കൂട്ടങ്ങൾക്കിടയിൽ നിന്നും വൃക്ഷത്തലപ്പുകളിലൂടെ ചിതറിവീഴുന്ന ഈ ജലധാര ചേതോഹരമായ കാഴ്ച തന്നെ.

പത്ത് കാഴ്ചാ പോയിന്റുകളിലേക്ക് ഞങ്ങളെ കൊണ്ടുപോകും വഴി അനുപ്രസാദും പ്രകാശും ഞങ്ങൾക്ക് ശക്കർ തടാകം കാട്ടിത്തന്നു. ജലാശയങ്ങളുടെയും കായലുകളുടെയും മദ്ധ്യത്തുനിന്നും ചികിൽധാരയിൽ എത്തുന്ന നമുക്ക് ഇതൊന്നും വലിയ കാഴ്ചയല്ല. ബോട്ടിങ്ങിനുമാത്രമല്ല ഏറെനേരം നിശ്ശബ്ദനായിരിക്കാൻ പറ്റിയൊരിടം കൂടിയാണ്. കാഴ്ചാ പോയിന്റുകൾ മടുത്തുതുടങ്ങി. ഏറെയും ആവർത്തനങ്ങൾ. ശതപുര പർവ്വതത്തിന്റെ നിരവധി മുടികളിലേക്ക് നയിക്കുന്ന ചെറിയ റോഡുകളുണ്ട്. അവിടെനിന്നു നോക്കുമ്പോൾ പരുക്കൻ മലനിരകളും ചക്രവാളപ്പരപ്പും കാണാം. മിസോറി പോയിന്റ് എന്ന കാഴ്ചാസ്ഥലം ശ്രദ്ധേയമാണ്. “മിസോറി പോയിന്റ് റിസോർട്ട് ഇവിടെയാണ്. വമ്പൻ വാടകയാണെങ്കിലും നിങ്ങൾക്ക് ഒരുനാൾ ഇവിടെ പാർത്തുപോകാം.” മിസോറി പോയിന്റിലെ താഴ്‌വാരം നോക്കി പ്രകാശ് പറഞ്ഞു.

അങ്ങുതാഴെ ഒരു ആദിവാസി ഗ്രാമമുണ്ട്. കോർക്കു ആദിവാസികൾ അവിടെ പാർക്കുന്നു. നിരവധി ആദിവാസി ഗ്രാമങ്ങൾ അവിടെയുണ്ട്. ഒരു സ്കൂളും, ആശുപത്രിയും പ്രവർത്തിക്കുന്നുണ്ട്. 12 മണിക്കൂർ നടന്നാലെ അവിടെയെത്തൂ. ഉദ്യോഗസ്ഥർ നടന്നാണ് അവിടേക്ക് പോകുന്നത്. അവിടെയുള്ള ആദിവാസികൾ ആഴ്ചയിലൊരിക്കൽ ചികിൽധാരയിലെ ആഴ്ചച്ചന്തയിൽ അവരുടെ വിഭവങ്ങളുമായി എത്താറുണ്ട്. സൺസെറ്റ് പോയിന്റിലിരിക്കുമ്പോൾ അനുപ്രസാദ് പറയുകയായിരുന്നു. “എങ്ങനെയെങ്കിലും ഇവിടുന്ന് രക്ഷപ്പെടണം. ഇവിടെയെന്താണു സാബ് ജീവിതം. ഏറിയാൽ ഒരു ഡ്രൈവർ അല്ലെങ്കിൽ ടൂറിസ്റ്റ് ഗൈഡ്. ഇവിടെ മറ്റെന്തു തൊഴിൽ കിട്ടാൻ. കൃഷിപോലും കാര്യമായി ഇല്ല. ചെലവും ഇവിടെ ഏറിവരുന്നു. മുംബൈയ്ക്ക് വണ്ടികയറണം. ഇവിടെ ഒൻപത് പ്രൈമറി സ്കൂളുകളും ആറ് സെക്കന്ററി സ്കൂളുകളും

ഭീമ്കുണ്ഡ് താഴ്വര

ഐ ടി ഐയും ബി എഡ് കോളേജും പോസ്റ്റ് ഗ്രാജ്വേഷൻ വരെ പഠി ക്കാവുന്ന സർക്കാർ കോളേജുമൊക്കെയുണ്ട്. എല്ലാം മറാഠി മീഡിയമാ ണ്. ഇംഗ്ലീഷ് പഠിക്കാതെ രക്ഷപ്പെടില്ല സർ. നിങ്ങളുടെ സ്റ്റേറ്റിൽ നിന്നും നിരവധി നഴ്സുമാർ ഇവിടെ ആശുപത്രികളിലുണ്ട്. അവർ എത്രവേഗം ഭാഷകൾ പഠിക്കുന്നു. അവർക്ക് ഇംഗ്ലീഷ് അടിത്തറയുണ്ട്!."

സൂര്യൻ പടിഞ്ഞാറു ചായുമ്പോൾ മലനിരകളിൽ സന്ധ്യാരാശി പരന്നു. പുൽമേടുകളിൽ നിഴലുകൾ നീണ്ടു. നേർത്ത കുളിർക്കാറ്റ് വീശി ത്തുടങ്ങി. എഴുന്നേസ്ക്കാൻ തോന്നിയില്ല. പ്രകാശും അനുപ്രസാദും ഒരു മരച്ചുവട്ടിലേക്കു മാറിനിന്ന് സംസാരിക്കുന്നു. ഇവിടെനിന്നും രക്ഷ പ്പെടുന്നതിനെക്കുറിച്ചായിരിക്കും. സൂര്യൻ അപ്രത്യക്ഷനായിട്ടും കുറച്ചു നേരം കൂടി ചുവപ്പുരാശി പ്രസരിച്ചു. പിന്നെ ഇരുട്ടുവന്നു. കൂടണയാൻ പോകുന്ന പറവകൾ ധൃതികൂട്ടി. എവിടെനിന്നോ വാവലുകൾ പറന്നു യർന്നു. അവ ആകാശത്ത് നിറഞ്ഞു. പുൽപ്പരപ്പിലേക്ക് മിന്നാമിനുങ്ങു കൾ കൂട്ടത്തോടെയെത്തി. ചീവീടുകളുടെ രോദനം കനത്തപ്പോൾ ഞങ്ങൾ മലനിരകളിറങ്ങി.

ഭാഗം **II**

10

മരണം ശ്വസിച്ച ഓർമ്മകൾ

വിദർഭയിലെ ഭരത്വാഡയിൽനിന്ന് ഒരു പൂർണ്ണപകലും പകുതി രാത്രിയും ബസിലും ട്രെയിനിലുമായി യാത്ര ചെയ്താണ് ഭോപാലിൽ എത്തിയത്. ദ്വാപരയുഗത്തിലേതെന്ന് തോന്നിക്കുന്ന പഴകിജീർണ്ണിച്ച ഒരു ബസിലായിരുന്നു പകൽ മുഴവൻ. പക്ഷേ, യാത്ര ഒട്ടും മുഷിച്ചിൽ ഉണ്ടാ ക്കിയില്ല. കാളിദാസ ഭാവനയെപ്പോലും ഉദ്ദീപിപ്പിച്ച വിന്ധ്യാപർവ്വത മട

ക്കുകളുടെ മടിത്തട്ടും നെറുകയും താണ്ടിയുള്ള യാത്ര. കൊടുംവളവുകൾ, കഠിന തേരികൾ. ഇരുപുറങ്ങളിലെയും കാനന സൗന്ദര്യത്തിന്റെ വശ്യതയിൽ മുഴുകിപ്പോയതിനാൽ ബസിന്റെ പരാക്രമങ്ങളൊന്നും അറിഞ്ഞില്ല. കേരളത്തിലെ മഴക്കാടുകളുടെ ഗാഢതയോ, രൗദ്രതയോ വിന്ധ്യാചല വനങ്ങൾക്കില്ല. എന്നാൽ ദൃശ്യചാരുതയുടെ വ്യതിരിക്തതയോലുന്ന മാസ്മരസ്ഥലികളാണെവിടെയും. വനമദ്ധ്യത്തിൽ നാരകത്തോട്ടങ്ങളും ഓറഞ്ച് തോട്ടങ്ങളും. മറ്റ് ചിലയിടങ്ങളിൽ സോയയും ഉഴുന്നും മൺസൂൺ മഴയുടെ ലാളനയേറ്റ് തഴച്ചുവളരുന്നു. അവയൊക്കെയും ആദിവാസികളുടെ കൃഷിയിടങ്ങളാണ്. ദിനാന്ത്യത്തിൽ ബേട്ടൂൽ എന്ന റെയിൽവെസ്റ്റേഷനു സമീപം ഞങ്ങളെയുമിറക്കിവിട്ടിട്ട് ബസ് അതിന്റെ വഴിക്ക് പോയി. കിട്ടിയ ട്രെയിനിന്റെ ജനറൽ കംപാർട്ട്മെന്റിൽ കയറി പാതിരാവിൽ ഭോപ്പാലിൽ വന്നിറങ്ങി.

റെയിൽവെസ്റ്റേഷനു മുന്നിലെ ഹോട്ടലിൽ രാപ്പാർക്കാൻ ഇടം കിട്ടി. ഇന്ത്യൻ കർഷകരെ വിവിധ കൃഷിരീതികൾ പരിചയപ്പെടുത്തുകയെന്ന നെഹ്റൂവിയൻ സ്വപ്നം നടപ്പാക്കാൻ പഴയ തിരുവിതാംകൂറിന്റെ വിവിധ ഭാഗങ്ങളിൽനിന്നും തെരഞ്ഞെടുത്ത ഇരുന്നൂറ് കർഷകരെ ഭോപ്പാൽ സംസ്ഥാനത്തിലെവിടെയോ പാർപ്പിച്ചിരിക്കുന്നു. അവരവിടെ മൂന്നുതലമുറ പിന്നിട്ടിരിക്കുന്നു. ഈ അറിവിൽനിന്നാണ് ഭോപ്പാലിൽ എത്തപ്പെട്ടത്. അവർ `ഇത്ക്കടി' എന്ന ഗ്രാമത്തിലാണെന്നും അവരുടെ നേതാവ് രാമൻകുട്ടി എന്നാണെന്നും മാത്രമെ അറിയൂ. പിറ്റേന്ന് രാവിലെതന്നെ ഇത്ക്കടി തേടിയിറങ്ങി. ഹോട്ടലിലെ കൗണ്ടർ മാനേജരോട് ഇത്ക്കടി എവിടെയാണെന്ന് ചോദിച്ചു മനസ്സിലാക്കി. ഇവിടെ അടുത്താണെന്നും ഓട്ടോറിക്ഷയിൽ പോകാമെന്നും അയാൾ അറിയിച്ചു. ആദ്യം കണ്ട ഓട്ടോക്കാരനോട് കാര്യം പറഞ്ഞു. "ഇക്കടി മേം ജാൻതാഹൂം. യെഹാം സേ ദസ് കി.മീ ദൂർഹോ." അയാൾ പറഞ്ഞു. ആശ്വാസമായി. വലിയ ബദ്ധപ്പാടില്ലാതെ സ്ഥലത്തെത്താമല്ലോ. കണ്ടുമുട്ടാൻ പോകുന്ന മലയാളികളുടെ മുഖവും മനസ്സിൽക്കണ്ട് ഓട്ടോയിൽക്കയറി. ഡ്രൈവർ ദിനേശ് പ്രജാപതി സംസാരപ്രിയനാണ്. "ഇക്കടി മേം ആപ്കോ കിസ്സേ മിൽത്താഹേ?..." ദിനേശിന്റെ ചോദ്യം എത്തി. ആരെക്കാണാനാണെന്ന്. ചോദ്യം കേട്ടാൽത്തോന്നും അയാൾക്ക് അവിടെയുള്ള എല്ലാവരേയും അറിയാമെന്ന്. `രാമൻകുട്ടി, സർപഞ്ചാണ്' - കേട്ടറിവിൽ ബാക്കിയുണ്ടായിരുന്നത് പറഞ്ഞു.

ഓർക്കാപ്പുറത്തെ ദുരന്തസ്മരണ

ഭോപ്പാൽ റെയിൽവേ സ്റ്റേഷൻ പിന്നിട്ട് ഏതാനും കിലോമീറ്റർ കഴിഞ്ഞിട്ടുണ്ടാവണം "ഇതാണ് മനുഷ്യരെക്കൊന്ന യൂണിയൻ കാർബൈഡ് ഫാക്ടറി": ഇടതുവശത്തെ വിശാലമായ കോമ്പൗണ്ട് ചൂണ്ടിക്കാട്ടിക്കൊണ്ട് ഓട്ടോ ഡ്രൈവർ പ്രജാപതി പറഞ്ഞു.

"സ്റ്റോപ്പ്, സ്റ്റോപ്പ്", കേട്ടുതീരുംമുൻപേ സർവ്വശക്തിയുമെടുത്ത്

പറഞ്ഞു. 1984 ഡിസംബർ രണ്ടിന് പാതിരാവിൽ ഹിമധൂളികൾക്കൊപ്പം പെയ്തിറങ്ങിയ ഭോപ്പാൽ വാതകദുരന്തത്തിന്റെ സ്മരണകൾ തലച്ചോറിലെ നാഡീകോശങ്ങളെ ത്രസിപ്പിക്കാൻ ഒരുനിമിഷാർദ്ധംപോലും വേണ്ടിവന്നില്ല. യഥാർത്ഥത്തിൽ ഭോപ്പാൽ നഗരത്തിൽ കാലുകുത്തിയപ്പോൾത്തന്നെ ഇത് ഓർക്കേണ്ടതായിരുന്നു; കുറ്റബോധം തോന്നി.

`എവറെഡി ബാറ്ററി വാങ്ങരുതേ, എവറെഡി ബാറ്ററി വില്ക്കരുതേ' എന്ന് നാട്ടിടവഴികളിലൂടെ തൊണ്ടപൊട്ടുമാറുച്ചത്തിൽ മൂന്നു നൂറ്റാണ്ടു മുൻപ് വിളിച്ചുപറഞ്ഞു നടന്നതും ദുരന്തത്തിന്റെ ഒന്നാം വാർഷികത്തിന് കേരളത്തിൽനിന്ന് ഭോപ്പാലിലേക്ക് കേരള ശാസ്ത്രസാഹിത്യപരിഷത്തിന്റെ ആഭിമുഖ്യത്തിൽ പ്രത്യേകം ചാർട്ടുചെയ്ത `ശാസ്ത്ര തീവണ്ടി'യിലെ യാത്രയുമൊക്കെ കഴിഞ്ഞ രാവിലെ സംഭവംപോലെ മനസ്സിനെ പിടിച്ചുകുലുക്കി.

പ്രജാപതി പെട്ടെന്നുതന്നെ ഓട്ടോറിക്ഷ ഓരംചേർത്തുനിർത്തി. അപ്പോഴേക്കും ഫാക്ടറിയുടെ പ്രവേശന കവാടത്തിൽ ഏതാണ്ട് എത്തിയിരുന്നു.

ഒരു യാത്രികന്റെ സഞ്ചാരവഴികളിൽ പതിയിരിക്കുന്ന ആകസ്മികതകളാണ് യാത്രാ ഗതിയെ നിർണ്ണായകമാക്കുന്നത്. അതുപോലെ യാത്രയിലെ ചില അബദ്ധങ്ങൾ പ്രതീക്ഷിക്കാത്ത നിമിത്തങ്ങൾക്ക് വഴിയൊരുക്കും. അത്തരമൊരു നിമിത്ത സന്ധിയിലാണ് ഇപ്പോൾ എത്തിയത്.

പ്രജാപതിയ്ക്കൊപ്പം

ഇത്ക്കടിയിലെ സർപഞ്ചിനേയും മലയാളി കുടിയേറ്റക്കാരേയും തല്ക്കാലം മറന്നു.

കൈക്കുഞ്ഞിനെ നെഞ്ചോടടുക്കിപ്പിടിച്ച് മൂക്കുംപൊത്തി വിഷവാതക ധൂളികളിൽനിന്ന് രക്ഷപ്പെടാൻ വെമ്പിട്ടോടുന്ന ഒരു അമ്മയുടെ ശില്പം ഫാക്ടറിക്ക് അഭിമുഖമായി നില്ക്കുന്നു. കണ്ണിലാദ്യം വന്നുവീണ ദൃശ്യമാണിത്.

No Hiroshima
No Bhopal
We want to live.

യൂണിയൻ കാർബൈഡ് ഇന്ന്

ശില്പത്തിനു ചുവട്ടിലെ വാക്കുകൾ ലോകത്തോട് പ്രഖ്യാപിക്കുന്നു. ശില്പവും താഴെയുള്ള എഴുത്തും ആരുടേയും ഹൃദയത്തിൽ വൈദ്യുതാഘാതമേല്പിക്കാൻ പോന്നതാണ്. മനുഷ്യത്വമുള്ള ഏതൊരാളും ഒരു നിമിഷം ശില്പത്തിനു മുന്നിൽ തലകുനിച്ച് നിന്നുപോകും. പക്ഷേ, നമ്മൾ യഥാർത്ഥ ഇന്ത്യക്കാരാണോ, അടുത്ത നിമിഷം രോഷാഗ്നി നെഞ്ചിൻകൂട് തകർത്ത് ഇരച്ചെത്തും. “ബഹുരാഷ്ട്രക്കൊലയാളി യൂണിയൻ കാർബൈഡിന്റെ ലാഭക്കൊതി ആയിരക്കണക്കിന് നിരപരാധികളുടെ ജീവനെടുത്തു” എന്ന് ശില്പത്തിനുതാഴെ എഴുതിവച്ചിരിക്കുന്നു. നമ്മുടെ രക്തം തിളയ്ക്കാൻ ഇനി മറ്റെന്തുവേണം! ഇയ്യാംപാറ്റകളെപ്പോലെയാണ് പാവം മനുഷ്യർ തണുത്ത രാവിന്റെ മൂടുപടത്തിനുള്ളിൽ ശ്വാസം കിട്ടാതെ പിട

ഞ്ഞുവീണു മരിച്ചത്. അതിന് ഉത്തരവാദികളായവരെ കൈയിൽ കിട്ടിയിരുന്നെങ്കിൽ; അറിയാതെ കൈകൾ ഞെരിച്ചു. പക്ഷേ, അടുത്തനിമിഷം അപമാനംകൊണ്ട് ശിരസ്സ് താഴ്ന്നുപോയേക്കാം; അമേരിക്കൻ വിധേയത്വത്തിനു മുന്നിൽ ദേശാഭിമാനവും ജനങ്ങളുടെ ജീവനും പണയപ്പെടുത്തിയ ഭരണവർഗ്ഗത്തെയോർത്ത്; മൂന്നാം ലോക രാജ്യത്തിൽ പിറന്നതിന്റെ അഭിശപ്തതയോർത്ത്.

"സാബ് എന്റെ പിതാവിന്റെ ജീവനെടുത്തതും ഈ ഫാക്ടറിയാ. ജീവിച്ചിരുന്നുവെങ്കിൽ ഇപ്പോൾ അറുപത്തിയേഴ് വയസ്സ് കണ്ടേനെ;" പ്രജാപതിയുടെ വാക്കുകൾ പരിസരത്തിലേക്ക് തിരിച്ചെത്തിച്ചു.

"എങ്ങനെയാ മരിച്ചത്?"

"ഗ്യാസ് ശ്വസിച്ചിട്ടുതന്നെ. ഉടൻ മരിച്ചില്ല. രണ്ടുവർഷം കഴിഞ്ഞ്. ശ്വാസകോശം ചുരുങ്ങി ഒരു ഓറഞ്ചിന്റെ വലിപ്പത്തിലായിപ്പോയി." പൊതുവെ ആളൊഴിഞ്ഞ റോഡാണ് പ്ലാന്റിനു ചുറ്റുമുള്ളത്. കാര്യമായ വാഹനഗതാഗതവുമില്ല. ഭോപ്പാൽ നിവാസികൾ ഈ പ്രദേശത്തെ ബോധപൂർവ്വം ഒഴിവാക്കുന്നതുപോലെ.

"പ്ലാന്റിനകത്തുകയറി ഇപ്പോഴത്തെ അവസ്ഥ മനസ്സിലാക്കാനാവുമോ?" പ്രജാപതിയോട് ചോദിച്ചു. അയാൾക്കുമറിയില്ല.

"ഇതുവഴി പോകുന്നതുതന്നെ ഭയപ്പെടുത്തുന്നതാണ്. ഞാനീവഴി അങ്ങനെ വരാറില്ല. കഴിയുന്നതും ഒഴിവാക്കും. അകത്തുപോകണോ? ഒന്നു ശ്രമിച്ചുനോക്കാം." പ്രജാപതി പറഞ്ഞു.

ചുടലപ്പറമ്പിലൂടെ ഒരു അവിചാരിത നടത്തം

പുറംഗേറ്റിൽ കാവല്ക്കാരാരും ഉണ്ടായിരുന്നില്ല. ഗേറ്റ് വെറുതെ ചാരിയിരിക്കുന്നു. പതിയെ ഗേറ്റു തുറന്ന് സന്ദേഹവും ഭയവും ഉള്ളിലൊതുക്കി അകത്തേക്ക് കാൽവച്ചു. പാദത്തിൽനിന്ന് നെറുകയിലേക്ക് ഒരു പെരുപ്പ് മിന്നിമറഞ്ഞു. വിഷഭൂമി. മുന്നിൽക്കണ്ട റോഡിലൂടെ മെല്ലെ അകത്തേക്ക് നടന്നു. വഴിക്കിരുപുറവും പേരറിയാമരങ്ങൾ വളർന്നു നില്ക്കുന്നു. വിജനമായ കുറ്റിക്കാട്ടിൽ അകപ്പെട്ടതുപോലെ. ഭോപാൽ നഗരമദ്ധ്യത്തിൽ ഉപേക്ഷിക്കപ്പെട്ട ഒരു വനപ്രദേശം. ചുറ്റും ഒരു മനുഷ്യനേയും കാണാനില്ല.

"ഈ നശിച്ച ഫാക്ടറിയാണ് എന്നെ ഓട്ടോ ഡ്രൈവറാക്കിയത്. ഞാൻ ഡ്രൈവറാകേണ്ടവനല്ലായിരുന്നു. എന്റെ പിതാവ് ഒരു പ്രൈവറ്റ് കമ്പനിയിലെ ഫോർമാൻ ആയിരുന്നു. ഞങ്ങളുടെ കോളനിയിൽ സ്വന്തമായി സ്കൂട്ടർ ഉള്ള അപൂർവ്വം പേരിൽ ഒരാൾ. പക്ഷേ, എല്ലാം തകർത്തുകളഞ്ഞില്ലേ. ഗ്യാസ് പരക്കുന്നതറിഞ്ഞ് അച്ഛൻ `ലാംബി' സ്കൂട്ടറിൽ എന്നേയും അമ്മയേയും കയറ്റി പാതിരാവിൽ പന്ത്രണ്ട് കിലോമീറ്റർ അകലെയുള്ള ഗ്രാമത്തിലേക്ക് ഓടിച്ചുപോയി. മുളകരച്ച് കണ്ണിൽത്തേച്ചാലുള്ള നീറ്റലായിരുന്നു. അന്ന് എനിക്ക് നാലുവയസ്സ്. ആ

എരിച്ചിലിന്റെ അനുഭവം ഇപ്പോഴും എന്റെ കണ്ണിൽ നിന്ന് പോയിട്ടില്ല." പ്രജാപതി സംസാരിച്ചുകൊണ്ടേയിരുന്നു. "രക്ഷപ്പെടാൻ നേരം അമ്മയ്ക്ക് കൈയിൽകിട്ടിയത് നനച്ചിട്ടിരുന്ന ഒരു പുതപ്പായിരുന്നു. അമ്മ എന്റെ മുഖം അതുകൊണ്ട് മൂടി. മറ്റൊരുതുമ്പുകൊണ്ട് അമ്മയും മുഖം പൊത്തി. നനഞ്ഞ തുണികൊണ്ട് മുഖം മൂടിയാൽ ഗ്യാസിന്റെ തീക്ഷ്ണത കുറയുമെന്ന് പിന്നീട് പലരും പറഞ്ഞ് അറിഞ്ഞു. പക്ഷേ, ഇക്കാര്യം അറിഞ്ഞിട്ടൊന്നുമല്ല അമ്മ അങ്ങനെ ചെയ്തത്. ഞാനും അമ്മയും രക്ഷപ്പെട്ടത് അതുകൊണ്ടാണ്."

നടന്നെത്തിയത് ഒരു കാവൽപ്പുരയ്ക്കുമുന്നിലാണ്. അവിടെ പൊലീസുകാർ തടഞ്ഞു. ഇനി മുന്നോട്ടുപോകാൻ പറ്റില്ലെന്നും തിരിച്ചുപോകാനും അവർ ആവശ്യപ്പെട്ടു.

കേരളത്തിൽ നിന്ന് വരികയാണ്. ഫാക്ടറി കാണാൻ വേണ്ടിമാത്രം വന്നതാണ്. തിരിച്ചയയ്ക്കരുത്, എന്നൊക്കെ പതിവ് ന്യായങ്ങൾ പറഞ്ഞുനോക്കി.

"മദ്ധ്യപ്രദേശ് സർക്കാരിന്റെ അനുമതിയുണ്ടെങ്കിലേ പോകാൻ കഴിയൂ. എന്നവർ തറപ്പിച്ച് പറഞ്ഞു.

എന്തുചെയ്യണമെന്നറിയാതെ അല്പസമയം സംശയിച്ച് അവിടെ നിന്നു. പിന്തിരിഞ്ഞു നടന്നാലോ; അതോ ഒന്നുകൂടി മുട്ടണോ? സംശയം ഉള്ളിൽ തിറയാട്ട് നടത്തി. പൊലീസുകാരാണെങ്കിലോ തടിമാടന്മാരായ നാലുപേർ.

ഗത്യന്തരമില്ലാതെ തിരിച്ചു നടന്നു. തെല്ലിട നടന്നപ്പോൾ പ്രജാപതി പറഞ്ഞു; "സാബ് നിങ്ങളിവിടെ നില്ക്ക്. ഞാൻ പോയി ഒന്നു ശ്രമിച്ചിട്ടു വരാം." ഇങ്ങനെ പറഞ്ഞ് അയാൾ പോയി.

ചുറ്റും നോക്കി. ഉപേക്ഷിക്കപ്പെട്ട ഒരു പറമ്പിന്റെ എല്ലാ ലക്ഷണങ്ങളുമുണ്ട്. വിഷഭൂമിയിൽ സസ്യങ്ങൾ തഴച്ചു വളരുന്നു; അത്ഭുതം തന്നെ. ഒരു കീടമോ പ്രാണിയോ തൊട്ടിട്ടില്ല. ഓരോ ഇലയിലും വിഷം ത്രസിച്ചുനില്ക്കുന്നു. നിലത്തേക്ക് സൂക്ഷിച്ചുനോക്കി. കേരളത്തിലെ കൃഷിയിടങ്ങളിലും പറമ്പുകളിലും കാണുന്ന അതേ പാഴ്സസ്യങ്ങൾ. കറുകപ്പുല്ല്, എണ്ണക്കാടൻ, താറാവ്, നെയ്പ്പുല്ല്, കൊടുങ്ങലം. ഒരാൾപ്പൊക്കം വളർന്നുനില്ക്കുന്ന കേരളത്തിലെ അതേ വേലിപ്പരുത്തിച്ചെടി. വട്ടക്കമ്മൽ കണക്കേ പൂത്തുനിറഞ്ഞുനില്ക്കുന്ന പൂങ്കുലകൾ. കുരുമുളകു മണികൾപോലെയുള്ള കായകൾ. കുട്ടിക്കാലത്ത്, ഓടി കാലു തട്ടി മുറിയുമ്പോൾ കൊടുങ്ങലും പച്ചമഞ്ഞളും ചേർത്തരച്ച് അമ്മ മുറിവ് വച്ചുകെട്ടിത്തരുമായിരുന്നു. കൊടുങ്ങലിന്റെ ഇല പിച്ചി കൈയിലിട്ടുതിരുമ്മി മണം ആസ്വദിച്ച അനുഭവം മനസ്സിലേക്ക് ഓടിയെത്തി. ഇല പിച്ചാനായി കൊടുങ്ങലിനുനേരെ കൈ അറിയാതെ നീണ്ടു. അരുത്; വിഷവാഹിനിയാണ്. അടുത്ത നിമിഷം മനസ്സ് മുന്നറിയിപ്പുതന്നു. വർജ്ജ്യവസ്തുവിനെ തൊട്ടാലെന്നവണ്ണം കൈ പെട്ടെന്ന് പിടഞ്ഞുമാറി.

"ഞാൻ അവരോട് സംസാരിച്ചു. ദൂരെനിന്നേ നടന്നുവന്നുകൊണ്ട്

പ്രജാപതി പറഞ്ഞു; അഞ്ഞൂറുരൂപ കൊടുത്താൽ അകത്തുവിടാമെന്ന്. എന്തുവേണം?"

നൂറുവട്ടം സമ്മതമാണ്. കൈയോടെ അഞ്ഞൂറല്ല, അറുന്നൂറു രൂപ പ്രജാപതിയെ എല്പിച്ചു. അപ്പോഴത്തെ സാഹചര്യത്തിൽ ആയിരം രൂപ കൊടുക്കാനും ഒരുക്കമായിരുന്നു. അല്പം മുന്നിലായി നടന്നുചെന്ന് പ്രജാപതി പൊലീസുകാർക്ക് പണം കൊടുത്തു.

പൊലീസുകാരുടെ പെരുമാറ്റം പാടേ മാറി. മുഖത്ത് സന്തോഷം പ്രത്യക്ഷമായി. അകത്തേക്ക് പോകാൻ സമ്മതം തന്നു. കൂടുതൽ നേരം നില്ക്കരുതെന്നൊരു മുന്നറിയിപ്പുമാത്രം.

പ്രജാപതി ഒപ്പം നടക്കാൻ മടിക്കുന്നതുപോലെ. പ്ലാന്റ് കാണാൻ അയാൾക്ക് തീരെ താല്പര്യമില്ല. മനസ്സിൽ മ്ലാനത കയറിക്കൂടിയമാതിരി. പഴയ ഓർമ്മകൾ അയാളെ വേട്ടയാടുകയാണ്; നിശ്ചയം.

"ഇല്ല ഞാൻ വരുന്നില്ല. ഓട്ടോയിൽ ഇരിക്കാം." വരുന്നില്ലേ എന്ന ചോദ്യത്തിന് അയാൾ മറുപടി പറഞ്ഞു.

നഗരമദ്ധ്യത്തിലാണെങ്കിലും വിശാലമായ പ്രദേശമാണ്. എൺപത്തിയേഴ് ഏക്കർ വിസ്തൃതിയിലാണ് ഫാക്ടറി വളപ്പ്. നെഞ്ചൊപ്പമുള്ള കാട് തള്ളി മുന്നോട്ടുനടന്നു. ടാർ റോഡുണ്ട്. പക്ഷേ കാട് മൂടിക്കഴിഞ്ഞു. സെക്യൂരിറ്റി ഗേറ്റിൽനിന്ന് അരകിലോമീറ്റർ നടന്നാലേ ഫാക്ടറിക്ക് സമീപമെത്തൂ. ഫാക്ടറിയുടെ മുന്നിൽ എത്തുന്ന ഒരാളെ ആദ്യം വരവേല്ക്കുന്നത് ഒരു എരുമയുടെ തലയോട്ടിയാണ്. ദുരന്തത്തിന്റെ പ്രതീകമെന്നോണം ആരോ ഫാക്ടറി ഭിത്തിയിലെ കിളിവാതിലിൽ അത് പ്രദർശിപ്പിച്ചിരിക്കുന്നു. കട്ടി ഇരുമ്പ് ഘടകങ്ങൾ കൊണ്ട് നിർമ്മിച്ച നാലുനില കെട്ടിടത്തിന്റെ ഉയരമുള്ള ഒരു ഭീമാകാരൻ നിർമ്മിതിയാണ് ഫാക്ടറി. നൂറുകണക്കിന് പൈപ്പുകൾ അങ്ങോട്ടുമിങ്ങോട്ടും കടന്നുപോയിരിക്കുന്നു. ഗാൽവനൈസ് ചെയ്തതിനാൽ അവയ്ക്ക് ഒരു കേടുപാടുമില്ല. ഭീമൻ ടാങ്കുകളും ബോയിലറുകളും തുരുമ്പിച്ച് ഭീകരനിശ്ശബ്ദതയോടെ നില്ക്കുന്നു. മൂന്നു ഷിഫ്റ്റും പ്രവർത്തിപ്പിച്ച് കോടികൾ ലാഭം കൊയ്തിരുന്ന ഒരു ഫാക്ടറിയുടെ നഷ്ടാവശിഷ്ടങ്ങളിലാണല്ലോ ചവുട്ടിനില്ക്കുന്നതെന്ന യാഥാർത്ഥ്യം ഉൾക്കൊള്ളാനേ കഴിഞ്ഞില്ല. വിശാലമായ കോണികയറി മുകളിലത്തെ നിലയിൽ പ്രവേശിച്ചു. എല്ലാം ജീർണ്ണാവസ്ഥയിലാണ്. ഏതു നിമിഷവും നിലംപൊത്തും. മുപ്പതു വർഷങ്ങൾക്കപ്പുറത്ത് നൂറുകണക്കിന് തൊഴിലാളികൾ ചടുലമായി പണിയെടുത്തിരുന്ന സ്ഥലം. യന്ത്രങ്ങളുടെ വിട്ടൊഴിയാത്ത മുരൾച്ചകൊണ്ട് മുഖരിതമായിരുന്ന അന്തരീക്ഷം. ജീവനക്കാരും ഏറക്കുറെ തൃപ്തരായിരുന്നു. അമിതലാഭം കിട്ടിയിരുന്നതുകൊണ്ട് തൊഴിലാളികൾക്ക് മെച്ചപ്പെട്ട വേതനവും ലഭിച്ചിരുന്നു. പക്ഷേ, ഇപ്പോഴോ! ഒരു ചുടലപ്പറമ്പിന്റെ ഭീകര നിശ്ശബ്ദത. ഒരു മണ്ണട്ടയുടേയോ ചീവിടിന്റെയോപോലും ശബ്ദമില്ല. ഇനിയൊരു നൂറുവർഷം കഴിഞ്ഞാലും ഒരു ജീവിയും ഈ ഭൂമിയിൽ ജീവിക്കില്ല. എത്ര ധൈര്യമുള്ളയാളാണെങ്കിലും ഒറ്റയ്ക്കവിടെപ്പോകില്ല. അഥവാ

യൂണിയൻ കാർബൈഡ്
ഫാക്ടറിക്കുള്ളിൽ

പോയാലും ആ നിമിഷം അവിടെനിന്ന് പിന്തിരിയും. ഇരുമ്പിന്റെ ജീർണ്ണിച്ച കൂറ്റൻ എടുപ്പുകൾ പ്രേതങ്ങളെപ്പോലെ നമ്മെ ഭയപ്പെടുത്തും. നൂറുകണക്കിന് മനുഷ്യർ പ്രാണവായു കിട്ടാതെ വിഷധൂളികൾ ശ്വസിച്ച് പിടഞ്ഞു വീണു മരിച്ച മണ്ണാണിത്. ലോക വ്യാവസായിക ദുരന്തചരിത്രത്തിലെ ഏറ്റവും ഭീകരവും വലുതുമായ ദുരന്തം മുളപൊട്ടിയ മണ്ണിലാണ് ഇപ്പോൾ ചവുട്ടി നില്ക്കുന്നത്. ഇന്നും ഭോപ്പാൽ നിവാസികളുടെ മനസ്സിൽ ദു:സ്വപ്നങ്ങളുണർത്തുന്ന ഈ ഭീകര നിർമ്മിതിയെ പൊളിച്ചു മാറ്റി ചുറ്റുപാടുകളെ

മനോഹരമാക്കാൻ ഇന്ത്യാഗവൺമെന്റ് താല്പര്യം കാണിച്ചിട്ടില്ല. എന്തിന് മദ്ധ്യപ്രദേശ് സർക്കാരിനോ ഇപ്പോഴത്തെ ഉടമകളായ 'ഡോവ് കെമിക്കൽസിനോ താല്പര്യമില്ല. വിവേകവും ഭാവനയുമില്ലാത്ത നമ്മുടെ ഭരണകൂടങ്ങളെയോർത്ത് ലജ്ജിക്കാം. മനുഷ്യത്വവും അനുകമ്പയും നശിച്ചു പോയ മൃൺമയ മനസ്സുകളാണ് അവരുടേത്. അമേരിക്ക ആറ്റംബോംബിട്ടു തകർത്ത ഹിരോഷിമാ നഗരം തവിടുപൊടിയായിപ്പോയിരുന്നു. എത്ര വേഗത്തിലാണ് അവർ എല്ലാ നാശാവശിഷ്ടങ്ങളേയും അവിടെനിന്ന് മാറ്റിയത്. മനോഹരമായ ഒരു പുതുനഗരം അവിടെ പണിതു. ഇരകളായവരുടെ സ്മരണയ്ക്കായി അതിലും മനോഹരമായ സ്മാരകവും ഉയർത്തി. ഭീകരവും ദുരന്തപൂർണ്ണവുമായ അനുഭവങ്ങളെ സ്മരണയിൽനിന്ന് ഒഴുക്കി ക്കളയാനുള്ള ശ്രമം മനുഷ്യസഹജമാണ്. പക്ഷേ, ഇവിടെയോ? പ്രേതഭൂമി കണക്കെ ദുരന്തം വിളിച്ചോതി ഇപ്പോഴും നിലനില്ക്കുന്നു. എന്തിനു പറയുന്നു. പ്ലാന്റിനു മുന്നിൽ ഒരു ചെറുസ്മാരകം പോലും നിർമ്മിക്കാൻ ഭോപ്പാൽ മുനിസിപ്പൽ കോർപ്പറേഷൻ തുനിഞ്ഞില്ല. നിലവിലെ സ്മാരകം നിർമ്മിച്ചത് വാതകദുരന്തത്തിലെ ഇരകൾക്കുവേണ്ടി പ്രവർത്തിക്കുന്ന ട്രസ്റ്റും മനുഷ്യസ്നേഹികളായ രണ്ടു ശില്പികളും ചേർന്നാണ്.

പ്ലാന്റിൽ നിന്നിറങ്ങി ദുരന്ത പ്രഭവകേന്ദ്രമായ ടാങ്കിനു നേരെ നടന്നു.

പ്ലാന്റിൽനിന്നും ഏതാനും മീറ്ററുകൾ മാറിയാണ് ടാങ്ക് സ്ഥിതി ചെയ്യുന്നത്. മൂന്ന് ടാങ്കുകൾ, 610, 611, 619. ഇതിൽ ദുരന്തം വിതച്ചത് 610-ാം നമ്പർ ടാങ്ക് ആണ്. അറ്റകുറ്റപ്പണിയില്ലാതെ മൂന്നു നൂറ്റാണ്ടിലധികം കാലമായി മഴയും മഞ്ഞും വെയിലുമേറ്റ് ടാങ്കുകൾ തുരുമ്പെടുത്ത് ദ്രവിച്ചുതുടങ്ങി. നിലത്തുനിന്ന് കുറഞ്ഞത് ആറടിയെങ്കിലും ഉയരത്തിലാണ് ടാങ്കുകൾ ഉറപ്പിച്ചിരിക്കുന്നത്. ഒന്നിനു പിറകിൽ മറ്റൊന്നായി നിരനിരയായി. ഒരിക്കൽ ഈ ടാങ്ക് ആധുനിക ശാസ്ത്ര നേട്ടത്തിന്റെ പ്രതീകമായിരുന്നു. പക്ഷേ ഇന്നത് ദുരന്തത്തിന്റെ കഥകൾ അയവിറക്കി നില്ക്കുന്ന മരണ ഗോപുരമാണ്. ഇവിടെയാണ് ശാസ്ത്രത്തിന്റെ നിഗ്രഹശക്തി മുടിയഴിച്ചാടിയത്. എന്തിന് ശാസ്ത്രത്തെ കുറ്റം പറയണം. ശാസ്ത്രത്തെ ലാഭ മോഹത്തോടെ ദുരുപയോഗിച്ച മനുഷ്യന്റെ കൈപ്പിഴയല്ലേ ഇതിനുത്തര വാദി. അല്ല ഇതു വെറും കൈപ്പിഴയല്ല. ഉള്ളിലിരുന്നാരോ പറയുംപോലെ; ലാഭക്കൊതിമൂത്ത മനുഷ്യന്റെ കല്പിച്ചുള്ള കൂട്ടക്കുരുതിയാണ്.

ആ ജഡം പരിസരത്ത് എത്രനേരം നിന്നെന്നറിയില്ല. ഒരു ചെറുകാറ്റടിച്ചു. ചെടികളിളകി. നേരത്തേ കണ്ട വേലിപ്പരുത്തിച്ചെടികൾ; ടാങ്കിനു കീഴിലും പരിസരത്താകെ നെഞ്ചൊപ്പം ഉയരത്തിൽ വളരുന്നു. `അടയ്ക്കാപാണലി'ന്റേയും വേലിപ്പരുത്തിയുടേയും ഇലകൾ വായിലിട്ട് ചവച്ചരച്ച് മുറുക്കിത്തുപ്പുന്നത് ഒരു ബാല്യകാല വിനോദമായിരുന്നു. വെറ്റിലയും അടയ്ക്കയും ചുണ്ണാമ്പും ചേർത്ത് ചവയ്ക്കുമ്പോഴുള്ള മുറുക്കാൻ ചാറിനേക്കാൾ ചുവപ്പുണ്ടായിരിക്കുമതിന്. ഇതിന്റെ ഇല ഇപ്പോൾ ചവച്ചാൽ! ഹോ, ആലോചിക്കാനേ കഴിയുന്നില്ല.

ബൈക്കുകളുടെ ശബ്ദം കാതിൽപ്പതിച്ചു. പൊലീസുകാർ തെരഞ്ഞിറങ്ങിയതാണ്.

“സ്വാദാ ദേർ യഹാം രുക്നാ ഠീക് നഹി ഹേ; ഗാഡീ മേം ചട്ജാവോ; ചൽതേഹേ.” (*അധിക സമയം ഇവിടെ നില്ക്കുന്നത് ശരിയല്ല; കയറൂ പോകാം)* ഒരു പൊലീസുകാരൻ ബൈക്കിലേക്ക് ക്ഷണിച്ചു.

“ഹമേം സേ കോയി യഹാം പേ അകേല നഹീം ആത്താ. യേ ഖബറിസ്ഥാൻ ഹേ; ആം ഖബറിസ്ഥാൻ നഹി ഹേ, യേ സെഹറിലി ജഗ്ഹേ. യഹാം കാ ഹവാ ജാതാ മത്ഖായിയോ. സ്വാദാ തർ യഹാം പേ സുബേദി ഭൂത് പ്രേത് ഘുമംതേ ഹേ.” (*ഞങ്ങളാരും ഒറ്റയ്ക്കിവിടെ വരാറില്ല. ഇത് ശ്മശാനമല്ലേ. വെറും ശ്മശാനമല്ല; വിഷ ഭൂമി കൂടിയാ. ഇവിടുത്തെ വായു കൂടുതൽ അകത്താക്കിക്കൂടാ. മാത്രവുമല്ല; പ്രേതാത്മാക്കൾ പകലും സഞ്ചരിക്കുന്ന സ്ഥലമാ*). അടുത്ത പൊലീസുകാരൻ കൂട്ടിച്ചേർത്തു.

സെക്യൂരിറ്റി ഗേറ്റിലെത്തുമ്പോൾ രണ്ടു പൊലീസുകാർ പാചകത്തിലേർപ്പെട്ടിരിക്കുകയാണ്.ഒരാൾ റൊട്ടി ഉണ്ടാക്കുന്നു. മറ്റൊരാൾ ഇഞ്ചിയും വെളുത്തുള്ളിയും അരിയുകയാണ്. റൊട്ടിക്കുള്ള സബ്ജി തയ്യാറാക്കാനാണ്. മറ്റൊന്നും ചെയ്യാനില്ലാത്തതുകൊണ്ടാവാം ഒച്ചിനേക്കാൾ പതുക്കെയാണ് അയാളുടെ പ്രവൃത്തി.

"ഈ ഫാക്ടറിയുടെ കഥ പറയുന്ന ഒരു പു സ്തകമാ ഇത്. പണ്ടിവിടെ സന്ദർശനത്തിനു വന്ന പരിശോധനാ സംഘത്തിലെ ആരോവച്ചു മറന്നു പോയതാ. ഞങ്ങൾക്കിതാവശ്യമില്ല. നിങ്ങൾ കൊണ്ടു പൊയ്ക്കൊള്ളൂ." ഇങ്ങനെ പറഞ്ഞുകൊണ്ടാണ് അകത്തേക്ക് പോയ പൊലീസുകാരൻ തിരികെയെത്തിയത്. ചോദിച്ചതിലും കൂടുതൽ പണം കൊടുത്തതിലുള്ള നന്ദിപ്രകടനമാവാം. മാത്രമല്ല; ചായ ഉണ്ടാക്കിത്തരാമെന്ന വാഗ്ദാനവും വന്നു കഴിഞ്ഞു. ആ സന്ദർഭത്തിൽ ഒരു ചായ എന്തിനേക്കാളും വിലയേറിയതാണ്. പക്ഷേ, വേണ്ടായെന്ന് പറയാൻ മനസ്സിന് രണ്ടാമതൊന്ന് ആലോചിക്കേണ്ടിവന്നില്ല. ചായ കുടിക്കുന്നതു പോയിട്ട് ശ്വസിക്കുന്നതു പോലും പേടിച്ചാണ്.

ദി ഒഫിഡിയൻസ് ആന്റ് ഓർഫൻസ് ഓഫ് ഭോപ്പാൽ - ഭോപ്പാൽ വാതകദുരന്തത്തെക്കുറിച്ച് അരുൺ കെ പാണ്ഡെ എന്നയാൾ എഴുതിയ പുസ്തകം. വാതകദുരന്തവുമായി ബന്ധപ്പെട്ട് രൂപീകരിച്ച വെൽഫെയർ കമ്മീഷണറേറ്റിലെ ഡെപ്യൂട്ടി കമ്മീഷണറായിരുന്നു ഗ്രന്ഥകർത്താവ്.

പൊലീസുകാരോട് യാത്ര പറഞ്ഞ് ഗേറ്റിനു വെളിയിലേക്ക് നടന്നു. ഇരകളുടെ സ്മാരകം ദൂരെനിന്നേ കാണാം. നേരത്തെ സ്മാരകം കണ്ടത് റോഡിനെതിർവശത്തുനിന്നാണ്. അടുത്ത് പോയിരുന്നില്ല. റോഡുനേരെ മുറിച്ചുകടന്ന് സ്മാരകത്തിന് സമീപമെത്തി.

`Memorial dedicated to the victims of the Bhopal Gas Disaster caused by the multinational killer union carbide on 2nd & 3rd December 1984'- സ്മാരകത്തിന്റെ ഏറ്റവും അടിയിൽ ഇങ്ങനെ ലിഖിതപ്പെടുത്തിയിരിക്കുന്നു. ശില്പം ചെയ്തത് റൂത്ത് വാട്ടർവുഡ്, സഞ്ജയ് മിത്ര എന്നീ ശില്പികൾ ചേർന്നാണ്. മറുവശത്തെ ലിഖിതങ്ങൾ കവിതാ ശകലങ്ങളാണ്. അത് ജീവിച്ചിരിക്കുന്ന ഇരകളുടെ ഹൃദയത്തുടിപ്പിനോട് ഐക്യദാർഢ്യം പ്രഖ്യാപിക്കുന്നു.

History says,
Don't hope
on this side of the grave.
But then, once in a life time
The longed for tide wave
of justice can rise up

And hope and history rhyme- നോബൽ സമ്മാന ജേതാവായ ഐറിഷ് കവി സീമസ് ഹീനിയുടെ *Voices from Lemnos* എന്ന കവിതയിൽനിന്നുള്ള ഉദ്ധരണിയാണ്. ഈ ചുടലപ്പറമ്പിൽനിന്ന് ഒന്നും പ്രതീക്ഷിക്കേണ്ടായെന്ന് ചരിത്രം പറയുന്നു. എന്നാൽ എല്ലാ നിരാശയുടേയും കണ്ണീരിന്റേയും ദുരന്തത്തിന്റേയും കരകാണാക്കടലിനുമേൽ പ്രത്യാശയുടെയും നീതിയുടെയും വേലിയേറ്റം ഒരുനാൾ എത്തും എന്ന് പ്രതീക്ഷിക്കുന്ന വരികൾ. കാഴ്ചക്കാരുടെ ഹൃദയങ്ങളെ ആവാഹിച്ചെടുക്കുന്ന ശില്പം. മനസ്സിന്റെ അന്തരാളങ്ങളിൽ ഒരിക്കലും മായാത്തവണ്ണം കോറി

യിടുന്ന വാക്കുകൾ. നിർന്നിമേഷമായി നിന്നുപോകുന്ന നിമിഷങ്ങൾ.

'സാബ്, ക്ലച്ച് കേബിളിന്റെ ബൗഡൺ പൊട്ടിപ്പോയി. കേബിൾ വാങ്ങിക്കൊണ്ടുവന്ന് ശരിയാക്കുമ്പോഴേക്ക് അരമുക്കാൽ മണിക്കൂർ കഴിയും. നിങ്ങൾ വേറെ ഓട്ടോ പിടിച്ച് പൊയ്ക്കൊള്ളിൻ.' പ്രജാപതി അടുത്തേക്കുവന്നത് ഇങ്ങനെ പറഞ്ഞുകൊണ്ടാണ്.

എന്തുവേണം?.... സാധാരണഗതിയിൽ ഇത്തരം സന്ദർഭങ്ങളിൽ ഡ്രൈവറെ ഒഴിവാക്കുകയാണ് പതിവ്. പക്ഷേ, ഇയാൾ രാവിലെ മുതൽ ഒപ്പം കൂടിയതാണ്. ഇതിനോടകംതന്നെ ഒരു ആത്മബന്ധം രൂപപ്പെട്ടു കഴിഞ്ഞു. ഈ അവസ്ഥയിൽ അയാളെ പിരിയാൻ മടി. 'വേണ്ട നിങ്ങൾ പോയി സ്പെയർ വാങ്ങി വരൂ. ഞങ്ങൾ ഇവിടെ വെയിറ്റു ചെയ്യാം.' പ്രജാപതി ഓട്ടോ ഉരുട്ടി തണലിലിട്ടശേഷം പോയി. തല്ക്കാലം മറ്റൊന്നും ചെയ്യാനില്ല. പൊലീസുകാർ തന്ന പുസ്തകം വായിക്കാൻ സമയമുണ്ട്. ഓട്ടോയിൽ കയറിയിരുന്ന് പുസ്തകവായന തുടങ്ങി. വിവരങ്ങൾ പരസ്പരം പങ്കിട്ടു.

മാറാല മൂടിക്കിടന്ന ഓർമ്മച്ചുമരിൽ മൂന്നു പതിറ്റാണ്ടുമുൻപുള്ള ദുരന്തചിത്രങ്ങൾ തെളിയാൻ തുടങ്ങി.

ദുരന്തം പെയ്തിറങ്ങിയ രാവ്

1984 ഡിസംബർ രണ്ട് അർദ്ധരാത്രി. സുഖദമായ തണുപ്പുചൊരിയുന്ന ഒരു ഹേമന്തരാവ്. പക്ഷേ, ലോക വ്യവസായിക ചരിത്രത്തിലെ ഏറ്റവും കറുത്ത ദിനമായി മാറാൻ ഏറെനേരം വേണ്ടി വന്നില്ല. ഭോപ്പാൽ നഗരവാസികൾ സുഖസുഷുപ്തിയിലായിരുന്നു. പാതിരാത്രി കഴിഞ്ഞതോടെ കാര്യങ്ങൾ മാറിമറിഞ്ഞു. നഗരം പതിയെ ഒരു മഹാദുരന്തത്തിന് കീഴ്പ്പെടുകയായിരുന്നു. എം ഐ സി എന്ന് ചുരുക്കപ്പേരിലറിയപ്പെടുന്ന മീതൈയിൽ ഐസോസൈനേറ്റ് വിഷവാതകം യൂണിയൻ കാർബൈഡ് ഫാക്ടറിയിൽനിന്ന് പ്രവഹിക്കാൻ തുടങ്ങി. ഭോ പ്പാൽ നഗരത്തിന്റെ വടക്കു കിഴക്കുഭാഗത്തായിട്ടാണ് പ്ലാന്റ് സ്ഥിതി ചെയ്യുന്നത്. ജെ പി നഗർ, കയിമ്പിച്ചോള, നിച്ലാചോള, ഹമീദിയാ റോഡ്, ബസ് സ്റ്റാന്റ് തുടങ്ങി പ്ലാന്റിന് സമീപമുള്ള കോളനികളിലേക്ക് വാതകം പതിയെ പടർന്നിറങ്ങി. ആളുകൾ ആദ്യം വിചാരിച്ചത് ആരോ വറ്റൽമുളക് തീക്കുണ്ഡത്തിലിട്ട് പുകയ്ക്കുകയാണെന്നാണ്. കണ്ണിൽ എരിച്ചിൽ അനുഭവപ്പെടാൻ തുടങ്ങി. കടുത്ത ശ്വാസതടസ്സം നേരിട്ടവർ വീടുകളിൽനിന്ന് ഇറങ്ങിയോടി. പലരും ബോധമറ്റ് നിലത്തുവീണു. ഉറങ്ങിക്കിടന്നിരുന്ന സ്ത്രീകൾ സ്വന്തം കുട്ടികളെയോ, വസ്ത്രമോപോലും കാര്യമാക്കാതെ ജീവനും കൊണ്ട് ഇറങ്ങിയോടി. മനുഷ്യർ ശ്വാസം കിട്ടാതെ വിമ്മിട്ടപ്പെട്ടു. എവിടെയും കൂട്ടനിലവിളി; കൂട്ട പലായനം, ആർക്കും എന്തുചെയ്യണമെന്നറിയാത്ത അരക്ഷിതാവസ്ഥ. ഓടുന്നതിനിടയിൽ പിടഞ്ഞുവീണ് മരിച്ചു. കണ്ണുകൾ ചുവന്നു വീർത്തു. റോഡുകളും ഇടവഴികളും തെരുവുകളും ചിന്നിച്ചിതറിയ ശവശരീരങ്ങൾ കൊണ്ട് നിറഞ്ഞു. മനുഷ്യശവങ്ങൾക്കിടയിൽ എരു

ഫാക്ടറിക്കുള്ളിൽ

മകളും പശുക്കളും പട്ടിയും കുതിരകളും ചത്തു മലച്ചു കിടന്നു.

മണിക്കൂറുകൾക്കുള്ളിൽ രണ്ടായിരത്തി എഴുന്നൂറ് മനുഷ്യർ പിടഞ്ഞു മരിച്ചു. ജീവരക്ഷയ്ക്കായി ആളുകൾ ആശുപത്രികളിലേക്ക് ഓടിക്കയറി. എന്തു തരം ചികിത്സ നല്കണമെന്നറിയാതെ ഡോക്ടർമാർ അന്തംവിട്ടു. വൈദ്യചികിത്സാ അനുഭവത്തിൽ ഇങ്ങനെയൊരു പ്രതിസന്ധിയെ അവർ നേരിട്ടിരുന്നില്ല. മരണം താണ്ഡവ നൃത്തമാടുകയായിരുന്നു. വിറകുകൊള്ളികൾ കണക്കേ മൃതദേഹങ്ങൾ ആശുപത്രി മുറ്റത്ത് കൂട്ടിയിട്ടു. നാഥുറാം കുസ്വ എന്നയാളുടെ ഭാര്യ ദുരന്തത്തിന് രണ്ടുമണിക്കൂർ മുൻപാണ് ഒരു കുഞ്ഞിന് ജന്മം നല്കിയത്. ചോരക്കുഞ്ഞുൾപ്പെടെ ആ കുടുംബത്തിലെ അഞ്ചുപേരും മരിച്ചു. തന്റെ പന്ത്രണ്ടുവയസ്സുകാരൻ മകനെ ഉപേക്ഷിച്ച് ജീവനും കൊണ്ടോടിയ ഹബീബ്ഖാന്, ദിവസങ്ങൾക്കു ശേഷം തിരിച്ചുവന്ന് കൂട്ടിയിട്ടിരുന്ന മൃതദേഹങ്ങൾക്കിടയിൽ എത്ര തെരഞ്ഞിട്ടും തന്റെ മകനെ കണ്ടെത്താൻ കഴിഞ്ഞില്ല. കൂട്ട പോസ്റ്റുമോർട്ടമാണ് നടത്തിയത്. പോസ്റ്റുമോർട്ടം നടത്തിയ ഡോക്ടർമാർ ശവശരീരങ്ങൾക്കുള്ളിൽ കുടുങ്ങിക്കിടന്ന വാതകം ശ്വസിച്ച് വിഷബാധയേറ്റു. മരിച്ചവരുടെ ശ്വാസകോശങ്ങൾക്ക് മൂന്നിരട്ടി ഘനമുണ്ടായിരുന്നു; നീർകെട്ടി വീർത്തിരുന്നു. കിഡ്നിയിലും സ്പ്ളിനിലും രക്തസ്രാവവമുണ്ടായി. രക്തത്തിന് പിങ്ക് നിറമായിരുന്നു. തലച്ചോറ് ചെറിപ്പഴം പോലെ ചുവന്നിരുന്നു.

ആറു ലക്ഷം ആളുകൾക്ക് വിഷബാധയേറ്റു. ദുരന്തദിനത്തിലും പിന്നീടുമായി ഇരുപത്തിയയ്യായിരം പേർ മരിച്ചു. അറുപതിനായിരം ആളുകൾ അന്ധരായി. വിഷവാതകത്തെ അതിജീവിച്ചവരെ കാത്തിരുന്നത് വിട്ടുമാറാത്ത രോഗങ്ങളുടെ വേട്ടയാടലാണ്. ഈ നിരപരാധികളുടെ കൂട്ടക്കൊലയ്ക്ക് ഉത്തരവാദി ആര്? ബഹുരാഷ്ട്ര കുത്തകയായ യൂണിയൻ കാർബൈഡോ, കേന്ദ്ര-സംസ്ഥാന സർക്കാരുകളോ. ഇന്ത്യൻ നിയമവ്യവസ്ഥയ്ക്ക് ഇന്നുവരെ ഈ ചോദ്യത്തിന് ഉത്തരം നല്കാൻ കഴിഞ്ഞിട്ടില്ല.

കൊലയാളി കാർബൈഡ്

ന്യൂയോർക്ക് കേന്ദ്രമാക്കി പ്രവർത്തിച്ചിരുന്ന (ഇപ്പോൾ ഡോവ് കെമിക്കൽസ്) ബഹുരാഷ്ട്ര കുത്തകയാണ് യൂണിയൻ കാർബൈഡ് കമ്പനി ലിമിറ്റഡ്. ഇതിന്റെ പ്രവർത്തനം എല്ലാ ഭൂഖണ്ഡങ്ങളിലുമായി വ്യാപിച്ചു കിടക്കുന്നു. ലോകത്തെ ഏഴാമത്തെ ഭീമൻ കമ്പനിയാണ്. പെട്രോകെമിക്കൽസ്, ഇലക്ട്രോഡ്, കാർബൺ, ഇരുമ്പുരുക്ക് തുടങ്ങി കീടനാശിനി ഉല്പാദനം വരെ നീണ്ടുകിടക്കുന്നു ഉല്പാദനശൃംഖല. ഇതിന്റെ ഇന്ത്യയിലെ ഉപസ്ഥാപനമാണ് ഭോപ്പാലിലെ യൂണിയൻ കാർബൈഡ് ഇന്ത്യ. വെസ്റ്റ് വെർജീനിയയിലും കണക്ടിക്കട്ടിലെ ഡാൻബറിയിലും കീടനാശിനി ഫാക്ടറികൾ പ്രവർത്തിക്കുന്നുണ്ട്. അപകടസമയത്തെ ചെയർമാൻ വാറൻ ആൻഡേർസൺ ആയിരുന്നു. എം ഐ സി അതിമാരകമായ ഒരു വാതകമാണ്. വെർജീനിയയിലെ ഫാക്ടറിക്കു ചുറ്റും എപ്പോഴും ഗന്ധകത്തിന്റെ മണം തങ്ങിനിന്നിരുന്നു. അവിടുത്തെ ജനങ്ങൾക്ക് ശ്വാസകോശരോഗങ്ങളും ക്യാൻസറും ഫാക്ടറിയുടെ പ്രവർത്തനഫലമായി ബാധിച്ചതായി റിപ്പോർട്ട് ചെയ്യപ്പെട്ടിരുന്നു. ഭോപ്പാൽ ചോർച്ചയ്ക്കു മുൻപ് വെർജീനിയയിൽ ചോർച്ച ഉണ്ടായിട്ടുണ്ട്. പക്ഷേ, അത് വേഗത്തിൽ നിയന്ത്രിക്കാൻ കഴിഞ്ഞതുമൂലം അപകടം ഒഴിവായി. അമേരിക്കൻ സർക്കാർ പ്രതിനിധികൾ കൃത്യമായ ഇടവേളകളിൽ പരിശോധന നടത്തി പോരായ്മകൾ പരിഹരിച്ച് സുരക്ഷ ഉറപ്പാക്കിയിരുന്നു. അവിടെ അപകടം മുൻകൂട്ടി അറിയിക്കുന്നതിനുള്ള കമ്പ്യൂട്ടർവല്കൃത അറിയിപ്പ് സംവിധാനം ഉണ്ട്. പക്ഷേ, ഭോപ്പാൽ പ്ലാന്റിൽ ഈവിധ സുരക്ഷാസംവിധാനങ്ങളൊന്നും പ്രവർത്തന സജ്ജമായിരുന്നില്ല. ലാഭക്കൊതിമൂത്ത കമ്പനിക്ക് ഇന്ത്യക്കാരന്റെ ജീവന് പുല്ലുവിലയായിരുന്നു. ഒരുദാഹരണം പറയാം. വെർജീനിയയിലെ വാതകടാങ്കും വെന്റ് പൈപ്പും സ്റ്റെയിൻലസ് സ്റ്റീൽ ആണ്. ഇവിടെയും അതായിരുന്നുവെങ്കിൽ വെന്റ് പൈപ്പ് തുരുമ്പെടുത്ത് ഓട്ടവീണ് വാതകം പുറത്തേക്ക് പോകുമായിരുന്നില്ല. അന്നത്തെ ഇന്ത്യൻ ഭരണവർഗ്ഗവും ഇതിനൊക്കെ ഒത്താശ ചെയ്തുകൊടുത്തു.

ഭോപ്പാൽ പ്ലാന്റിന് ഇന്ത്യാ സർക്കാരിന്റെ അംഗീകാരമുണ്ടായിരുന്നു. നിയമപരമായ എല്ലാ നടപടിക്രമങ്ങളും പാലിച്ചാണ് ഫാക്ടറി ആരംഭിച്ചത്. പക്ഷേ, കൃത്യമായ പരിശോധന നടത്തി ഫാക്ടറിയുടെ സുരക്ഷിതത്വം ഉറപ്പുവരുത്തുന്നതിൽ ബന്ധപ്പെട്ട അധികാരികൾ ഉപേക്ഷ കാണിച്ചു. തൊള്ളായിരത്തി അറുപതുകൾ ഇന്ത്യയിൽ ഹരിതവിപ്ലവത്തിന് കൊടിയേറ്റം നടത്തിയ കാലം. രാസകീടനാശിനി പ്രയോഗം, രാസവളം പുതിയ വിത്തിനങ്ങൾ, ഇന്ത്യൻ കാർഷിക മേഖലയിൽ ഉണർവ്വിന്റെ നാളുകൾ. ഈ സാഹചര്യത്തിലാണ് യൂണിയൻ കാർബൈഡ് കീടനാശിനി പ്ലാന്റുമായി വരുന്നത്. ഭാരത സർക്കാർ രണ്ടുകൈയും നീട്ടി സ്വീകരിച്ചു. ഒരു ചെറിയ പ്ലാന്റ് 1966-67 ൽ ബോംബെയിൽ സ്ഥാപിച്ചു. അറു

പത്തിയെട്ടിൽ ഭോപ്പാലിലേക്ക് മാറ്റി. 'സെവിൻ', 'ആൽഫാനാഫ്തൈൽ' എന്നീ കീടനാശിനികൾ വൻതോതിൽ ഉല്പാദിപ്പിച്ചു തുടങ്ങി. അപകടത്തിന് രണ്ടുവർഷം മുൻപ് മദ്ധ്യപ്രദേശ് അസംബ്ലിയിൽ ഒരു സാമാജികൻ പ്ലാന്റ് സൃഷ്ടിക്കുന്ന അപകടാവസ്ഥയെക്കുറിച്ച് മുന്നറിയിപ്പ് നല്കി. പ്ലാന്റ് യാതൊരു ഭീഷണിയും സൃഷ്ടിക്കുന്നില്ലെന്ന് അന്നത്തെ തൊഴിൽമന്ത്രി ഉറപ്പ് നല്കി. രാജ്കുമാർ കേശവാനി എന്ന പത്രപ്രവർത്തകൻ ഫാക്ടറി സൃഷ്ടിക്കുന്ന അപകടത്തെക്കുറിച്ച് ലേഖനം എഴുതി അധികാരികളുടെ ശ്രദ്ധ ക്ഷണിക്കാൻ ശ്രമിച്ചു. പക്ഷേ, ആര് ഗൗനിക്കാൻ! ദുരന്തത്തിനു മുൻപുള്ള രണ്ട് വർഷങ്ങളിലും പ്ലാന്റിൽ വാതകച്ചോർച്ച ഉണ്ടായി. എൺപത്തിരണ്ട് ഒക്ടോബർ, ഡിസംബർ, എൺപത്തിമൂന്ന് ഫെബ്രുവരി എന്നീ സമയങ്ങളിൽ. അത്തരമൊരു അപകടത്തിൽ അഷ്റഫ്ഖാൻ എന്ന തൊഴിലാളി കൊല്ലപ്പെട്ടു. എൺപത്തിരണ്ടിൽ ഒരു അമേരിക്കൻ വിദഗ്ദ്ധൻ പ്ലാന്റ് പരിശോധിച്ചിട്ട് റിപ്പോർട്ട് സമർപ്പിച്ചു. യന്ത്രസാമഗ്രികളുടെയും സുരക്ഷാ സംവിധാനത്തിന്റെയും അവസ്ഥ ഭയാനകരമാംവിധം ദുർബ്ബലമാണെന്ന് റിപ്പോർട്ടിൽ ചൂണ്ടിക്കാട്ടിയിരുന്നു. നവീകരണവും സുരക്ഷാസംവിധാനം മെച്ചപ്പെടുത്തലും സാമ്പത്തികബാദ്ധ്യത വരുന്നതാണ്. അത് ലാഭം കുറയ്ക്കും. പ്ലാന്റ് തകർന്ന് വാതകം ചോർന്നാലെന്ത്! സമീപ ചേരികളിലെ കുറെ പാവം മനുഷ്യർ മരിക്കും. ചെരുപ്പുകുത്തികളും, റിക്ഷാക്കാരും വഴിവാണിഭക്കാരുമായ മുഖമില്ലാത്ത മനുഷ്യർ. അവരിൽ കുറെ ആയിരങ്ങൾ മരിച്ചാലെന്ത്!. കേന്ദ്ര -സംസ്ഥാന കോൺഗ്രസ് സർക്കാരുകളുടെ മനോഭാവം ഇതായിരുന്നു. അമേരിക്കൻ കമ്പനിയെ പിണക്കരുതല്ലോ. കണ്ണിൽച്ചോരയില്ലാത്ത ലാഭക്കൊതിയൻ കമ്പനിയുടെ കാര്യം പിന്നെപ്പറയണോ!

നോക്കുകുത്തിയായ സുരക്ഷാ സംവിധാനങ്ങൾ

വാതകച്ചോർച്ച ഉണ്ടായാൽ അത് നിയന്ത്രിക്കാൻ അഞ്ച് സുരക്ഷാമാർഗ്ഗങ്ങൾ സംവിധാനം ചെയ്തിരുന്നു. പക്ഷേ, അപകടസമയത്ത് അവയിലൊന്നുപോലും പ്രവർത്തനക്ഷമമായിരുന്നില്ല. ഒന്നാമത്തെ സംവിധാനം ബോധപൂർവ്വം കാലിയാക്കിയിട്ടിരിക്കുന്ന മൂന്നാമത്തെ ടാങ്കാണ് (619). ഒന്നും രണ്ടും ടാങ്കുകളിൽ മർദ്ദം ഏറിയാൽ കാലിയായ മൂന്നാമത്തെ ടാങ്കിലേക്ക് വാതകം ഒഴുകണം. അതിന് ഒരു പരിധിക്കപ്പുറം മർദ്ദത്തെ താങ്ങാൻ കഴിയാത്ത റപ്ച്ചർ ഡിസ്ക്ക് ഉണ്ട്. ഇതുപൊട്ടിക്കഴിഞ്ഞാൽ തുടർന്ന് സേഫ്റ്റി വാൽവ് ആണ്. മർദ്ദം വീണ്ടും ഏറിയാൽ സേഫ്റ്റിവാൽവ് തുറന്ന് വാതകം മൂന്നാമത്തെ ടാങ്കിലേക്ക് ഒഴുകും. സാധാരണനിലയിൽ ടാങ്കിലെ മർദ്ദം ഒരു ചതുരശ്ര ഇഞ്ചിന് മൂന്ന് പൗണ്ട് ആണ്. അതു പത്തു പൗണ്ടുവരെ വന്നാലും പ്രശ്നമില്ല. പക്ഷേ, അപകട സമയത്ത് 610-ാം നമ്പർ ടാങ്കിലെ മർദ്ദം 44 പൗണ്ടായി ഉയർന്നു. അപകടസമയത്ത് ടാങ്കിൽ 42 ടൺ വാതകം ഉണ്ടായിരുന്നു.

രണ്ടാമത്തെ സുരക്ഷാ സംവിധാനം വാതകത്തെ നിർവ്വീര്യമാക്കി അന്തരീക്ഷത്തിൽ കലർത്തുകയെന്നതാണ്. മർദ്ദംകൂടി ടാങ്ക് പൊട്ടി പുറത്തുവരുന്ന വാതകം കാസ്റ്റിക് സോഡാ ലായനിയിലൂടെ കടന്നുവരുന്നതിനാൽ നിർവ്വീര്യമാക്കപ്പെട്ടിരിക്കും. പക്ഷേ, സങ്കടകരമെന്നു പറയട്ടെ, അപകടസമയത്ത് ഇത് പ്രവർത്തനക്ഷമമായിരുന്നില്ല.

മൂന്നു ടാങ്കുകളേയും തണുപ്പിക്കുന്നതിന് മുപ്പതു ടൺ ശേഷിയുള്ള റഫ്രിജറേറ്റർ ഉണ്ട്. 15 ഡിഗ്രി സെന്റിഗ്രേഡിൽ ടാങ്കിനകത്ത് താപം നിലനിർത്തിയിരുന്നു. പക്ഷേ, ഇതും പ്രവർത്തനസജ്ജമായിരുന്നില്ല. ഏതെങ്കിലും തരത്തിൽ വാതകച്ചോർച്ച ഉണ്ടാകുന്നപക്ഷം പുറത്തുവരുന്ന വാതകത്തെ കത്തിച്ചുകളയുന്നതിന് ജ്വലനഗോപുരം ഉണ്ട്. എപ്പോഴും ഒരു ചെറുതീനാളം അവിടെ എരിഞ്ഞുകൊണ്ടിരിക്കണം. ടാങ്കിനു ചുറ്റും ജലനാളികളുടെ ഒരു നീണ്ടനിര തന്നെയുണ്ട്. ഇതുവഴി വെള്ളം ചീറ്റി ജലതിരശ്ശീല തീർക്കാനാവും. വാതകം ജലവുമായി പ്രവർത്തിച്ച് `ഡൈമീതൈൻ യൂറിയ' എന്ന താരതമ്യേന അപകടം കുറഞ്ഞ വാതകമാക്കി മാറ്റാൻ കഴിയും. അപകടസമയത്ത് അല്പമെങ്കിലും പ്രവർത്തിപ്പിക്കാൻ കഴിഞ്ഞ സുരക്ഷാസംവിധാനം ഇതുമാത്രമായിരുന്നു. പക്ഷേ, അതിന് പതിനഞ്ചുമീറ്റർ ഉയരത്തിൽ വരെ വെള്ളം പായിക്കാൻ ശേഷിയുണ്ടായിരുന്നുള്ളൂ. വാതകം ഏതാണ്ട് മുപ്പതുമീറ്റർ ഉയരത്തിൽ നിന്നാണ് പ്രവഹിച്ചത്.

ദുരന്തം മരണദൂതറിയിച്ച നിമിഷങ്ങൾ

പ്ലാന്റിലെ രാത്രി ഷിഫ്റ്റ് പതിവുപോലെ പ്രവർത്തിക്കുന്നു. ഷിഫ്റ്റ് ജീവനക്കാർ അവരവരുടെ പ്രവൃത്തികളിൽ വ്യാപൃതരാണ്. രാത്രി പതിനൊന്നു മണി. 610-ാം നമ്പർ ടാങ്കിലെ മർദ്ദം ചതുരശ്ര ഇഞ്ചിന് മൂന്ന് പൗണ്ട് എന്ന സാധാരണ നിലയിൽനിന്ന് പത്തു പൗണ്ടായി ഉയരുന്നത് ജീവനക്കാരുടെ ശ്രദ്ധയിൽപ്പെട്ടു. കീടനാശിനി നിർമ്മാണ യൂണിറ്റിലേക്ക് എം ഐ സി വാതകം കടന്നു പോകണമെങ്കിൽ ടാങ്കിലെ മർദ്ദം ഉയർത്തേണ്ടതുണ്ട്. ടാങ്കിനകത്തേക്ക് നൈട്രജൻ വാതകം പമ്പുചെയ്താണ് മർദ്ദം ഉയർത്താറ്. മുൻ ഷിഫ്റ്റിലെ ജീവനക്കാർ നൈട്രജൻ പമ്പ് ചെയ്തതിനാലാവാം ടാങ്കിൽ മർദ്ദം ഉയർന്നതെന്ന് ഷിഫ്റ്റ് ജീവനക്കാർ ആദ്യം കരുതി. പക്ഷേ, ആരും നിജസ്ഥിതി പരിശോധിച്ചില്ല. ഇത് ഗുരുതരമായ ഒരു പാളിച്ചയായിപ്പോയി. പതിനൊന്നരമണിയായപ്പോഴേക്ക് ജീവനക്കാരിൽ ചിലർക്ക് അസ്വസ്ഥത അനുഭവപ്പെടാൻ തുടങ്ങി. കണ്ണുകൾ എരിഞ്ഞുനീറി. അപ്പോഴുമവർ കാര്യമാക്കിയില്ല. കുറച്ചുകഴിഞ്ഞപ്പോൾ അടുത്ത യൂണിറ്റിലെ തൊഴിലാളികൾക്കും നീറ്റൽ അനുഭവപ്പെട്ടു തുടങ്ങി. എം ഐ സി കൺട്രോൾ യൂണിറ്റിലെ ജീവനക്കാരൻ പ്രൊഡക്ഷൻ അസിസ്റ്റന്റിന് വിവരം കൈമാറി. ടാങ്കിലെ മർദ്ദം ക്രമാതീതമായി ഉയരുകയാണ്. പന്ത്രണ്ടു മണി കഴിഞ്ഞതും 610-ാം നമ്പർ ടാങ്കിന്റെ റപ്ച്ചർ ഡിസ്ക്ക് ഉഗ്ര ശബ്ദത്തോടെ പൊട്ടിത്തെറിച്ചു. അപകട സമയ

റൺ മുഴങ്ങാൻ തുടങ്ങി. വെന്റ് ഗ്യാസ് പൈപ്പിലൂടെ പുറത്തേക്ക് വന്ന വാതകം സ്ക്രബർ യൂണിറ്റിലെ കാസ്റ്റിക് സോഡാ ലായനിവഴി കടന്നു വന്നാൽ മതി. പക്ഷേ, അറ്റകുറ്റപ്പണിക്കായി ഇത് അടച്ചിട്ടിരിക്കുകയായി രുന്നു. യൂണിറ്റ് പ്രവർത്തിപ്പിക്കാൻ ശ്രമിച്ച ജീവനക്കാർക്ക് അതിനു കഴി ഞ്ഞില്ല. അവർ പകച്ചുപോയി. അടുത്ത രക്ഷാമാർഗ്ഗമായ ജ്വലന ടവ റിന്റെ ഒരുഭാഗം തുരുമ്പെടുത്ത് ദ്രവിച്ചുപോയിരുന്നു. അതിനാൽ വാതകം ജ്വലന ടവറിൽ എത്തും മുൻപേ പുറത്തേക്ക് പ്രവഹിച്ചു. ജീവനക്കാർ ടവറിൽ തീ കത്തിക്കാൻ നോക്കി. അവർ നിസ്സഹായരായിരുന്നു. റഫ്രി ജറേറ്റർ ഉപയോഗിച്ച് ടാങ്കിനെ തണുപ്പിക്കാനായി അടുത്ത നടപടി. പക്ഷേ, റഫ്രിജറേറ്ററിൽ തണുപ്പിക്കാനാവശ്യമായ ഫ്രെയോൺ എന്ന വാതകം ഇല്ലായിരുന്നു. അതിനകത്തുണ്ടായിരുന്ന വാതകം മറ്റേതോ ആവശ്യത്തി നായി ചോർത്തിയെടുത്തിരുന്നു. സമയം അതിവേഗത്തിൽ പാഞ്ഞുകൊ ണ്ടിരുന്നു; ഒപ്പം വാതകവും. ഭീതിഭരിതമായ സാഹചര്യം. വാട്ടർ ജറ്റ് പ്രവർത്തിപ്പിക്കാൻ ശ്രമിച്ചു. അതിൽ അല്പമെങ്കിലും വിജയിച്ചു. പക്ഷേ, മുപ്പതുമീറ്ററിലധികം ഉയർന്നുപൊങ്ങിയ വാതകത്തെ തടുക്കാൻ പതി നഞ്ചുമീറ്റർ ഉയരമുള്ള വാട്ടർ ജെറ്റിന് ആയില്ല. അങ്ങനെ അതും പരാജ യപ്പെട്ടു. ഒഴിഞ്ഞുകിടന്ന 619-ാം നമ്പർ ടാങ്കിലേക്ക് വാതകം മാറ്റാനുള്ള ശ്രമവും നടന്നില്ല. പേടിച്ചുവിറച്ച് സമനില തെറ്റിയ ജീവനക്കാർക്ക് അതിന് കഴിഞ്ഞില്ല.

ക്രൈസിസ് മാനേജ്മെന്റിനെക്കുറിച്ച് ജീവനക്കാർക്ക് അറിയില്ലായി രുന്നു. ഇക്കാര്യത്തിൽ ആരും അവർക്ക് പരിശീലനവും നല്കിയിരുന്നില്ല. വാതകം ഭീകരമായി പുറത്തേക്ക് പ്രവഹിച്ചു. ഭോപ്പാലിനുമേൽ മരണ ദേവത താണ്ഡവമാടി.

ചരിത്രത്തിലെ വൻ ഒറ്റികൊടുക്കലുകളിലൊന്ന്

ആരാണ് ഇതിന് ഉത്തരവാദി?

ഫാക്ടറി അധികൃതരോ? രാഷ്ട്രീയക്കാരോ? ബ്യൂറോക്രാറ്റുകളോ? ഇന്ത്യൻ നിയമവ്യവസ്ഥയൊഴിച്ച് ആരാണ് ഉത്തരവാദി എന്ന് എല്ലാ വർക്കുമറിയാം. പക്ഷേ, നിയമത്തിന്റെയും പണത്തിന്റെയും അമേരിക്കൻ വിധേയത്വത്തിന്റെയും പഴുതുകളിലൂടെ അവർ രക്ഷപ്പെട്ടു.

ഓർക്കുക. അപകടസമയത്ത് യൂണിയൻ കാർബൈഡ് ഇന്ത്യയുടെ ഓഹരിമൂലധനത്തിന്റെ അൻപത്തിയൊന്ന് ശതമാനം അമേരിക്കൻ മാതൃ കമ്പനിക്കും ബാക്കി നാല്പത്തിയൊൻപത് ശതമാനം ഇന്ത്യയിൽ നിന്ന് സമാഹരിച്ചതുമാണ്. ഇതിൽത്തന്നെ ഇരുപത്തിരണ്ട് ശതമാനം ഓഹരി ഉടമകൾ പ്രഖ്യാത പൊതുമേഖലാ സ്ഥാപനങ്ങളായ എൽ ഐ സി ഓഫ് ഇന്ത്യയും, യൂണിറ്റ് ട്രസ്റ്റ് ഓഫ് ഇന്ത്യയുമായിരുന്നു.

അപ്പോൾ എല്ലാ ഉത്തരവാദിത്വവും കാർബൈഡ് കമ്പനിക്കുമേൽ മാത്രം കെട്ടിവയ്ക്കാനാവുമോ?

ഇവിടെയാണ് രാഷ്ട്രീയ ഒത്തുകളി മറനീക്കി പുറത്തുവരുന്നത്.

യൂണിയൻ കാർബൈഡ് കമ്പനിയുടെ ചെയർമാൻ വാറൻ ആൻഡേർസൺ ദുരന്തവിവരമറിഞ്ഞ് ഡിസംബർ ഏഴാം തീയതി ഭോപ്പാലിൽ എത്തി. കേന്ദ്ര-സംസ്ഥാന സർക്കാരുകൾ പ്രോട്ടോക്കോൾ പരവതാനി വിരിച്ച് അദ്ദേഹത്തെ സ്വീകരിച്ചാനയിച്ചു. ജനരോഷത്തെ അടക്കാനെന്ന വണ്ണം ഒരു അറസ്റ്റ് നാടകം നടന്നു. മണിക്കൂറുകൾക്കകം രാജീവ് ഗാന്ധിയും അർജ്ജുൻസിങ്ങും പ്രത്യേക താല്പര്യമെടുത്ത് അദ്ദേഹത്തെ വിമാനം കയറ്റി നാട്ടിലേക്കയച്ചു. കൈയിൽക്കിട്ടിയ മത്സ്യത്തെ നദിയിലേക്ക് തിരിച്ചെറിഞ്ഞിട്ട് തിരിച്ചുപിടിക്കാനുള്ള ശ്രമം പോലെയായി പിന്നീടുണ്ടായ കാര്യങ്ങൾ. പല ഇന്ത്യൻ കോടതികളും അദ്ദേഹത്തെ പ്രോസിക്യൂട്ട് ചെയ്യുന്നതിനായി വിട്ടുകിട്ടാൻ ഉത്തരവിറക്കി. ഇന്ത്യൻ കോടതികളുടെ ഉത്തരവിന് അമേരിക്ക പുല്ലുവിലപോലും കല്പിച്ചില്ല. തൊണ്ണൂറ്റിരണ്ടാം വയസ്സിൽ 2015 ൽ ആൻഡേർസൺ മരിച്ചു. ഇനി അയാളെ പ്രോസിക്യൂട്ട് ചെയ്യുന്നതിന് പരലോകത്ത് പോകേണ്ട അവസ്ഥയായി. നമ്മുടെ ഭരണകൂടത്തിന് സാമ്രാജ്യത്വത്തോടുള്ള വിധേയത്വം എത്ര അപഹാസ്യമാണ്. സ്വന്തം ജനതയെ ഒറ്റികൊടുത്തുവെന്ന കളങ്കം കോൺഗ്രസ് സ്വയം എടുത്തുചാർത്തി.

ഇരകൾ പറഞ്ഞത്

പ്രജാപതി ഇതിനിടയിൽ ഓട്ടോറിക്ഷയുടെ തകരാർ തീർത്ത് ഓട്ടത്തിന് തയ്യാറായി. വാതക ദുരന്തത്തിന് ഇരയായി ഇപ്പോഴും ജീവിച്ചിരിക്കുന്ന ആരെയെങ്കിലും നേരിൽക്കാണാൻ കഴിയുമോ എന്ന് അയാളോട് ചോദിച്ചു. "ഞാൻ തന്നെ ഇരയല്ലേ സാബ്. വാതകം ശ്വസിച്ച് പിതാവ് രോഗബാധിതനായി. നീണ്ട ചികിത്സ ചെയ്തു. സർക്കാർ നഷ്ടപരിഹാരമായിത്തന്നത് ഇരുപത്തി അയ്യായിരം രൂപയാണ്. അതുകൊണ്ടെന്താവാനാണ്. ഗ്രാമത്തിൽ സ്വന്തമായുണ്ടായിരുന്ന ഭൂമി വിറ്റ് ചികിത്സനടത്തി. പക്ഷേ, പണവും പോയി ആളും പോയി. അമ്മയും ഞാനും അനാഥരായി. വീട്ടുപണിയെടുത്തും മാണ്ഡിയിൽ സബ്ജി വിറ്റുമാണ് അമ്മ എന്നെ വളർത്തിയത്. എനിക്ക് പഠിക്കാൻ കഴിഞ്ഞില്ല. പിതാവ് ഉണ്ടായിരുന്നെങ്കിൽ ഞാൻ ഓട്ടോഡ്രൈവർ ആകുമായിരുന്നില്ല." സ്വഗതമെന്നോണം അയാൾ പറഞ്ഞു. അല്പനേരം ആരും ഒന്നും സംസാരിച്ചില്ല. ഒരു നിശ്ശബ്ദത അവിടെ തത്തിക്കളിച്ചു. തെല്ലിടകഴിഞ്ഞ് അയാൾ വീണ്ടും പറയാൻ തുടങ്ങി. "ഏറ്റവും കൂടുതൽ ദുരന്തമുണ്ടായത് ജെ പി നഗർ കോളനിയിലാണ്. വാതകം ചോർന്ന സമയത്ത് കാറ്റ് കോളനി ഭാഗത്തേക്കായിരുന്നു. വീട്ടിൽത്തന്നെ തങ്ങിയിരുന്നെങ്കിൽ മരണം വരില്ലായിരുന്നു. ഏതോ വർഗ്ഗീയകലാപം നടക്കുന്നതായിട്ടാണ് ആദ്യം തോന്നിയത്. ഞങ്ങൾക്ക് അത് നല്ല പരിചയമാണ്. അതുകൊണ്ടാണ് പതിവുപോലെ ഇറങ്ങിയോടിയത്. ഓട്ടത്തിനിടയിൽ കൂടുതൽ വായു അകത്തേക്കെടുത്തു. ഒപ്പം കൂടുതൽ വിഷവാതകവും. അവിടെത്തന്നെ വീണുമരിക്കാൻ ഇനി എന്തുവേണം."

"ജെ പി നഗറിലേക്ക് പോയാലെന്താ?" പ്രജാപതിയോട് അഭിപ്രായം ചോദിച്ചു. "ശരി പോകാം." ജെ പി നഗറിലേക്ക് ഓട്ടോതിരിച്ചു വിട്ടു. ജെ.പി.നഗർ - ദാരിദ്ര്യവും ദുരിതവും വിട്ടുമാറാത്ത ഭോപ്പാൽ നഗരത്തിന്റെ ഒരുകോണ്. സോപ്പുപെട്ടിപോലെയുള്ള കൊച്ചുകൊച്ചു വീടുകളുടെ നീണ്ട നിര. ചിലതൊക്കെ കോൺക്രീറ്റ് ആണ്. അപൂർവ്വം ചിലത് രണ്ടു നില യാണ്. മുപ്പതുവർഷം കഴിഞ്ഞിട്ടും ദുരന്തത്തിന്റെ മുറിപ്പാടുകൾ ഇപ്പോഴും ഉണ്ട്. ജീവിത പിന്നോക്കാവസ്ഥ കണ്ടാലറിയാം.

തലയിൽ സാരിത്തലപ്പ് മൂടി ഒരു സ്ത്രീ ഉമ്മറപ്പടിമേൽ ഇരിക്കുന്നു. പേര് ഷാഹിദാബി. പ്രജാപതി അവരോട് കാര്യം പറഞ്ഞു. സംസാരിച്ചു തുടങ്ങാൻ അല്പസമയമെടുത്തു. സംഭവങ്ങളെ മനസ്സിൽ അടുക്കിയെ ടുക്കുകയായിരുന്നെന്ന് തോന്നുന്നു. കാലം വടുക്കൾ തീർത്ത മുഖത്തെ മാംസപേശികൾ മനോസഞ്ചാരത്തിനനുസരിച്ച് ചലിച്ചുകൊണ്ടിരിക്കുന്നു.

"കണ്ണെരിച്ചിലും ശ്വാസതടസ്സവുമാണ് ആദ്യം അനുഭവപ്പെട്ടത്. ശ്വാസം കിട്ടാതെ ഓടി. എവിടേക്കെന്ന് ലക്ഷ്യമില്ലായിരുന്നു. വഴിയിൽ ആളുകൾ മരിച്ചുകിടന്നിരുന്നു. അവരെ ചവുട്ടിയാണ് ഓടിയത്. ചവിട്ടേറ്റ് ചില മനുഷ്യശരീരങ്ങൾ ദുർബ്ബലമായി ഞരങ്ങി. അപ്പോൾ ജീവനായി രുന്നു എന്തിനും മേൽ വലുത്." അവർ വീണ്ടും നിശ്ശബ്ദരായി. കണ്ണു കൾ ഈറനണിഞ്ഞു. കൺതടങ്ങളിലെ കണ്ണീർ ഒഴുകാൻ തുടങ്ങി. "ഞാൻ പാപിയാണ്. അത് ചെയ്യേണ്ടിയിരുന്നില്ല." അവർ വീണ്ടും ആവർത്തിക്കുകയാണ്. കാര്യം മനസ്സിലാകാതെ അന്തിച്ചുനിന്നു. "രണ്ടു വയസ്സ് പ്രായമുള്ള മകൻ ഉറങ്ങിക്കിടക്കുകയായിരുന്നു. മരണവെപ്രാള ത്തിൽ അവനേയും ഉപേക്ഷിച്ചാണ് ഓടിയത്. രണ്ടാഴ്ചകൾക്കുശേഷം തിരികെവന്നപ്പോൾ മകനുണ്ടായിരുന്നില്ല. ശുചീകരണത്തിനിറങ്ങിയവർ മറ്റു മൃതദേഹങ്ങൾക്കൊപ്പം മകനേയും കുഴിച്ചുമൂടിയിരുന്നു. പിന്നീടുള്ള ജീവിതം നരകതുല്യമായി. ഭർത്താവ് നഷ്ടപ്പെട്ടു, മകൻ നഷ്ടപ്പെട്ടു. കരൾ രോഗിയായി. ഹൃദയത്തിന് കേട് സംഭവിച്ചിരിക്കുന്നു. കാൽ മുട്ടു കൾക്ക് അസഹ്യമായ വേദന. നാലടി നടക്കാൻ കഴിയുന്നില്ല. ജോലി ചെയ്യാനുള്ള ശേഷിനഷ്ടപ്പെട്ടു. വൈകുവോളം ഒരേ ഇരിപ്പ്. ചികിത്സയും സാമ്പത്തിക സഹായവും നല്കിയെന്ന് സർക്കാർ വാദിക്കുന്നു. കിട്ടി യത് എത്ര തുച്ഛമായ തുക. വെറും ഇരുപത്തി അയ്യായിരം രൂപ. നിത്യ രോഗിയായ ഒരാൾക്ക് ഈ തുക എന്തിന് തികയും;" ഷാഹിദാബി പറ ഞ്ഞുനിർത്തി. അവരോട് വിടചൊല്ലി മുന്നോട്ടു നടന്നു.

അഞ്ചുപേരുടെ ജീവൻ അപഹരിച്ച ഒരു വീടിനുമുന്നിലാണ് നില്ക്കു ന്നത്. വീട്ടമ്മ നുസ്രത് ജഹാൻ ആണ്. ചുവരിൽ മരിച്ച അഞ്ചുപേരുടെ ഫോട്ടോ തൂക്കിയിരിക്കുന്നു. ഷേക്ക് ബഷീർ, ചാന്ദ്ബി, നിസ്രത് ജഹാൻ, കിസ്‌വർ, ഭരത്ജഹാൻ. നുസ്രത് ജഹാൻ വിഷവാതകം ശ്വസിച്ച് ഏഴു ദിവസം ഹമീദിയ ആശുപത്രിയിൽക്കിടന്നു. കാഴ്ചപോയി. വിഷവാതക മേറ്റ് അന്ധരായ അറുപതിനായിരം പേരിൽ ഒരാളായി അവർ മാറി. ഭർത്താവ് ഉണ്ട്. കൂലിപ്പണിയാണ്. മകളുടെ ഭർത്താവ് ശ്വാസകോശ

രോഗം ബാധിച്ച് ദീർഘകാലം ചികിത്സയിലായിരുന്നു. കഴിഞ്ഞവർഷം മരിച്ചു. അന്ധതയ്ക്ക് പുറമെ സന്ധിവേദനയും ശ്വാസതടസ്സവുമാണ് നുസ്രത്തിനെ അലട്ടുന്നത്.

ജബ്ബാർഭായി - നിശ്ചയദാർഢ്യത്തിന്റെ ആൾരൂപം

"സാബ് നമുക്ക് ജബ്ബാർ ഭായിയെക്കാണാം." നുസ്രത്തിനോട് യാത്ര പറഞ്ഞിറങ്ങിയപ്പോൾ പ്രജാപതി പറഞ്ഞു.

"ജബ്ബാർ ഭായി ആരാണ്?"

"അറിയില്ലേ. ഞങ്ങൾ ഭോപ്പാലുകാർക്ക് കൺകണ്ട ദൈവമാണ്. ദുരന്തത്തിൽ ഇരകളായവരെ, പ്രത്യേകിച്ച് സ്ത്രീകളെ ജീവിതത്തിലേക്ക് കൊണ്ടുവന്നത് അദ്ദേഹമാണ്. രാഷ്ട്രീയക്കാർ സഹായിച്ചിട്ടില്ല, ഉദ്യോഗസ്ഥർ സഹായിച്ചിട്ടില്ല, കമ്പനിയും സഹായിച്ചിട്ടില്ല. ഞങ്ങൾക്കൊപ്പം ഇപ്പോഴും ഉറച്ചുനില്ക്കുന്ന ഒരേയൊരാൾ."

"ശരി എങ്കിൽ അയാളെക്കണ്ടുകളയാം. ഇപ്പോൾ കാണാൻ പറ്റുമോ?" പ്രജാപതിയോട് സംശയം ചോദിച്ചു.

"ഉറപ്പായിട്ടും കാണാം. ഇവിടെനിന്ന് രണ്ടുകിലോമീറ്ററേയുള്ളൂ." ചെല്ലുമ്പോൾ ജബ്ബാർഭായി വീട്ടിലുണ്ടായിരുന്നു. ശരിയായ പേര് അബ്ദുൾ ജബ്ബാർ. നേരിൽക്കാണുന്നതുവരെ ജബ്ബാർ ഭായിക്കുറിച്ച് മനസ്സിലുള്ള ചിത്രം മറ്റൊന്നായിരുന്നു. ബുദ്ധിജീവിയോ, ശാസ്ത്രജ്ഞനോ, പരിസ്ഥിതി പ്രവർത്തകനോ ആയ യൂണിവേഴ്സിറ്റി പ്രൊഫസറുടെ പത്രാസുള്ള ഒരാൾ- അതായിരുന്നു മനസ്സിൽ. പക്ഷേ, നേരിൽക്കണ്ടപ്പോഴോ, വളരെ സാധാരണക്കാരനായ ഒരു മനുഷ്യൻ. ബാഹ്യനാട്യത്തിന്റെ ജാടകളൊന്നുമില്ല. ഭരണകൂടവും, രാഷ്ട്രീയക്കാരും അക്കാദമിക് ബുദ്ധിജീവികളും നിസ്സംഗരാവുകയോ, പരാജയപ്പെടുകയോ ചെയ്തിടത്ത് അബ്ദുൾ ജബ്ബാർ എന്ന സാധാരണ മനുഷ്യൻ ഇരകൾക്കുവേണ്ടി ഇന്നും പോരാടിക്കൊണ്ടിരിക്കുന്നു. ഭോപ്പാൽ ഗ്യാസ് പീഡിത് മഹിളാ ഉദ്യോഗ് സംഘാതൻ (BGPMUS) എന്ന സംഘടന ജബ്ബാറിന്റെ നേതൃത്വത്തിൽ രൂപീകരിച്ചിട്ടുള്ളതാണ്.

"ദുരന്തരാത്രിയിലും പിറ്റേന്ന് ഉച്ചവരെയും എന്റെ പ്രധാന ജോലി അവശരായ ബന്ധുക്കളെയും അയൽവാസികളെയും ആശുപത്രിയിലെത്തിക്കുകയായിരുന്നു. ഒരാളിനെ ആശുപത്രിയിലെത്തിച്ച് തിരിച്ച് കോളനിയിൽ എത്തുമ്പോഴേക്ക് അടുത്തയാൾ അവശനായിട്ടുണ്ടാവും. റോഡിലൂടെ വാഹനങ്ങൾക്ക് സഞ്ചരിക്കാൻ കഴിയുമായിരുന്നില്ല. മനുഷ്യരുടെയും മൃഗങ്ങളുടെയും ശവശരീരങ്ങൾ തലങ്ങും വിലങ്ങും വീണുകിടന്ന് ഗതാഗതം തടസ്സപ്പെട്ടിരുന്നു. ജീവനുംകൊണ്ട് ഓടിപ്പോയതിൽ വഴിയിൽ മരിച്ചുവീഴാത്തവരാരും കുറേ ദിവസത്തേക്ക് തങ്ങളുടെ ഉറ്റവരെത്തേടി വന്നതേയില്ല. എല്ലാ മൂല്യങ്ങളും മനുഷ്യബന്ധങ്ങളും നഷ്ടപ്പെട്ടിരുന്നു. രക്ഷപ്പെട്ടവർക്കെല്ലാം സ്വന്തം ജീവനായിരുന്നു വലുത്." അബ്ദുൾ ജബ്ബാറിന്റെ വാക്കുകൾക്ക് ജ്ഞാനിയുടെ ഇരുത്തംവന്ന ശബ്ദ

മായിരുന്നു. മനുഷ്യന്റെ നിസ്സഹായത, കൊട്ടിഘോഷിക്കപ്പെട്ട മനുഷ്യ ബന്ധങ്ങൾ, അച്ഛൻ, അമ്മ, മക്കൾ - ഒക്കെയും അർത്ഥശൂന്യമായ വാക്കുകളായി ആ സന്ദർഭത്തിൽ പരിണമിക്കുകയായിരുന്നു. എന്തിനേക്കാളും വലുത് സ്വന്തം ജീവനാണെന്ന പ്രകൃതിനിയമം അനുഭവത്തിലൂടെ ഞാനും മനസ്സിലാക്കി. ഉച്ചകഴിഞ്ഞപ്പോഴേക്കും ഞാനും അവശനായി. ആശുപത്രിയിൽ ചികിത്സ തേടി. അങ്ങനെ ഞാനും വാതകദുരന്തത്തിന്റെ ജീവിച്ചിരിക്കുന്ന ഒരു ഇരയാണ്."

"ദുരന്തം ഏറ്റവും കൂടുതൽ ബലിയാടുകളാക്കിയത് സ്ത്രീകളെയാണ്. ഭോപ്പാൽ നഗരത്തിൽ ദുരന്തം നടന്ന് ഒരു മാസം കഴിഞ്ഞപ്പോൾ മൂവായിരം സ്ത്രീകൾ വിധവകളാക്കപ്പെട്ടു. ലോകചരിത്രത്തിൽത്തന്നെ ഒരു കൊച്ചു സ്ഥലത്ത് ഇത്രയധികം സ്ത്രീകൾ വിധവകളാക്കപ്പെടുന്നത് ആദ്യത്തെ സംഭവമായിരിക്കും. വിധവകൾ ആക്കപ്പെടുക മാത്രമല്ല, ഉറ്റവരും ഉടയവരും നഷ്ടപ്പെട്ട് പലരും അനാഥരായി മാറി. സന്ദർഭത്തിനനുസരിച്ച് ഉയരാൻ സർക്കാരിന് കഴിഞ്ഞില്ല. നിയമക്കുരുക്കുകളും നടപടി ക്രമങ്ങളുടെ നൂലാമാലകളും തീരുമാനമെടുക്കുന്നതിലെ അമാന്തവുമായി സർക്കാർ കാലം തള്ളിനീക്കി. സ്ത്രീകൾക്ക് ജീവിക്കേണ്ടേ? പ്രത്യേകിച്ച് വിധവകൾക്ക്. തുടർ ചികിത്സവേണം. ഇതിന് പണവും മറ്റുള്ളവരുടെ സഹായവും വേണം. ഈ പ്രശ്നത്തെ നേരിടാനാണ് BGPMUS എന്ന സംഘടന രൂപീകരിച്ചത്. ഇത് സ്ത്രീകളിൽ ആത്മവിശ്വാസം വളർത്തി. പലരും സ്വയം തൊഴിലിൽ ഏർപ്പെടാൻ തുടങ്ങി. അതിനാവശ്യമായ അടിസ്ഥാന സൗകര്യം ഏർപ്പെടുത്തിക്കൊടുത്തു. തൊഴിൽ പരിശീലനം നല്കി. തുടർ ചികിത്സ ഏറ്റെടുത്തു. ഇരകൾക്ക് രണ്ടുകാര്യങ്ങളിൽ ഇനിയും നീതികിട്ടാനുണ്ട്. കുറ്റക്കാരെ ശിക്ഷിക്കണം. 470 മില്യൺ അമേരിക്കൻ ഡോളർ നഷ്ടപരിഹാരം. അത് നാമമാത്രമായിപ്പോയി. സുപ്രീംകോടതിയാണ് തീരുമാനിച്ചത്. ദുരന്തത്തിന്റെ വ്യാപ്തിയുമായി തട്ടിച്ചുനോക്കുമ്പോൾ വെറും നിസ്സാരം. അതിനായുള്ള നിയമയുദ്ധം ഇപ്പോഴും നടന്നുവരുന്നു. ഒരുനാൾ ഞങ്ങൾ വിജയിക്കുകതന്നെ ചെയ്യും." അബ്ദുൾ ജബ്ബാറിന്റെ വാക്കുകളിൽ തെളിഞ്ഞുകത്തുന്ന ആത്മവിശ്വാസം.

ഇനിയും തീരാത്ത നിയമയുദ്ധം

വാറൽ ആൻഡേർസൺ മരിച്ചപ്പോൾ ഭോപ്പാലിലെ വാതക ഇരകൾ ദുഃഖിച്ചു. അത് അയാളുടെ മരണത്തിൽ ദുഃഖിച്ചതല്ല. അയാളെ നിയമപരമായി ശിക്ഷിക്കാൻ കഴിയാതെ നിയമത്തിന്റെ പിടിയിൽനിന്ന് രക്ഷപെട്ടതിനായിരുന്നു. ഭോപ്പാലിലെ മനുഷ്യരുടെ വികാരം അത്രമാത്രം തീവ്രമാണ്. ദുരന്തമുണ്ടായതിന്റെ പിറ്റേന്നാൾ മുതൽ അമേരിക്കയിൽനിന്ന് കൊടികെട്ടിയ വക്കീലന്മാർ ഭോപ്പാലിൽ പറന്നിറങ്ങി. നഷ്ടപരിഹാരക്കേസുകൾ പിടിക്കാനായിരുന്നു. ആയിരങ്ങൾ കൊലചെയ്യപ്പെട്ടത് മുതലാ

ളിത്തത്തിന്റെ ലാഭമോഹത്താലാണ്. കൂട്ടക്കൊലയെ കച്ചവടവേദിയാക്കാനാണ് കഴുകൻകണ്ണുകളുമായി അവർ എത്തിയത്. ഇരകളെല്ലാവരും കേസുമായിപോയാൽ, ആയിരക്കണക്കിന് കേസുകൾ ഫയൽ ചെയ്യപ്പെടും. അമേരിക്കൻ രീതിയനുസരിച്ച് കോമ്പൻസേഷൻ കേസുകളിൽ ലഭിക്കുന്ന നഷ്ടപരിഹാരത്തുകയുടെ മുപ്പതുശതമാനംവരെ വക്കീലിനുള്ളതാണ്.

കമ്പനിയുടെ ആസ്ഥാനം അമേരിക്കയാണെങ്കിലും ഒരു പരമാധികാര രാജ്യത്തുനടന്ന കുറ്റകൃത്യം മറ്റൊരു പരമാധികാര രാജ്യത്ത് എങ്ങനെ വിചാരണചെയ്യപ്പെടുമെന്ന നിയമപ്രശ്നം ഉയർന്നുവന്നു. അഥവാ വിചാരണ ചെയ്താൽത്തന്നെ എങ്ങനെതീരും എന്നൊന്നും ഉറപ്പില്ല. ഈ സാഹചര്യത്തിൽ കേന്ദ്രസർക്കാർ ഒരു നിയമം പാസാക്കി. ഇരകൾക്കുവേണ്ടി ഇന്ത്യാ ഗവൺമെന്റുതന്നെ കോടതിയിൽ വാദിക്കും. ന്യൂയോർക്ക് ജില്ലാ കോടതിയിൽ കേസ് ഫയൽ ചെയ്തു. അമേരിക്കയിൽ കേസ് വാദിക്കുന്നതിനെ യൂണിയൻ കാർബൈഡ് എതിർത്തു. ഇന്ത്യയിൽ കേസ് നടത്തുകയാണെങ്കിൽ അതുമായി സഹകരിക്കാമെന്ന് ഉറപ്പുനല്കി. ഇവിടെ ശ്രദ്ധിക്കേണ്ട ഒരുകാര്യം അമേരിക്കയിൽ കേസ് നടത്തി ജയിച്ചാൽ നഷ്ടപരിഹാരത്തിന്റെ തോത് വളരെ കൂടുതലായിരിക്കും. കാരണം യു എസ് സ്റ്റാൻഡേർഡിലായിരിക്കും അത് നിശ്ചയിക്കപ്പെടുന്നത്. ഇന്ത്യയിലായാൽ അത് വളരെക്കുറവായിരിക്കും. ഇതറിയാവുന്നതുകൊണ്ടാണ് കാർബൈഡ് കമ്പനി കേസ് ഇന്ത്യയിൽ നടത്തിയാൽ മതിയെന്ന നിലപാടെടുത്തത്. ന്യൂയോർക്ക് ജില്ലാക്കോടതി ജഡ്ജി ഇത് അംഗീകരിച്ചുകൊണ്ട് ഉത്തരവ് പുറപ്പെടുവിച്ചു. ഇന്ത്യ ഇതിനെ ഫെഡറൽ കോടതിയിൽ ചോദ്യം ചെയ്തു. പക്ഷേ, കീഴ്ക്കോടതി വിധി ശരിവച്ചു.

നഷ്ടപരിഹാരക്കേസ് കറങ്ങിത്തിരിഞ്ഞ് ഭോപ്പാൽ ജില്ലാക്കോടതിയിലെത്തി. ജില്ലാക്കോടതി 350 കോടി രൂപ ഇടക്കാലാശ്വാസം നല്കാൻ ഉത്തരവിട്ടു. ഇതിനെ എതിർത്ത് യൂണിയൻ കാർബൈഡ് ജബൽപൂർ ഹൈക്കോടതിയിൽ പോയി. ഹൈക്കോടതി, കീഴ്ക്കോടതി വിധി അംഗീകരിച്ചു. യൂണിയൻ കാർബൈഡ് ഇതിനെതിരെ സുപ്രീംകോടതിയിലെത്തി. ദുരന്തമുണ്ടായി അഞ്ചാംവർഷം സുപ്രീംകോടതി വിധി വന്നു. യൂണിയൻ കാർബൈഡ് 470 ദശലക്ഷം ഡോളർ നഷ്ടപരിഹാരം നല്കണം.

ഇവിടെ ശ്രദ്ധിക്കേണ്ട ഒരു കാര്യമുണ്ട്. ദുരന്തം വിതച്ച വിനാശത്തിന്റെ വ്യാപ്തി കോടതി കണക്കിലെടുത്തില്ല. ആയിരങ്ങളുടെ ജീവൻ നഷ്ടപ്പെട്ടത് കണക്കിലെടുത്തില്ല, പതിനായിരങ്ങളെ നിത്യരോഗികളാക്കിയത് കണക്കിലെടുത്തില്ല. തലമുറകളെ മാരകരോഗികളാക്കിയത് കണക്കിലെടുത്തില്ല. കോടതിയിലെ വക്കീലന്മാർ തമ്മിലുള്ള വാദപ്രതിവാദങ്ങളായി ചുരുക്കിക്കളഞ്ഞു. വിഷയത്തിനു പിന്നിലെ മാനുഷികതയും ധാർമ്മികതയുമെല്ലാം ജലരേഖകളായി മാറി. കേസ് കേട്ട സുപ്രീംകോടതി ജഡ്ജിമാർ വളരെ കേമന്മാർ ആയിരുന്നു. ആർ എസ് പഥക്,

രങ്കനാഥമിശ്ര, വെങ്കടചെല്ലയ്യ തുടങ്ങിയവർ. പക്ഷേ, അവർ ഭോപ്പാലിലെ ജനങ്ങളുടെ ജീവനും, സ്വത്തിനും ഒരിക്കലും തീരാത്ത ദുരിതത്തിനും വിലയിട്ടത് ഷൈലോക്കുപോലും ലജ്ജിച്ചുപോകുന്ന പിശുക്കിലൂടെയാണ്. മാത്രമല്ല; ഏറെ ഞെട്ടലുണ്ടാക്കിയത് ഭോപ്പാൽ കോടതിയിൽ നില നിന്നിരുന്ന എല്ലാ ക്രിമിനൽ കേസുകളും സുപ്രീംകോടതി റദ്ദാക്കി എന്നിടത്താണ്. യൂണിയൻ കാർബൈഡിന് ഇതിൽ കൂടുതൽ സന്തോഷിക്കാനെന്തുവേണം. ആയിരങ്ങളെ കൊന്നതിന് ഒരു കേസുപോലുമില്ലപോലും!. നമ്മുടെ ജഡ്ജിമാരുടെ നീതിബോധവും ധാർമ്മികതയും ചോദ്യം ചെയ്യപ്പെട്ട നാളുകളായിരുന്നു അത്. ഇന്ത്യാ ഗവൺമെന്റിന്റെ നിലപാട് ഇതിലും അപഹാസ്യമായിരുന്നു. 470 മില്യൺ ഡോളർ എന്നാൽ അന്നത്തെ നിലയ്ക്ക് 235 കോടി രൂപ. നഷ്ടപരിഹാരം നാമമാത്രമായിപ്പോയി എന്ന് സുപ്രീംകോടതിയിൽ റിവിഷൻ ഹർജി കൊടുക്കാൻപോലും സർക്കാർ തയ്യാറായില്ല. അമേരിക്കൻ കോടതിയിൽ 3.3 ബില്യൺ ഡോളർ എന്ന വളരെ വലിയ തുക ചോദിച്ച സർക്കാരാണ് ഇപ്പോൾ പിന്നോട്ട് പോയത്.

ഇവിടെയാണ് അബ്ദുൾ ജബ്ബാർ എന്ന മനുഷ്യന്റെ അക്ഷീണ പോരാട്ടത്തിന്റെ തീക്ഷ്ണത നാം തിരിച്ചറിയേണ്ടത്. സുപ്രീംകോടതിയുടെ നിലപാടിനെ തിരുത്താനായി ഒന്നിനുപിറകേ ഒന്നായി റിവിഷൻ പെറ്റീഷനുകളുമായി സുപ്രീംകോടതി കയറിയിറങ്ങി. ലക്ഷ്യം വിജയം കണ്ടേ അടങ്ങൂ എന്ന വാശിയായിരുന്നു. അവസാനം വർഷങ്ങൾക്കു ശേഷം 1991 ൽ കുറ്റക്കാർക്കെതിരെ ക്രിമിനൽ നടപടികൾ തുടരാമെന്ന് സുപ്രീംകോടതി ഉത്തരവിട്ടു. ഇതിനെത്തുടർന്ന് ഭോപ്പാൽ കോടതികളിൽ ക്രിമിനൽ കേസ് ആദ്യം മുതൽ ഫയൽചെയ്തു. ദുരന്തത്തിന്റെ ഇരുപത്തിയാറാം വർഷം, അതായത് 2010 ൽ വിധി വന്നു. കുറ്റകരമായ അനാസ്ഥയ്ക്ക് ഏതാനും മുൻ ഉദ്യോഗസ്ഥരെ ശിക്ഷിച്ചു. ശിക്ഷാകാലാവധി എത്രയെന്നല്ലേ; വെറും രണ്ടുവർഷം തടവ്. ഒരു ജനസമൂഹത്തെ കൊന്നൊടുക്കിയതിനുള്ള ശിക്ഷ. വാറൻ ആൻഡേർസണെ ഇന്ത്യയിൽ നിന്ന് രക്ഷപ്പെടാൻ അനുവദിച്ചതിന്റെ ഉത്തരവാദി ആരാണെന്ന് കണ്ടെത്താനാണ് ഇപ്പോൾ കേസ്. രേഖപ്പെടുത്തപ്പെട്ട യാതൊരു തെളിവുമില്ലത്രേ. പക്ഷേ, എല്ലാവർക്കും അറിയാം ഉത്തരവാദികൾ ആരായിരുന്നുവെന്ന്. നഷ്ടപരിഹാരം വർദ്ധിപ്പിക്കണമെന്നാവശ്യപ്പെട്ട് കൊടുത്തിരിക്കുന്ന ക്യൂറേറ്റീവ് പെറ്റീഷൻ സുപ്രീംകോടതിയിലെവിടെയോ പൊടിപിടിച്ച് കിടപ്പുണ്ട്.

ഭോപ്പാലിലെ ഇപ്പോഴത്തെ അവസ്ഥ

ഇപ്പോഴും ഭോപ്പാലിലെ പല അമ്മമാരും ചുരത്തുന്ന മുലപ്പാലിൽ വിഷ സാന്നിദ്ധ്യമുണ്ട്. ജനന വൈകല്യത്തോടെ ജനിക്കുന്ന കുട്ടികളുടെ നിരക്ക് മറ്റ് പ്രദേശത്തേക്കാൾ കൂടുതലാണ്. പലരിലും ജനിതകമാറ്റം സംഭവിച്ചിരിക്കുന്നു. വിട്ടുമാറാത്ത ചുമയും ശ്വാസതടസ്സവുമനുഭവിക്കുന്ന

ആയിരക്കണക്കിന് മനുഷ്യർ ഫാക്ടറിക്ക് ചുറ്റുമുള്ള കോളനികളിൽ ഇപ്പോഴും ജീവിക്കുന്നു. ക്യാൻസർ ബാധയുടെ തോത് കൂടുതലാണ്. മരണത്തെ അതിജീവിച്ച പലരും ജീവച്ഛവങ്ങളായി മാറിയിരിക്കുന്നു. തൊഴിൽ ചെയ്യാനോ, നടക്കാനോ കഴിയാത്തവർ.

ഇപ്പോഴും രോഗാതുരരായി ജീവിക്കുന്ന ഇരകളെ ഡോക്ടർമാർ കൈകാര്യം ചെയ്യുന്നത് സാധാരണ രോഗികളെപ്പോലെയാണ്. നീണ്ട കാലത്തെ മരുന്നുപ്രയോഗം പുതിയ പല ആരോഗ്യ പ്രശ്നങ്ങളും സൃഷ്ടിച്ചിരിക്കുന്നു. വൃക്കരോഗികളുടെ എണ്ണത്തിലും വർദ്ധനവുണ്ട്. മിക്കവർക്കും ചികിത്സാ ചെലവ് താങ്ങാൻ പറ്റുന്നില്ല. സുപ്രീംകോടതി നിർദ്ദേശപ്രകാരം ബി എം ആർ സി എന്ന പേരിൽ രോഗബാധിതർക്കായി ഒരു പ്രത്യേക മെഡിക്കൽ-ഗവേഷണ ആശുപത്രി സ്ഥാപിച്ചെങ്കിലും ജന ങ്ങൾക്ക് ആശ്വാസകരമാകുന്ന തരത്തിലുള്ള പ്രവർത്തനങ്ങൾ നടക്കു ന്നില്ല. ഗവേഷണം ലക്ഷ്യമിട്ടിരുന്നെങ്കിലും ഒരു ഗവേഷണവും അവിടെ നടക്കുന്നില്ല. കെടുകാര്യസ്ഥതയും ജീവനക്കാർ തമ്മിലുള്ള പോരുമാണ് അവിടെ നടക്കുന്നത്.

വിഷവേരുകൾ മണ്ണിനെ ശ്വാസം മുട്ടിക്കുന്നു

വാതകദുരന്തത്തിനുമുൻപുള്ള പതിനഞ്ചു വർഷത്തിനു ള്ളിൽത്തന്നെ ആയിരക്കണക്കിന് ടൺ വിഷമാലിന്യങ്ങൾ കമ്പനി കോമ്പൗണ്ടിൽ നിക്ഷേപിച്ചുകഴിഞ്ഞിരുന്നു. അതുകൂടാതെയാണ് വിഷ വാതക ചോർച്ചമൂലമുണ്ടായ മലിനീകരണം. പ്ലാന്റും പരിസരവും വിഷ മാലിന്യങ്ങളാൽ മലിനീകരിക്കപ്പെട്ട പ്രദേശമായി സർക്കാർ പ്രഖ്യാപി ച്ചിട്ടുണ്ട്. ഈ സ്ഥലത്തെ സസ്യജാലങ്ങളെയോ, ജലത്തെയോ ഭക്ഷണ ത്തിനാവശ്യത്തിനായി ഉപയോഗിക്കാൻ പാടില്ലെന്ന് നിഷ്കർഷിച്ചിട്ടുണ്ട്. ഫാക്ടറി മണ്ണിൽ തങ്ങിനില്ക്കുന്ന വിഷമാലിന്യങ്ങൾ ഭൂഗർഭജലത്തി ലേക്ക് നാൾതോറും കിനിഞ്ഞിറങ്ങിക്കൊണ്ടിരിക്കുന്നു. ഇത് ചുറ്റുമുള്ള ഭൂഗർഭജലത്തെ ബാധിച്ചു കഴിഞ്ഞു. ഭൂഗർഭജല മലിനീകരണം എൺപതു ശതമാനമായി. യൂണിയൻ കാർബൈഡ് കമ്പനി ഇപ്പോൾ നിലവിലില്ല. 2001 ൽ ഡോവ് കെമിക്കൽസ് എന്ന മറ്റൊരു ബഹുദേശ ഭീമൻ ഇതിനെ കൈവശപ്പെടുത്തി. ദുരന്തം നടന്നത് തങ്ങൾ കമ്പനി ഏറ്റെടുക്കുന്നതിന് മുൻപായതിനാൽ വിഷമാലിന്യങ്ങൾ നീക്കി പ്രദേ ശത്തെ ശുദ്ധീകരിക്കാനുള്ള ഉത്തരവാദിത്വം ഇല്ലെന്നാണ് ഡോവ് കെമി ക്കൽസ് പറയുന്നത്. പ്ലാന്റും മണ്ണും വിഷമുക്തമാക്കണമെന്ന കോടതി ഉത്തരവ് ബഹുദേശഭീമൻ ചുരുട്ടി കുപ്പയിലിട്ടു.

......ഭോപ്പാലിൽ നിന്ന് പിന്തിരിഞ്ഞ് നടക്കുകയാണ്. ഇനിയും വിട്ടൊ ഴിയാത്ത ദുരന്തത്തിന്റെ വേവും നീറ്റലും മനസ്സിലേക്ക് സംക്രമിക്കുക യാണ്. വിഷഭൂമിയോട്, ദുരന്തം പിച്ചിച്ചീന്തി ബാക്കിയായ ജീവിതവുമായി ദിനങ്ങൾ തള്ളിനീക്കുന്ന. ഹതഭാഗ്യരോട്, അനാഥരാക്കപ്പെട്ട മനുഷ്യ രോട്, വിടചൊല്ലിപ്പിരിയുകയാണ്. നിയമവ്യവസ്ഥയും ഭരണകൂടവും അധി

കാരഘടനയും സ്വന്തം ജനങ്ങളെ വഞ്ചിച്ചതിന്റെ സ്മരണ തങ്ങി നില്ക്കുന്ന മണ്ണിനോട് വിട.

വയ്യ; ഇന്നിനി ഒന്നിനും വയ്യ. ഭീകര ദുരന്തത്തിന്റെ അവശേഷിപ്പു കളുടെ കാഴ്ചയും ഇനിയും മരിച്ചിട്ടില്ലാത്ത ഇരകളുടെ വേദനിപ്പിക്കുന്ന അനുഭവ കഥനവും മനസ്സിനെയും ശരീരത്തെയും അത്രമേൽ തളർത്തി യിരുന്നു.

കാർബൈഡ് ഫാക്ടറി സന്ദർശനം യാത്രാ പരിപാടിയിലേ ഉണ്ടാ യിരുന്നില്ല. ആകസ്മികമായി വന്നുകൂടിയതാണ്. ഇത്തരം ആകസ്മികാ നുഭവങ്ങളാണ് സഞ്ചാരികളെ സംബന്ധിച്ചിടത്തോളം യാത്രയുടെ ത്രിൽ. മലയാളി കുടിയേറ്റക്കാരുടെ ഇസ്കടി എന്ന ഗ്രാമം തേടിയിറങ്ങി എത്തി യതോ ഏറ്റവും വലിയ വ്യവസായിക ദുരന്തഭൂമിയിൽ

ഇഡ്ക്കേഡി യാത്ര നാളത്തേക്ക് മാറ്റി. ഹോട്ടലിൽ എത്തിക്കാൻ പ്രജാപതിയോട് പറഞ്ഞു.

ഭാഗം **III**

11

മദ്ധ്യപ്രദേശിൽ ഒരു മലയാളഗ്രാമം

കേരളം പിറക്കുന്നതിനു തൊട്ടുമുമ്പുള്ള ഒരു ഫെബ്രുവരി മാസം പത്താം തീയതി (10-2-1955) ചട്ടിയും കലങ്ങളും ഒരുകെട്ട് മരിച്ചീനിക്കമ്പുമായി കൊച്ചി ഹാർബർ സ്റ്റേഷനിൽനിന്നും ഭോപ്പാൽ സംസ്ഥാനത്തേക്ക് തീവണ്ടി കയറിപ്പോയ തിരു-കൊച്ചി സംസ്ഥാനത്തുനിന്നുള്ള ഇരുന്നൂറ് കുടുംബങ്ങളെ പ്രതിനിധീകരിച്ച ഇരുന്നൂറ് പുരുഷന്മാർക്ക് പിന്നെ എന്താണു സംഭവിച്ചത്?

No. Mis 4249/54

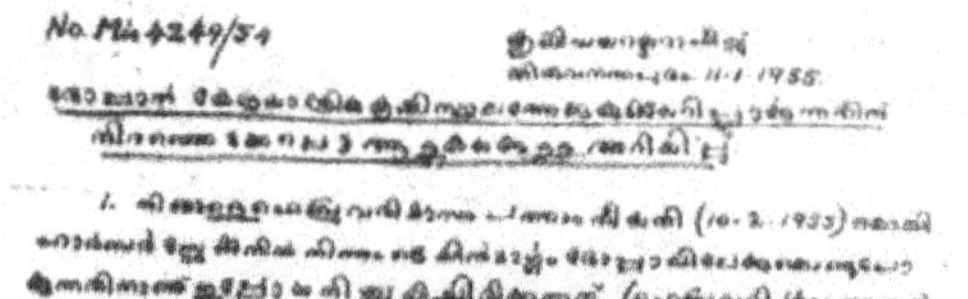

അവർ എന്തിന് അങ്ങോട്ടുപോയി?

അവർക്ക് പിന്നീടെന്തു സംഭവിച്ചു?

അതന്വേഷിച്ചാണ് ഇന്ന

മഴ ചന്നം പിന്നം പെയ്യുന്നു. ഇന്നലെ ഇടയ്ക്ക് വച്ച മുടങ്ങിയ യാത്ര തലേന്ന് പറഞ്ഞുറപ്പിച്ചതനുസരിച്ച് പ്രജാപതി രാവിലെ ഹാജർ. ഭോപ്പാൽ വാതക ദുരന്തകാലത്ത് മനുഷ്യശവങ്ങൾ നീക്കാനാളില്ലാതെ ചീർത്തുകിടന്ന അതേ റെയിൽവേസ്റ്റേഷനും പരിസരവും അലസചലനങ്ങൾക്കിട

യിൽ പാതയിലേക്കു കണ്ണുപായിച്ചു. മധുരപലഹാരങ്ങൾ വേവുന്ന തുറന്ന അടുപ്പുകൾ. ചായമാത്രം വില്ക്കുന്ന തട്ടുകളിൽ ഇഞ്ചിയും ഏലയ്ക്കയും ചതച്ചിട്ട് കട്ടിപ്പാലിൽ പതച്ചാറ്റിക്കൊടുക്കുന്ന കുറുകുറുത്ത ചായ മൊത്തിക്കുടിച്ചു കൊണ്ട് പ്രജാപതി ആട്ടോറിക്ഷയിൽ ചാരി നില്ക്കുന്നു.

മഴ അപ്പോഴും ചാറുന്നുണ്ടായിരുന്നു. ആട്ടോറിക്ഷകൾ ഷെയർ ആട്ടോകളാണ്. എല്ലാം മഴച്ചാറലിനെ പ്രതിരോധിക്കാൻ മൂടിപ്പുതച്ചിരിക്കുന്നു. റോഡിൽ മഴതീർത്ത വലിയൊരു കുഴിയിൽ ആരോ കൂറ്റൻ കല്ലു കയറ്റി വച്ചിട്ടുണ്ട്. അടുത്തുള്ള ചെറിയ കുഴിയിൽ കാറുകളുടെ ടയർ വീഴുമ്പോൾ ചെളിവെള്ളം തെറിച്ചു. കാൽനടക്കാർ ശപിച്ച് ഒഴിഞ്ഞുമാറി.

നഗരത്തിലൂടെ ഓട്ടോ ഓടിക്കൊണ്ടിരുന്നു. യൂണിയൻ കാർബൈഡിന്റെ അസ്ഥിഗോപുരം കാണവെ ഞങ്ങൾ പുറത്തേക്കു തലനീട്ടി. ഇന്നലത്തെ അനുഭവങ്ങൾ ഭീതിയോടെ മനസ്സിലൂടെ കടന്നുപോയി.

യൂണിയൻ കാർബൈഡ് മറഞ്ഞു. ഏതാനും മിനാരങ്ങളും ദർഗ്ഗകളും ദേശീയപാതവക്കിലുയരുന്ന കൂറ്റൻ എടുപ്പുകളും പിന്നിടുമ്പോൾ ഗ്രാമദൃശ്യങ്ങൾ കടന്നു വന്നു. നാട്ടിൻ പുറത്തുകൂടിയും നല്ല പാത നീണ്ടു പോകുന്നുണ്ട്. ഇഡ്കേഡിയിൽ എത്തി മുൻ സർപഞ്ചായ പി കെ രാമൻ കുട്ടിയെന്നയാളെ കാണുക എന്നതാണ് ഞങ്ങളുടെ ആദ്യ പരിപാടി.

ഏതാനും പലചരക്കുകടകളും ചെറിയ സ്റ്റേഷനറിക്കടകളും റോഡിലേക്കു തല നീട്ടിയിരിക്കുന്ന ഒന്നോരണ്ടോ ഡാബകളുമുള്ള ജങ്ഷനിൽ പ്രജാപതിയുടെ ഓട്ടോ നിന്നു. അയാൾ പുറത്തിറങ്ങി. പലചരക്കുകടയിൽ കയറി. മടങ്ങിയെത്തുമ്പോൾ അയാൾ അറിയിച്ചു. ഇവിടെ രാമൻകുട്ടി എന്നൊരു സർപഞ്ചില്ല. ഉണ്ടായിരുന്നിട്ടുമില്ല. മലയാളികളുടെ കുടിയേറ്റഭൂമി പോയിട്ട് ഒറ്റ മലയാളി പോലുമില്ലാത്ത ഇടമാണിത്. ഞങ്ങൾ പുറത്തിറങ്ങി. പഴമക്കാരായ ചില മനുഷ്യരോടും യുവാക്കളോടും രാമൻകുട്ടി എന്ന മുൻ പഞ്ചായത്ത് സർ പഞ്ചിന്റെ വിവരം തിരക്കി. ഇത് ഇസ്കേഡി തന്നെയോയെന്ന് സന്ദേഹപ്പെട്ട ഞങ്ങളോട് പ്രജാപതി ഉറപ്പിച്ചുതന്നെ പറഞ്ഞു. ഇവിടെ അന്താരാഷ്ട്രതലത്തിൽ ശ്രദ്ധേയമായ ഒരു മുസ്ലീം ആരാധനാലയമുണ്ട്. വർഷാവർഷം ഭക്തരെയുംകൊണ്ട് ഇവിടെ എത്താറുണ്ട്.

അങ്ങനെ സന്ദേഹപ്പെട്ട് നില്ക്കുമ്പോഴാണ് ഏതാനും വാരയകലെ ഒരു മുൻ സർപഞ്ചുണ്ടെന്ന വിവരം ലഭിക്കുന്നത്. കരിങ്കൽ ചീളുകൾ പാകിയതും മലിനജലം അതിനിടയിലൂടെ ഒഴികിപ്പോകുന്നതുമായ നാട്ടുവഴികളിലൂടെ പ്രജാപതിയുടെ ഓട്ടോ കുലുങ്ങി നീങ്ങി. എരുമകളെ തെളിച്ച് ഒരർദ്ധ നഗ്നബാലൻ കടന്നുപോയി. അപരിചിതരുടെ കണ്ണുകളിൽ അവൻ പതറി. സർപഞ്ചിന്റെ വീടും ചൂണ്ടിക്കാട്ടി എരുമകൾക്കു പുറമെ നടക്കുമ്പോഴും അവൻ ഇടയ്ക്കിടെ തിരിഞ്ഞുനോക്കുന്നുണ്ടായിരുന്നു. പടർന്നു പന്തലിച്ച താന്നിമരത്തിനു കീഴെ ടാർപായ് മേല്ക്കൂരയാക്കി ചെറിയ മൺകുടിലുകൾ. എങ്ങും എരുമച്ചൂരാണ്. എരുമച്ചാ

സർപഞ്ചിന്റെ വീട്

ണകം വഴിയിലവിടവിടെ കാണാം.

നാലുഭാഗവും കെട്ടിയടച്ച കരിങ്കൽ മതിൽക്കെട്ടിനു മുന്നിൽ മൂവരും നിശ്ചലരായി. അത്ര വലുതാണ് ആ ഗേറ്റ്. മതിലുകളില്ല. വീടിന്റെ ചുവരുകളാണ് എന്നു മനസ്സിലായി. പഴയ സ്കൂൾ കെട്ടിടങ്ങൾ മാതിരി ഓടുമേഞ്ഞ ഷെഡുകളാണ്. ആ നാലുകെട്ടിൽ പരസ്പരം അഭിമുഖീകരിക്കുന്നത്. രണ്ടേക്കറോളം വരുന്ന നടുമുറ്റത്ത് മൂന്ന് ട്രാക്ടറുകൾ. ഒന്നു വലതും രണ്ടെണ്ണം ചെറുതും.

കൂറ്റൻ പശുക്കളും അസംഖ്യം എരുമകളും വയ്ക്കോൽ ചവയ്ക്കുന്നു. ഒരുവശത്ത് ധാന്യങ്ങൾ കുന്നുകൂട്ടിയിട്ടുണ്ട്. ഉരുളക്കിഴങ്ങിന്റെ കൂന. കരിമ്പിൻ തണ്ടുകൾ അടുക്കിവച്ചിരിക്കുന്നു. പരുങ്ങി നില്ക്കുന്ന ഞങ്ങളെക്കണ്ട ഒരുവനിത സാരിത്തുമ്പുകൊണ്ട് മുഖം മറച്ച് അകത്തേക്കുപോയി തെല്ലുനേരം കഴിഞ്ഞ് ഒരു ബൈക്ക് ഇരപ്പിച്ച് ഒരു യുവാവ് പുറത്തേക്ക് വന്നു.

പിതാജി അകത്തുണ്ട് എന്നുപറയാൻ അവൻ കരുണ കാട്ടി.

അല്പസമയം കഴിഞ്ഞ് ബർമുഡ ധരിച്ച ഒരു മദ്ധ്യവയസ്കൻ ഹിന്ദി സിനിമകളിലെ സെറ്റിൽ നിന്നെന്നപോലെ ഇറങ്ങിവന്നു. ഭഗത്സിങ്ങിന്റേതുപോലുള്ള മീശ. ഗോതമ്പു നിറം. അർദ്ധനഗ്നൻ. സ്വർണ്ണചെയിൻ ഒരു പത്തുപവനെങ്കിലും വരും.

"ഞാൻ തന്നെയാണ് മുൻ സർപഞ്ച്. നിങ്ങൾക്കെന്താ വേണ്ടത്?"

പി കെ രാമൻകുട്ടി എന്ന മുൻ സർപഞ്ചിനെ എന്തുകൊണ്ട് തിരക്കുന്നു എന്ന് ഞങ്ങൾ വിശദീകരിച്ചു. അയാൾ ഞങ്ങളുടെ കൈയിലെ കുറിപ്പ് വാങ്ങി നോക്കി. ഇംഗ്ലീഷ് അയാൾക്കു വഴങ്ങുമെന്നു മനസ്സിലായി.

"നഹി. ഇങ്ങനെയൊരുപേരിലുള്ള സർപഞ്ച് ഈ ഗ്രാമത്തിൽ ഒരിക്കലും ഉണ്ടായിട്ടില്ല." തെല്ലു സന്ദേഹപ്പെട്ട് അയാൾ നിന്നു. ചമർസാൽ നദിക്കുസമീപം എന്നൊരു പരാമർശത്തിൽ അയാളുടെ കണ്ണുകൊരുത്തു.

"ദോസ്ത്, ഭോപ്പാലിനടുത്ത് മൂന്ന് ഇത്കേടികളുണ്ട്. ഇസ്കാഡിയെന്നും ഇത്കേടിക്കയെന്നും പറയുന്നത് ഒരിടം തന്നെ. നിങ്ങൾ ഉദ്ദേശിക്കുന്ന സ്ഥലം ഇവിടെനിന്നും ഏകദേശം അറുപത് കിലോമീറ്ററുകൾ അകലെയാണ്. സുൽത്താൻപൂരിനടുത്ത്. ഇവിടെങ്ങും മലയാളി സെറ്റിൽമെന്റില്ല. അതെനിക്കുറപ്പാണ്."

അയാൾ ഉള്ളിലേക്കുവലിഞ്ഞു. ഒരു സെമിന്ദാർമന്ദിരം കണ്ടു എന്നതിൽ സന്തോഷം. കൂടുതൽ അന്വേഷിക്കാതെ പ്രജാപതിയെ വിശ്വസിച്ചിറങ്ങിയതിന്റെ മണ്ടത്തരമോർത്ത് ഞങ്ങൾ ചിരിച്ചു. പ്രജാപതിയും ഒരു മഞ്ഞച്ചിരി ചിരിച്ചു.

സന്ധ്യാവിളക്കുകൾ ഭോപ്പാൽ നഗരത്തിൽ തെളിഞ്ഞു തുടങ്ങിയിരുന്നു. മഴച്ചാറ്റൽ നിലച്ചിരിക്കുന്നു. എന്നാൽ ഏതുനേരവും പെയ്തേക്കുമെന്നൊരു വിങ്ങൽ അന്തരീക്ഷത്തിൽ നിലനിന്നിരുന്നു.

യാത്ര വഴിമുട്ടി. ഇനി എന്തുചെയ്യും? സന്ദിഗ്ദ്ധതയുടെ നിമിഷങ്ങൾ ഭാഗ്യത്തിന് ഞങ്ങളിലൊരാളുടെ മനസ്സിൽ ആ പേര് തെളിഞ്ഞു. കൃഷ്ണരാജ്.

മൊബൈൽ ഫോണെടുത്ത് കൃഷ്ണരാജിന്റെ നമ്പർ പരതി. പയ്യന്നൂർക്കാരനായ ഒരു സുഹൃത്തിന്റെ അനുജൻ. ഇൻഡോറുകാരനാണിപ്പോൾ. ഐ ഡി ബി ഐ ബാങ്ക് മാനേജർ. ഒരു മാർവാഡി പെണ്ണിനേയും കെട്ടി ഇൻഡോറിൽ സ്ഥിരതാമസം.

പഴയ നമ്പരാണ് ഏറ്റാൽ ഏറ്റു.

"നമസ്തേ ഒരുപാടു നാളായല്ലോ ഏട്ടാ, എവിടെയുണ്ടിപ്പോൾ?"

ആഗമനോദ്ദേശ്യം കേട്ട് കൃഷ്ണരാജ് ചിരിച്ചു

"ഞാൻ ഇപ്പോൾ ഭോപ്പാലിലുണ്ട്. സ്ഥലംമാറ്റം. ആഴ്ചയിലൊരിക്കലേ ഇൻഡോറിലേക്കുപോകൂ. ഡിംബിളിനും മോൾക്കും സുഖം. രാത്രി ഒൻപതിന് ഞാൻ ഹോട്ടലിലെത്താം ഖബരാവോ മത്. നമുക്ക് വഴിയുണ്ടാക്കാം."

ടാറ്റാ ഇൻഡിക്ക കാറിന്റെ പിൻസീറ്റിൽ ഞങ്ങൾ. മുൻസീറ്റിൽ രവി.

പുലർച്ചെ അഞ്ചിന് ഭോപ്പാലിൽനിന്നും പുറപ്പെട്ടതാണ്. രവിയിപ്പോൾ ഭോപ്പാലിലാണു താമസം. ഭോപ്പാൽ മലയാളി സമാജത്തിൽ സജീവമായി പ്രവർത്തിക്കുന്നു. 1955 ൽ അച്ഛനോടും അമ്മയോടുമൊപ്പം കേരളത്തിൽ നിന്നും ഇഡ്ക്കേടിയിലേക്ക് യാത്രചെയ്തതിന്റെ ഓർമ്മ രവിയിൽ ഒട്ടും ശേഷിക്കുന്നില്ല. കാരണം അന്നയാൾക്ക് വയസ്സ് രണ്ട് തികഞ്ഞിരുന്നില്ല. ഇന്ന് വയസ്സ് 62 കഴിഞ്ഞിരിക്കുന്നു. ഇഡ്കേടി പഞ്ചായത്തിന്റെ

സർപഞ്ചായിരുന്ന പി കെ രാമൻ കുട്ടിയുടെ മകനാണ് രവി. മലയാളി സെറ്റിൽമെന്റിലെ മനുഷ്യരുടെ അവകാശങ്ങൾക്കായി അരനൂറ്റാണ്ടിലേറെ പോരാടി കടന്നുപോയ ഒരു മനുഷ്യന്റെ ദൗത്യം ഏറ്റെടുത്തിരിക്കുകയാണിപ്പോൾ

ഇടുക്കിയിൽ നിന്നായിരുന്നു അവർ വന്നത്. അതുകൊണ്ട് ഹൈറേഞ്ച് ഭാഗത്ത് നിലനില്ക്കുന്ന തമിഴ് ചുവയുള്ള മലയാളത്തിലാണ് രവി സംസാരിക്കുന്നത്. ഹൈറേഞ്ചിലെ കറുപ്പ് അയാൾക്ക് ലഭിച്ചിരിക്കുന്നു. ആറുപതിറ്റാണ്ടുകൾക്ക് മുമ്പ് ജീവിതത്തിന്റെ അജ്ഞാത സൗഭാഗ്യങ്ങളെ അന്വേഷിച്ച് അപ്രതീക്ഷിത ദുരന്തങ്ങളെ നേരിടാനുള്ള ചങ്കൂറ്റവുമായി തങ്ങളുടെ പുറപ്പാടു പുസ്തകം രചിച്ച ഇരുന്നൂറ് മലയാളി കുടുംബങ്ങളുടെ കണ്ണീരിന്റെയും കിനാവുകളുടെയും കഥ ഞങ്ങൾക്കു മുന്നിൽ അനാവൃതമാവുകയായിരുന്നു.

വിൻഡോ സ്ക്രീനുകൾ താഴ്ന്നിരുന്നതിനാൽ പുലർവേളയിലെ കാറ്റും കാഴ്ചയും ഞങ്ങളെ ഉന്മേഷവാന്മാരാക്കി. ജനപഥങ്ങളുടെ സാന്നിദ്ധ്യമറിയാതെയുള്ള യാത്രയിൽ കണ്ടത് പറ്റം പറ്റമായുള്ള കാലിക്കൂട്ടങ്ങളെയായിരുന്നു. അവ സ്വച്ഛന്ദമായാണ് സഞ്ചരിക്കുന്നത്. പിറകിൽ ഒരിടയനെ തെരഞ്ഞെങ്കിലും അങ്ങനെയൊരാളെ കണ്ടില്ല. ഉല്പാദനക്ഷമതയില്ലാത്ത നാടൻ കാലികളാണിതെന്നും ഗോശാല സൂക്ഷിപ്പുകാർ രാത്രികാലങ്ങളിൽ അവയെ ആട്ടിപ്പുറത്താക്കുമെന്നും വിളകൾ നശിപ്പിക്കുമെന്നതിനാൽ കർഷകർ ഈ കാലിക്കൂട്ടങ്ങളെ ഭയക്കുന്നുവെന്നും രവി പറഞ്ഞു. പശുരാഷ്ട്രീയത്തിന് പുകൾപെറ്റിടമാണ് മദ്ധ്യപ്രദേശ്. സങ്കരയിനം പശുക്കളുടെ വരവോടെ നാടൻ പശുക്കൾക്ക് ആവശ്യക്കാർ കുറഞ്ഞു. ട്രാക്ടർ വ്യാപകമായതോടെ ഉഴുന്നതിന് കാളകളുടെ ആവശ്യമില്ലാതെയായി. അത്യുല്പാദനശേഷിയുള്ള എരുമകൾ വ്യാപകമായി. ഗോവധം നിരോധിക്കപ്പെട്ടിരിക്കുന്നതിനാൽ ഉപയോഗശൂന്യമായ പശുക്കളെയും കാളകളെയും ഗ്രാമീണർ പിന്തള്ളുന്നു. അവയെ സംരക്ഷിക്കാൻ സർക്കാർ സഹായമുള്ള ഗോശാലകളുണ്ട്. വലിയ തുകയുടെ സംഭാവനകൾ ഇവർക്ക് ലഭിക്കും. മിക്കതിന്റെയും നടത്തിപ്പുകാർ സംഘപരിവാറുകാരാണ്. ചെലവുകുറയ്ക്കാനാണിവർ രാത്രികാലങ്ങളിൽ പശുക്കളെ അഴിച്ചു പുറത്തേക്കാട്ടിപ്പായിക്കുന്നത്. ഇങ്ങനെ അലഞ്ഞുതിരിഞ്ഞു നടക്കുന്ന പശുക്കളെ ഒന്നിനെയെങ്ങാനും തൊട്ടുപോയാൽ പിന്നെ സംഭവിക്കുന്നത് മുൻകൂട്ടി പ്രവചിക്കാനാവില്ല. കുടിയേറ്റത്തിന്റെ ആദ്യ നാളുകളിൽ ഒരു മലയാളി വിളതിന്നാനെത്തിയ പശുവിനെ കല്ലെടുത്തെറിഞ്ഞു. പശു ചത്തു. ഗ്രാമം മുഴുവൻ ഇളകിവന്നു. ക്ഷമ പറച്ചിലിൽ ഒതുങ്ങിയില്ല കാര്യങ്ങൾ. രണ്ടുമാസം മലയിൽ അജ്ഞാതവാസം. പിന്നെ നർമ്മദയിൽ കുളിച്ചു പ്രായശ്ചിത്തം. ഗ്രാമീണർക്കു മുഴുവൻ സദ്യ. കുത്തുപാളയെടുക്കാൻ വേറെന്തുവേണം?

കാഴ്ചകൾ ഓടിമറയുന്നു. വർഷങ്ങളുടെ കഥകളുണ്ട് അയാൾക്ക് പറയാനായി. രവിയുടെ ശബ്ദം ചിലപ്പോൾ കാറ്റിനൊപ്പം പോയി. ചില

പ്പോൾ തൊണ്ടയിൽ കുരുങ്ങി. ചിലപ്പോൾ അയാൾ കണ്ണുകൾ തുടച്ചു. 1955 സ്വാതന്ത്ര്യം ലഭിച്ചിട്ട് കഷ്ടിച്ച് എട്ടുവർഷം ആയിട്ടേയുള്ളൂ. ബ്രിട്ടീഷുകാർ ചോർത്തിയെടുത്ത സമ്പത്ത്, നാല്പതു കോടി വയറുകൾ, രോഗപീഡ, പരാധീനതകളുടെ അക്കാലത്ത് പണ്ഡിറ്റ് ജവഹർലാൽ നെഹ്റുവിന്റെ തലയിൽ ഒരു ആശയം പിറന്നു. കാല്പനികതയുടെ വെള്ളത്തേരിൽ സദാ ചുറ്റിക്കറങ്ങിയ ആ മനുഷ്യൻ നാനാത്വത്തിൽ ഏകത്വം എന്ന ഭാരതീയാവസ്ഥയെ കൂടുതൽ ഉയരത്തിലെത്തിക്കാൻ ചില ശ്രമങ്ങൾ നടത്തി. വിദ്യാഭ്യാസത്തിലും കൃഷിയിലും മുന്നിൽനിന്ന തിരു കൊച്ചിയിൽനിന്നും ഇക്കാര്യങ്ങളിൽ ഏറെപ്പിന്നിലായ ഭോപ്പാൽ സംസ്ഥാനത്തേക്ക് കുറേപ്പേരെ മാറ്റിപ്പാർപ്പിച്ചാൽ എങ്ങനെയുണ്ടാവും? ആധുനിക കാർഷിക രീതികൾ അവരെ പരിശീലിപ്പിക്കാൻ ഭോപ്പാലിലുള്ള സെൻട്രൽ മെക്കനൈസ്ഡ് ഫാമിന്റെ നിയന്ത്രണത്തിൽ പന്ത്രണ്ട് ഏക്കർ ഭൂമി വീതം ഓരോ കുടുംബത്തിനും നല്കുക. ഭൂമി കൈപ്പറ്റുന്നയാളിന് രണ്ടുവർഷം സർക്കാർ നിശ്ചയിച്ച വേതനം നല്കും. അയാൾ കുടുംബത്തോടെ കൃഷിയിടത്തിൽ തന്നെ താമസിക്കണം. ഭൂമി കൈപ്പറ്റി നാലു വിളവെടുപ്പ് കാലത്തിനുള്ളിൽ ആകെ അനുവദിച്ച ഭൂമിയുടെ അഞ്ചിൽ നാലുഭാഗം കൃഷിയോഗ്യമാക്കണം. ഭൂമി കൈമാറാൻ പാടില്ല. നാട്ടുകാരെ നെൽകൃഷി പഠിപ്പിക്കണം അവരിൽ നിന്നും ഗോതമ്പും സോയാബീനും കരിമ്പും കൃഷി ചെയ്യാൻ പഠിക്കണം. താല്ക്കാലിക ഉപജീവനത്തിന് മരിച്ചീനി കൃഷി ചെയ്യണം. അനുവദിക്കപ്പെട്ട ഭൂമിക്ക്, അത് ജലസേചന സൗകര്യമുള്ളതാണെങ്കിൽ ഏക്കറിന് 75 രൂപ വീതവും ജലസേചന സൗകര്യം ഇല്ലാത്തതാണെങ്കിൽ 50 രൂപവീതവും നല്കണം. ആ തുക ഉടൻ നല്കാനാവാത്ത സാഹചര്യം മനസ്സിലാക്കി കേന്ദ്ര സർക്കാർ ഗ്യാരന്റിയിൽ തുക ബാങ്ക് വായ്പയായി അനുവദിച്ചു. കേന്ദ്ര സർക്കാരിനു വേണ്ടി ഇന്ത്യൻ പ്രസിഡന്റാണ് കുടിയേറ്റക്കാരുമായി കരാറിൽ ഒപ്പിട്ടത്.

ഈ കരാർ പ്രകാരം തിരുകൊച്ചിയിൽനിന്നുള്ള 200 കുടുംബങ്ങളെ ഭോപ്പാൽ സംസ്ഥാനത്തേക്കു മാറ്റിപ്പാർപ്പിക്കും. അവർക്ക് ഇഡ്കേടി (Eint Kheri) ഉർദാമു, ഇലാമിയ മജുസ്കാല, ബവൻവാഡ തുടങ്ങിയ പതിനേഴു ഗ്രാമങ്ങളിലായി ഭൂമി നല്കും. ഇതിലേക്കായി ഭോപ്പാൽ സർക്കാർ 10 വർഷത്തെ ഒരു പദ്ധതിക്കു രൂപം നല്കി. ഇതിൻ പ്രകാരം കാർഷികവും ക്ഷേമകാര്യങ്ങളും ഉൾപ്പെടെ നിരവധി സൗകര്യങ്ങൾ ഏർപ്പെടുത്തും. എന്നാൽ സംഭവിച്ചതാകട്ടെ ഓരോ കുടുംബത്തിനും 12 ഏക്കർ ഭൂമി നല്കുക എന്നതു മാത്രമായിരുന്നു. ഇതിൽ അഞ്ച് ഏക്കർ ജലസേചന സൗകര്യമുള്ളതും ശേഷിച്ചത് ജലസേചന സൗകര്യമില്ലാത്ത കരഭൂമിയും. കാർഷികോപകരണങ്ങളും വിത്തും വളവും ധനസഹായവും വാഗ്ദാനത്തിൽ പെട്ടിരുന്നെങ്കിലും ചില്ലി പൈസയുടെ സഹായം ലഭിച്ചില്ല. ഇതിനിടയിൽ ഭാഷാസംസ്ഥാനങ്ങൾ രൂപം കൊണ്ടു. ഭോപ്പാൽ മദ്ധ്യപ്രദേശിന്റെ ഭാഗമായി. തിരു-കൊച്ചി സർക്കാരും ഭോപ്പാൽ

സർക്കാരും തമ്മിലുണ്ടാക്കിയ ഉടമ്പടി പാലിക്കാൻ പുതിയ മദ്ധ്യപ്രദേശ് സർക്കാർ തയ്യാറായില്ല. കേരളസർക്കാരിന് ഒന്നും ചെയ്യാനുമായില്ല. അതിനുവേണ്ടി ആരും കേരളത്തിൽ മുറവിളികൂട്ടിയില്ല.

തികച്ചും അപരിചിതമായ സാഹചര്യത്തിൽ എത്തിപ്പെട്ട മലയാളി കുടുംബങ്ങൾക്ക് ഇവിടെ നില്ക്കുവാനോ മടങ്ങിപ്പോകുവാനോ ആകാത്ത വിഷമാവസ്ഥയായി. ഇരുന്നൂറ് പാവപ്പെട്ട കുടുംബങ്ങളിലെ മനുഷ്യരായിരുന്നു ഭാഗ്യമന്വേഷിച്ചു പോയത്. പോയവർക്ക് എന്തു സംഭവിച്ചു എന്നറിയാൻപോലും വാർത്ത വിനിമയ സൗകര്യങ്ങളോ സഞ്ചാരയോഗ്യമായ വഴിയോ ഉണ്ടായിരുന്നില്ല. അവരുടെ വിശപ്പു കാണാൻ ആരുമുണ്ടായില്ല. അവരുടെ നിലവിളികൾ കേരളത്തിലെത്തിയില്ല എന്നു പറയുന്നതാവും ശരി. 25 കുടുംബങ്ങൾ മടങ്ങിപ്പോയി. ബാക്കിയുള്ളവർ പുതിയ അന്തരീക്ഷത്തോട് പൊരുതാനുറച്ചു നിന്നു. പ്രാദേശികമായി പണം പലിശയ്ക്കു നല്കുന്ന സാഹുകാരിൽ (Sahukars) നിന്നും അവർ പണം കടംവാങ്ങി കൃഷിപ്പണി തുടങ്ങി. സർക്കാർ അനുവദിച്ച ഒറ്റ മുറിവീട്ടിലെ കടുത്തവെയിലും കടുത്ത തണുപ്പും പരിചയമില്ലാത്ത ആഹാരരീതികളും അവരെ ദുരിതത്തിലാഴ്ത്തി. നാട്ടിലെ കാലാവസ്ഥ ഓർമ്മമാത്രമായി. ആഘോഷങ്ങൾ വന്നു പോയത് അവരറിഞ്ഞില്ല. തീയതികൾ മാസങ്ങൾ, വിശേഷങ്ങൾ ഒന്നും കുറിക്കുന്ന പഞ്ചാംഗങ്ങൾ അവരുടെ പക്കലില്ലായിരുന്നു. കടം പെരുകി വന്നു. പണം തിരിച്ചു നല്കാത്തവരുടെ ഭൂമി സാഹുകാർ എന്ന കൊള്ളപ്പലിശക്കാർ ബലം പ്രയോഗിച്ചു പിടിച്ചെടുത്തു. ഭൂമി കൈമാറാൻപാടില്ല എന്ന കരാറൊന്നും അവർക്ക് ബാധകമായില്ല. അല്ലെങ്കിൽത്തന്നെ സർക്കാർ എന്ന സംവിധാനം അവിടെ പ്രത്യക്ഷമായിരുന്നില്ല.

കരാർപ്രകാരം സർക്കാരിനു ഭൂമിയുടെ വിലയായി നല്കേണ്ടിയിരുന്ന തുക വായ്പയായി കണക്കാക്കിയിരുന്നു. ഈ തുകയും പലിശയും കർഷകർക്ക് താങ്ങാനാവാകാതെ കടമായി മാറി. ബാങ്കിൽ നിന്നും റിക്കവറി നോട്ടീസ് വന്നപ്പോഴാണ് അവർ വായ്പയുടെ കാര്യം തന്നെ ഓർത്തത്. തികച്ചും അന്യമായ ഭാഷയിൽ എഴുതി തയ്യാറാക്കിയ കരാറിലെ വ്യവസ്ഥകളെപ്പറ്റി അവർക്ക് അറിവുണ്ടായിരുന്നില്ല. ഇന്ദിരാഗാന്ധിയുടെ ഭരണകാലത്ത് ഇവരുടെ പേരിലുള്ള വായ്പകൾ എഴുതിത്തള്ളി. 20 ഇന പരിപാടിയിൽപ്പെടുത്തി ഒരു ഹയർ സെക്കന്ററി സ്കൂൾ ഇട്കേഡിയിൽ സ്ഥാപിതമായി.

പുതിയ സാഹചര്യങ്ങളോട് അവർ പൊരുത്തപ്പെട്ടു. മരച്ചീനി സമൃദ്ധമായി വളർന്നു. ഗോതമ്പും നെല്ലും സോയാബീനും മാറി മാറി കൃഷി ചെയ്തു. ജീവിതം ഒരുവിധം പച്ചപിടിച്ചുവരുമ്പോഴാണ് മദ്ധ്യപ്രദേശ് സർക്കാർ ഗോതമ്പിന് ലെവി ഏർപ്പെടുത്തിയത്. ലെവി വസൂലാക്കാൻ എത്തിയ ഉദ്യോഗസ്ഥരുടെ അതിക്രമങ്ങളെ സെറ്റിൽമെന്റിലുള്ളവർ കൂട്ടായി ചെറുത്തു. 20 പേരെ അറസ്റ്റു ചെയ്തു. വ്യാജരേഖകൾ ചമച്ചു എന്ന് കള്ളക്കേസുണ്ടാക്കി. കേസുകളും സംഘർഷങ്ങളും ചെറുത്തു

നില്പുകളും റോഡിന്റെയും സ്കൂളിന്റെയും അഭാവവുമെല്ലാം ചേർന്ന് പുതിയ തലമുറയുടെ വിദ്യാഭ്യാസം മുടങ്ങി.

1955 ൽ എത്തിയ കുടുംബങ്ങളിൽ ഇഡ്കേടിയിലും തൊട്ടടുത്തു മുള്ള ഇതര ഗ്രാമങ്ങളിലും കുടിവച്ച 175 കുടുംബം വളർന്ന് 900 കുടും ബങ്ങളായി. കൃഷി കാലക്രമേണ നഷ്ടമായിത്തുടങ്ങി. 1990 മുതലുള്ള പുതിയ നയങ്ങളുടെ പരീക്ഷണഘട്ടങ്ങളിൽ കൃഷി ചൂതാട്ടമായി. കിട്ടി യാൽ കിട്ടി. എന്ന സ്ഥിതിയായി. പലരും വയലുകൾ പാട്ടത്തിനു നല്കി. ഭോപ്പാലിലേക്കും റെയ്സണിലേക്കും വിദിശയിലേക്കും താമസം മാറി.

ഉൾപ്പിരിവുകൾ ഒഴിവാക്കി 1955 മുതൽ സംഭവിച്ച കാര്യങ്ങൾ രവി വിവരിക്കുകയായിരുന്നു. എത്രയോ വട്ടം ആവർത്തിച്ചിരിക്കാവുന്ന ഈ കഥ വീണ്ടും വീണ്ടും പറഞ്ഞ് രവി ഒരു ടേപ്പ് റെക്കോഡർപോലെ ആയി ക്കഴിഞ്ഞു.

റെയ്സൻ ജില്ലയിൽപ്പെട്ട സുൽത്താൻപൂർ ഒരു ദരിദ്രനഗരമാണ്. പ്രാചീനതകൾ ചുറ്റും വസിക്കുന്ന നഗരം, കാളവണ്ടികൾ, അലഞ്ഞു നടക്കുന്ന കാലിക്കൂട്ടങ്ങൾ, കോവർകഴുതകൾ, ഉന്തുവണ്ടികൾ, പഴയ സൈക്കിൾ ചവിട്ടിപ്പോകുന്ന വൃദ്ധർ, മറ്റെങ്ങും കാണാനാകാത്ത പഴ ഞ്ചൻ സ്കൂട്ടറുകൾ, രണ്ടു നൂറ്റാണ്ടുകൾക്കു മുന്നിലെക്കെന്നുതോന്നും വിധമുള്ള ചന്ത. പൊടിവാഴും ഭൂമി.

ഇട്കേടിക്കാരുടെ സമീപ നഗരമാണിത്. ഭോപ്പാലിൽനിന്നും എഴു പത്തിരണ്ടു കിലോമീറ്റർ സഞ്ചരിച്ച് സുത്താൻപൂരിൽ എത്താം. അവിടെ നിന്നും അരമണിക്കൂർ യാത്രചെയ്താൽ ഇട്കേടി. നർമ്മദയുടെ പോഷ കനദിയായ ചമർസാലിന്നടുത്താണ് ഈ ഗ്രാമം.

ഭോപ്പാലിൽ നിന്നും ഇട്ക്കേടിലേക്ക് വരുന്നവഴി വനപ്രദേശങ്ങളും കായൽ പ്രദേശങ്ങളും തടാകങ്ങളും അസംഖ്യം വയലേലകളും കണ്ടു. ഒരുവേള കുട്ടനാടൻ പാടശേഖരത്തിലൂടെയാണോ കടന്നുപോകുന്ന തെന്നു നാം സംശയിച്ചേക്കാം. നെല്ല് നുരിനിവർന്ന് വരുന്ന സമയമായി രുന്നു അത്. മഴ പെയ്ത് തോർന്നതിനാൽ ആകാശം പ്രസന്നമായിരുന്നു. യന്ത്രമുപയോഗിച്ചാണ് നെല്ല് നടുന്നത്. യന്ത്രമുപയോഗിച്ചുള്ള നടലിനു തെളിവായി തുല്യമകലത്തിലുള്ളപാറ്റേണുകൾ രൂപപ്പെടുന്നതും അക ലുന്നതും കാറിലിരുന്നു കാണാം. ഇഡ്കേടിക്കാരെ ഞാറ്റടിയിൽ നെല്ലു പാകി പറിച്ചു നടാൻ പഠിപ്പിച്ചത് മലയാളികൾ ആയിരുന്നുവെന്നാണു രവി പറഞ്ഞത്. ആർക്കും വേണ്ടാത്തിടത്തു മലയാളികളെ തള്ളിവിട്ട തല്ല, കൃഷി വികസനം തന്നെയായിരുന്നു നെഹ്റുവിന്റെ മനസ്സിലെന്ന് ആ പ്രദേശങ്ങളിലൂടെ കടന്നുപോയപ്പോൾ മനസ്സിലായി

സുൽത്താൻപൂരിന്റെ പൊടി നിറഞ്ഞ വഴികൾ പിന്നിട്ട് വിശാലമായ നെൽവയൽ ശേഖരങ്ങളിലൂടെ ഞങ്ങൾ കടന്നുപോയി. വഴികൾ പലതു പിന്നിടുമ്പോൾ ഇഡ്കേടി ഗ്രാമത്തിന്റെ അടയാളങ്ങൾ കണ്ടു. ദൂരെ ഒരു പെന്തക്കോസ്ത് ദേവാലയവും അതിന്റെ കുരിശും കാണപ്പെട്ടു. സ്വന്തം ഗ്രാമമെത്തിയതിന്റെ സന്തോഷം രവിയുടെ മുഖത്തും കണ്ടു. ഇഡ്കേ

രവിയ്ക്കൊപ്പം നാട്ടുകാർ

ടിയുടെ കാറ്റിൽ അയാൾ പഴയ രവിയായി. വഴിയരികിലൂടെ നടന്നുപോവുകയായിരുന്ന ഒരു വൃദ്ധനുമുമ്പിൽ കാർ നിന്നു. രവി പുറത്തിറങ്ങി.

"നീയെപ്പോഴെത്തിയെടേ. എവരക്കെയാര്?" തെക്കൻ മലയാളം തനിമവിടാതെ പറയുകയാണ് തിരുവട്ടാറിൽ നിന്നുമെത്തിയ കേശവൻ നായർ. അന്ന് തിരുവട്ടാർ തിരുവിതാംകൂറിന്റെ, അതുവഴി തിരു-കൊച്ചി സംസ്ഥാനത്തിന്റെ ഭാഗമായിരുന്നു. കേശവൻ നായർക്കൊപ്പം നടന്നു. കൈലിയും കൈയില്ലാത്ത ബനിയനുമാണ് വേഷം. ശരീരത്തിൽ വേനൽക്കാലത്തെ പാടത്തിലെന്നപോലെ അടയാളങ്ങൾ വീണിരുന്നു. ഇരുപത്തിമൂന്നാം വയസ്സിൽ എത്തിയതാണ്. അക്കാലമോർക്കുമ്പോൾ കേശവൻനായർ വികാരധീനനായി. ഭോപ്പാലിൽ വണ്ടിയിറങ്ങി ലോറിയിലും കാളവണ്ടിയിലുമായി ഇവിടെയെത്തിയപ്പോൾ ഉയിരുപറന്നുപോയ് എന്നാണദ്ദേഹം പറയുന്നത്. വനവും ചതുപ്പും എന്നുപറയാവുന്ന ഭൂമി. ആത്മവിശ്വാസം കൈവിട്ടില്ല. അതെല്ലാം എത്രയോ കാലം മുമ്പ്. ഇപ്പം ഇതാണെന്റെ മണ്ണ്. ടെറസ് വീടിന്റെ മുമ്പിൽ തെങ്ങും കമുകും വച്ചുപിടിപ്പിച്ചിരിക്കുന്നു. ഏതാനും മൂട് കപ്പയും ചേനയും കാച്ചിലും പറമ്പിൽ കാണാം. വാഴക്കൂട്ടങ്ങളുമുണ്ട് ഇടക്കിടെ. അതിനോട് ചേർന്ന് ഒരു പ്ലാവുണ്ട്. ഇവിടെ വന്നില്ലായിരുന്നെങ്കിൽ ജീവിതത്തിന് എന്ത് സംഭവിക്കുമായിരുന്നു? അതൊന്നും ഓർക്കാൻ സമയംകിട്ടിയില്ല. തൊഴിലില്ലാതെ തിരുവനന്തപുരം നഗരത്തിൽ അലഞ്ഞു നടന്നിട്ടുണ്ട്. വഴിയോരത്തെ പൈപ്പ് വെള്ളം കുടിച്ച് കടത്തിണ്ണയിൽ കിടന്നുറങ്ങിയിട്ടുണ്ട്. പണികിട്ടാതെ തിരുവട്ടാറിലേക്ക് മടങ്ങി. വയലിൽ പണിയെടുത്തുവരുമ്പോഴാണ് ഭോപ്പാലിൽ പോയാൽ പണിയും ഭൂമിയും കിട്ടുമെന്നറിഞ്ഞ് യാത്ര തിരിച്ചത്. പന്ത്രണ്ട് ഏക്കർ സ്വപ്നം കാണാവുന്നതുമല്ല. ഭൂമിക്കു വിലയായി നല്കേണ്ടിയി

കേശവൻ നായർ

രുന്ന തുക സർക്കാർ ബാങ്ക് വായ്പയായി മാറ്റിയിരുന്നു. അന്നിതൊന്നും അറിയില്ലല്ലോ. പറഞ്ഞിടത്തെല്ലാം ഒപ്പിട്ടുകൊടുത്തു. ബാങ്ക്ജപ്തി നോട്ടീസ് ആയപ്പോഴാണ് ചതി മനസ്സിലായത്. എന്നിട്ടും പിടിച്ചുനിന്ന കഥ കേശവൻ നായർ പറഞ്ഞു. കേശവൻ നായരുടെ ഭാര്യയും തിരുവട്ടാർകാരിയാണ്. മൂന്ന് ആൺമക്കൾ. അതിൽ ഒരാൾ പട്ടാളത്തിൽ. മറ്റു രണ്ടുപേരും കൃഷി ചെയ്യുന്നു. ഗോതമ്പു കൃഷി ആദായകരമാണ്. ഇടയ്ക്ക് നാട്ടിൽ പോയിവരും. സ്വന്തം നാടിന്റെ ഗൃഹാതുരതയിൽ മുഴുകാൻ കേശവൻനായർക്കു സമയമില്ല. ജീവിതം മുന്നിലുണ്ട്. ഞങ്ങളെ സൽക്കരിക്കാൻ കേശവൻ നായർ വെമ്പൽ കാട്ടി. നിങ്ങളൊക്കെ ഇടയ്ക്ക് വരണം. ഇങ്ങനെ കുറേപ്പേർ ഉണ്ടെന്ന് ഇടയ്ക്കിടയ്ക്ക് നാട്ടുകാരെ ഓർമ്മിപ്പിക്കണം. ഈ തനി നാട്ടിൻപുറത്തുകാരൻ കാലമിത്രയായിട്ടും മാറ്റങ്ങളൊന്നുമില്ലാതെ നിലനില്ക്കുന്നതു കണ്ടപ്പോൾ അതിശയം തോന്നി. മനുഷ്യന്റെ വംശവും സംസ്കാരവും ഭാഷയും അത്രവേഗം മാഞ്ഞുപോകുന്ന ഒന്നല്ല എന്ന അറിവ് ഒരിക്കൽക്കൂടി പുതുക്കി. ഏതോ നാട്ടിൽ ഏതോ ഭാഷ സംസാരിക്കുന്ന മനുഷ്യർക്കിടയിലിതാ ഒരു കേശവൻ നായർ!

കാർ അകന്നുപോകവേ രവി പറഞ്ഞു. "ഒരു സാധുജീവി."

ഇപ്പോൾ ഞങ്ങൾ സ്കൂളിനരികിലാണ്. മലയാളി സെറ്റിൽമെന്റിനായി തുടങ്ങിയ സ്കൂൾ ഹയർസെക്കന്ററി വരെ ഉയർത്തി. പിന്നെ പത്താംതരം വരെയായി താഴ്ത്തി. മലയാളി കുട്ടികളാരും ഇന്നവിടെ പഠിക്കുന്നില്ല എന്നു രവി പറഞ്ഞപ്പോൾ അവിശ്വസനീയമായി തോന്നി. അവർ അകലെയുള്ള കോൺവെന്റുസ്കൂളുകളിൽ പഠിക്കുന്നു. തദ്ദേശീയരായ ഗോണ്ട് ആദിവാസി വിഭാഗക്കാരുടെ കുട്ടികളാണ് ഏറെയും.

അരികുപറ്റി ജീവിക്കുന്ന മനുഷ്യരുടേതു മാത്രമായി സർക്കാർ വിദ്യാലയങ്ങൾ ഇവിടെയും മാറിയോ? ഞങ്ങൾ സ്കൂൾ മുറ്റത്തേക്കു നടന്നു. സ്കൂൾ പ്രവൃത്തി സമയം തുടങ്ങിയിരുന്നില്ല. കൗതുകപൂർവ്വം അടുത്തുകൂടിയ കുട്ടികളോട് രവി വർത്തമാനം പറഞ്ഞു. ഈ സ്കൂളിനു വേണ്ടി ഏറെ പണിപ്പെട്ടവനാണയാൾ. സ്കൂളിന്നടുത്തായി പെന്തകോസ്തു വിഭാഗത്തിന്റെ പള്ളി. പള്ളിക്കടുത്തായി ചെറിയൊരു ചായക്കട. ചായക്കടയിൽനിന്നും പരിപ്പുവടയുടെ മണം. വടയുടെ മാവു കുഴയ്ക്കുന്ന കൈകൾ ഒരു ചോദ്യചിഹ്നംപോലെ വളച്ചുപിടിച്ച് സുനജ ഞങ്ങളെ നോക്കി. കണ്ണാടി പെട്ടിക്കുള്ളിൽ സമോസയുണ്ടാക്കി അടു

സുനജ

ക്കിവച്ചിട്ടുണ്ട്. ചാലക്കുടിക്കടുത്തു നിന്നുവന്ന രാജശേഖരന്റെ മകൻ സുനിൽ രാജിന്റെ ഭാര്യയാണ് സുനജ. സുനിൽ നാട്ടിൽനിന്നാണ് വിവാഹം കഴിച്ചത്, ഞങ്ങളെ സൽക്കരിക്കാൻ ഇരുവരും ധൃതിപ്പെട്ടു. ഇവിടെ വന്നു പെട്ട കാലത്ത് ആകെ ശ്വാസം മുട്ടിയിരുന്നതായി സുനജ പറഞ്ഞു. “നാട്ടിൽ മഹിളാ സംഘടനയിൽ പ്രവർത്തിച്ചിരുന്നു. ഇവിടെ എത്തിയപ്പോൾ പത്രം കിട്ടാനില്ല. നാടുമായി ഒരു ബന്ധവും വയ്ക്കാനായില്ല. യാത്രാ സംവിധാനങ്ങൾ പരിമിതം. ഒരു പനിവന്നാൽ മൈലുകൾ താണ്ടി പോകണം. വീട്ടിൽ വലിയ സൗകര്യമൊന്നുമുണ്ടായിരുന്നില്ല. ഞങ്ങളുടെ കല്യാണം 1985 ലാണ്. നാടുവിട്ടിട്ടിപ്പോൾ മുപ്പതുകൊല്ലം കഴിഞ്ഞിരിക്കുന്നു. ഇദ്ദേഹം ഇവിടെ ജനിച്ചയാളാണ്. സുനിൽ രാജിനെ ചൂണ്ടി സുനജ പറഞ്ഞു. ഒന്നും കഴിക്കാനില്ലാത്ത നാളുകളുണ്ടായിരുന്നു. കൂലിപ്പണിക്ക് അവസരം കുറവാണ്; കൂലിയും. എങ്ങനെയൊക്കെയോ തുഴഞ്ഞു കയറി. ഇപ്പോൾ സന്തുഷ്ടയാണ്. രണ്ടു മക്കൾ. മൂത്തവൻ സെൻട്രൽ ബാങ്കിൽ ജോലി ചെയ്യുന്നു. മകൾ ഭോപ്പാലിൽ നഴ്സിങ്ങിന് പഠിക്കുന്നു. നാലര ഏക്കർ ഭൂമിയുള്ളത് പാട്ടത്തിനുകൊടുത്തിരിക്കുകയാണ്.

ജയനും സീമയുമൊക്കെ കത്തിനിന്നിരുന്ന കാലത്ത് ധാരാളം സിനിമ കാണുമായിരുന്നു. മോഹൻലാലൊക്കെ പച്ചപിടിച്ചുതുടങ്ങിയ കാലത്താണ് ഇങ്ങോട്ടെത്തുന്നത്. ഇവിടെ എത്തി എത്രയോ കാലം ഇരുട്ടിലായിരുന്നു. ഒന്നോ രണ്ടോ കൊല്ലത്തിലൊരിക്കൽ നാട്ടിൽ പോകുമായിരുന്നു. സിനിമ കാണുന്നത് അപ്പോഴാണ്. എത്രയോ പുതിയ ആളുകൾ സിനിമയിൽ വന്നു. ഒന്നും അറിഞ്ഞില്ല. ടേപ്പ് റെക്കോഡർ വാങ്ങിയശേഷം നാട്ടീന്നു കൊണ്ടുവന്ന സിനിമാപാട്ടുകൾ കേൾക്കും. അതായിരുന്നു നാടുമായുള്ള സമ്പർക്കം. നാട്ടിൽ എന്തൊക്കെ മാറ്റംവന്നു. എന്തൊക്കെ രാഷ്ട്രീയ മാറ്റങ്ങൾ. ഇവിടെ രാഷ്ട്രീയ മരവിപ്പാണ്. കോൺഗ്രസും ബി ജെ പിയുമാണ്. ഇവിടത്തെ പ്രബല കക്ഷികൾ. കേരളത്തിൽ പുതിയ സർക്കാരുകൾ വരുന്നതുപോലും ഇവിടെ അറിയില്ല.

കേബിൾ വന്നതോടെ കാര്യമെല്ലാം മാറി. ഇപ്പോൾ നാട്ടിൽ നടക്കുന്നതൊക്കെ അപ്പഴപ്പഴ് അറിയാം. ഇവിടെയങ്ങ് വേരുറച്ചു. നാട്ടിപ്പോണമെന്ന ചിന്തയൊന്നും അങ്ങനെ വരാറില്ല. ഇവിടത്തെ ഗോണ്ടി ഭാഷയും ഹിന്ദി ഭാഷയുമൊക്കെ സ്വന്തം ഭാഷ പോലെയായി. മക്കളോട് മലയാളത്തിൽ പറയും. അവര് തിരിച്ചും. എന്നാൽ അവർ തമ്മിൽ ഹിന്ദിയിലാണ് സംസാരിക്കുക. പിന്നെ ഓണക്കാലമൊക്കെ ആകുമ്പോൾ നാടിന്റെ ഓർമ്മവരും. കളിയും ചിരിയും പാട്ടും കൂത്തുമായി ഓടി നടന്നതൊക്കെ ഓർക്കുമ്പം... ഞങ്ങളും ഇവിടെ ഓണമൊക്കെ ആഘോഷിക്കും. പൂവിടും ഊഞ്ഞാലു കെട്ടും. എന്നാലും നാട്ടിലെ ഓണം ഒന്നു വേറെതന്നെ."

ഞങ്ങളിറങ്ങുമ്പോൾ സുനജയും സുനിൽ രാജും ഒപ്പം വെളിയിലേക്കിറങ്ങി വന്നു. കാറു നീങ്ങുമ്പോൾ അവർ അവിടെത്തന്നെ നിശ്ചലമായി നില്ക്കുന്നുന്നുണ്ടായിരുന്നു.

പ്രധാന കവലയിൽ കാർ നിന്നു. ഒന്നും രണ്ടും പലചരക്കു കടകൾ. പച്ചക്കറിക്കടകൾ ചായക്കട. ബാർബർഷോപ്പ്, ഹോമിയോ ക്ലിനിക്, ബസ്സ്റ്റോപ്പ്. കേരളത്തിലെ പ്രത്യേകിച്ച് കുട്ടനാട്ടിലെ ഏതോ കവലയിൽ എത്തപ്പെട്ടപോലെ. ചുറ്റും നില്ക്കുന്ന വൃക്ഷലതാദികളൊക്കെ കേരളത്തിലേതുപോലെ. മരച്ചീനി തലനീട്ടുന്ന വേലികൾ. ഉയർന്നു നില്ക്കുന്ന തെങ്ങും കമുകും. ടാറിടാത്ത വഴികളിലൂടെ യൂണിഫോറമിട്ട കുട്ടികൾ സ്കൂളിലേക്കു പോവുന്നു.

കവലയിൽ ഇ എ തോമസിന്റെ പലചരക്കുകടയിൽ വച്ചാണ് ശ്രീദേവി നായർ എന്ന അൻപത്തഞ്ചുകാരിയെ കാണുന്നത്. സെമേരി കാലയിലെ സർക്കാർ സ്കളിലെ അദ്ധ്യാപികയാണവർ. ഇട്കേടിയിൽ ജനിച്ചു വളർന്നവളാണ് ശ്രീദേവി. അവരുടെ കേരളീയ വസ്ത്രധാരണ രീതിയും ചന്ദനക്കുറിയും കണ്ടാൽ കേരളത്തിൽ നിന്നിപ്പോൾ എത്തിയതായേ തോന്നൂ. തനി കേരള വനിത. ശ്രീദേവി ടീച്ചർക്ക് നാട് ഒരോർമ്മയല്ല. ഇവിടെയാണവർ ജനിച്ചുവളർന്നത്. നാട്ടിൽ ടൂർ പോവാനിഷ്ടമാണ്. അവിടത്തെ രീതികൾ പലതും വേറെയാണ്. തിരിച്ച് ഇവിടെ വന്നാലേ സമാധാനമാകൂ. മലയാളം

ശ്രീദേവി നായർ

എഴുതാനറിയില്ല. പഠിച്ചത് ഹിന്ദിയും ഇംഗ്ലീഷുമാണ്. ഗോണ്ടുഭാഷ ഞങ്ങളും മലയാളം ഇവിടുത്തുകാരും സംസാരിക്കും. കുട്ടിക്കാലത്ത് മലയാളി സമൂഹത്തിൽ ഇഴയടുപ്പം കൂടുതലായിരുന്നു. അന്നൊന്നും കുടിയേറ്റക്കാർക്കിടയിൽ ജാതിയും മതവുമൊന്നും ഉണ്ടായിരുന്നില്ല. കല്യാണങ്ങൾക്ക് മലയാളി സമൂഹമാകെ ഒത്തുചേർന്ന് കേരള സദ്യ ഒരുക്കുമായിരുന്നു. വീട്ടുമുറ്റത്ത് പന്തലിട്ട് കല്യാണം. പാത്രങ്ങളൊക്കെ വീടുകളിൽ നിന്നെടുക്കും. ഒരാഴ്ചത്തെ ഒരുക്കം നടക്കും. വാഴയിലയിൽ സദ്യ. എല്ലാ ആഘോഷങ്ങളും ഒന്നിച്ച് ആഘോഷിക്കും. ഓണത്തിന് ഊഞ്ഞാലുകെട്ടാനും ക്രിസ്തുമസിന് നക്ഷത്രം ഒരുക്കാനും ഒത്തുചേരും. ഇവിടത്തെ ആളുകളും ഒപ്പം ചേരും. നമ്മളോടിടപെട്ട് അവരും മലയാളികളെപ്പോലെയായി. ഇപ്പോൾ കല്യാണമൊക്കെ മണ്ഡപത്തിലായി. മാത്രമല്ല ആളുകളുടെ ഇടയിൽ ജാതിയും മതവും വന്നു തുടങ്ങി. ജാതിപ്രശ്നം ഒരു വിവാഹത്തോടെയാണ് തലപൊക്കിയതെന്ന് ശ്രീദേവി ടീച്ചർ പറഞ്ഞു. ഒരു നായർ സമുദായക്കാരി പെണ്ണിനെ ക്രിസ്ത്യാനിപ്പയ്യൻ പ്രേമിച്ച് കെട്ടിയതോടെ സാമുദായിക ചേരിതിരിവു വന്നു. ഹിന്ദുക്കളും ക്രിസ്ത്യാനികളും രണ്ടു ചേരിയായി. ഹിന്ദുക്കളിൽ നായന്മാർ എൻ എസ് എസ് ശാഖ തുടങ്ങി. ഈഴവർ എസ് എൻ ഡി പി യൂണിയൻ ശാഖയും. എൻ എസ് എസ് ഇപ്പോൾ സജീവമല്ലെന്ന് ശ്രീദേവി ടീച്ചർ പറയുന്നു. എസ് എൻ ഡി പിക്കാർക്ക് ഒരു ഗുരുമന്ദിരമുണ്ട്. ടി വിയിൽ മലയാള പരിപാടികൾ കാണും. സീരിയലുകൾ ഇഷ്ടമാണ്. പെൺമക്കളെ നാട്ടിൽ കെട്ടിച്ചയയ്ക്കുന്നവരും അവിടെനിന്ന് പെണ്ണുകൊണ്ടുവരുന്നവരുമുണ്ട്. എങ്കിലും ഇവിടത്തെ പെൺകുട്ടികൾക്ക് നാട്ടിൽ കല്യാണത്തിനൊക്കെ പോകും. ബന്ധുക്കൾ ഇവിടെയും വരാറുണ്ട്. പെൺമക്കളെ നാട്ടിൽ കെട്ടിച്ചയക്കുന്നതിൽ താല്പര്യമില്ല. മറുനാടൻ മലയാളികളെയാണ് അവർക്കിഷ്ടം. ഇവിടെ അവർ വിദ്യാലയങ്ങളിൽ സ്വതന്ത്രരാണ്. മദ്ധ്യ ഇന്ത്യൻ ജാതി സംഘടനയോ ഖാപ്പ് പഞ്ചായത്തോ അവരെ നിരീക്ഷിക്കുന്നില്ല. നാട്ടിലെത്തുമ്പോൾ അവിടത്തെ ഇടുങ്ങിയ രീതികൾ പെൺകുട്ടികൾക്ക് സഹിക്കാനാവില്ല എന്നു ശ്രീദേവി ടീച്ചർ പറഞ്ഞു. മദ്ധ്യപ്രദേശിൽ, പ്രത്യേകിച്ച് ഭോപ്പാലിൽ വലിയൊരു മലയാളി സമൂഹമുണ്ട്. സമാജത്തിന്റെ സഹായത്തോടെ ജാതിമതങ്ങൾക്കിണങ്ങിയ വധുവരന്മാരെ കണ്ടെത്താൻ സഹായിക്കുന്ന മാര്യേജ് ബ്യൂറോകളുമുണ്ട്. നാട്ടിൽ പോകുമ്പോൾ വലിയ മാറ്റങ്ങൾ കാണുന്നുണ്ട്. ഇവിടെ അതൊന്നുമില്ല, എങ്കിലും ഇവിടെ ഒന്നിച്ചു വളർന്നു. മക്കളെ പ്രസവിച്ചു. ഇതാ പെൻഷൻ പറ്റാനും പോകുന്നു. പഴയ സ്നേഹം ഞങ്ങൾക്കിടയിലിപ്പോഴില്ലെന്ന വിഷമം മാത്രമേയുള്ളൂ. ശ്രീദേവിടീച്ചർ പറഞ്ഞവസാനിപ്പിക്കുമ്പോഴേക്ക് അവരുടെ ബസു വന്നു.

II

തോമസിന്റെ പലചരക്കുകടയിൽ മലയാളികൾക്കു വേണ്ടതൊക്കെ ലഭ്യമാണ്. ഭോപ്പാലിൽ കിട്ടാത്തത് കേരളത്തിൽ നിന്നും വരും. കേരളത്തിന്റെ പലതരം കറിക്കൂട്ടുകൾ അലമാരയിൽ നിറഞ്ഞിരിക്കുന്നു. നാടൻ ചമ്പാവരിയും പച്ചരിയും ലഭ്യമാണ്. കടകൊണ്ട് സ്വന്തം ജീവിതം മെച്ചപ്പെടുത്തിയ ആളാണ് തോമസ്. മക്കൾ പഠിക്കുന്നു. ആവശ്യത്തിനുള്ള എല്ലാ സൗകര്യങ്ങളുമുണ്ട് ആ വീട്ടിൽ. മലയാളി സമൂഹത്തിന്റെ മീറ്റിങ് പോയിന്റാണ് തോമസിന്റെ കട.

രവി എത്തിയതറിഞ്ഞ് ഗോപാലൻ ചേട്ടൻ പതുക്കെപ്പതുക്കെ നടന്നെത്തി. തലയിൽ നരയ്ക്കാത്തതായി ഒരു മുടിയും ബാക്കിയില്ല. ശങ്കരാടിയുടേതുപോലുള്ള മുഖം, ഉയരക്കുറവ്. എൺപത്തഞ്ചു വയസ്സുണ്ട് ഗോപാലൻ ചേട്ടന്. തിരുവനന്തപുരത്തിനടുത്തെ തോന്നയ്ക്കലിൽ നിന്നാണ് ഇട്കേടിയിലേക്കെത്തിയത്. കുടിയേറ്റക്കാരുടെ നേതാവായി ഗോപാലൻ ചേട്ടൻ മാറി. പട്ടേൽ സ്ഥാനവും ലഭിച്ചു. ഒരു ഗ്രാമത്തിലെ മേൽനോട്ടക്കാരനാണ് പട്ടേൽ. പട്ടേൽസ്ഥാനം റവന്യൂ അധികാരികൾ നല്കുന്നതാണ്. പട്ടേൽ നല്കുന്ന വിവരമാണ് തഹസിൽദാർ മാനിക്കുന്നത്. കളക്ടറും തഹസിൽദാറും ഗ്രാമം സന്ദർശിക്കുമ്പോൾ അവരെ വരവേല്ക്കുന്നത് പട്ടേലായിരിക്കും. അങ്ങനെ ഗോപാലൻ ചേട്ടൻ ഗോപാലൻ പട്ടേൽ അഥവാ പട്ടേൽ സാഹിബായി ബഹുമാനിതനായി, ആ ഗ്രാമത്തിന്റെ തലവനായി വാണു. തദ്ദേശീയരായ ഗോണ്ടുകൾക്കും നയീസുകൾക്കും കുശവാഹകർക്കും പട്ടേൽ സാഹിബ് നേതാവു തന്നെയായിരുന്നു. പട്ടേൽ സാഹിബ് ഇങ്ങനെ ഓർത്തെടുക്കുന്നു.

"കൊച്ചിയിൽനിന്നും വണ്ടികയറുമ്പോൾ ഞങ്ങൾ പരസ്പരം അറിയാത്തവരായിരുന്നു. എല്ലാരുടെ കൈകളിലും പാത്രങ്ങളും മരിച്ചീനി കമ്പുകളുടെ കെട്ടുമുണ്ടായിരുന്നു. പ്രത്യേക ബോഗികളിലാണ് ഒരു പരിചയവുമില്ലാത്ത നാട്ടിലേക്ക് തിരിച്ചത്. ഞങ്ങളുടെ കാര്യങ്ങൾ നോക്കാൻ ചുമതലപ്പെട്ട ഉദ്യോഗസ്ഥനുണ്ടായിരുന്നു. പല പല സ്റ്റേഷനുകളിൽ മാറി മാറി ബോഗികൾ ഘടിപ്പിച്ചു. പക്ഷേ, ഞങ്ങൾ ഇരുന്ന ബോഗിയിൽത്തന്നെ ഇരുന്നു. ഭോപ്പാലിൽനിന്നും ലോറികളിലും ജീപ്പുകളിലുമായി സുൽത്താൻപൂർ വരെ എത്തി. പിന്നെ വാഹന സൗകര്യമില്ല. ചുമടും തല

ഗോപാലൻ പട്ടേലർ

യിലെടുത്ത് വരിവരിയായി നടന്നു പോയ ഞങ്ങളെ വിചിത്രജീവികളായാണ് ആളുകൾ കണ്ടത്. ഇട്കേടിയിലെത്തിയപ്പോഴാണ് ചങ്കു തകർന്നത്. കൃഷിയൊന്നുമില്ലാത്ത സ്ഥലം. കാടുകേറിക്കിടക്കുന്ന ഭൂമി. വേണ്ടത്ര പരിചരണമില്ലാത്ത വയലുകൾ. രണ്ടുകൊല്ലക്കാലം തൊഴിൽ ലഭിക്കുമെന്നും ദിവസക്കൂലി ലഭിക്കുമെന്നുമൊക്കെയായിരുന്നു വാഗ്ദാനം. എല്ലാം പൊള്ളയായ വാക്കുകളായിരുന്നെന്ന് മനസ്സിലാക്കുന്നത് കുടുംബസമേതം എത്തി പാർപ്പുറപ്പിച്ചപ്പോഴാണ്.

കുതിരലായം പോലെ ഒറ്റ മുറിയിൽ കഴിഞ്ഞു, എത്രയോ കാലം. കുടിവെള്ളം ലഭ്യമായിരുന്നില്ല. പൊതു കിണറുകളിൽനിന്നും വെള്ളമെടുക്കാൻ ചെന്ന ഞങ്ങളെ തല്ലിയോടിച്ചു. വെള്ളമെടുക്കാനുപയോഗിച്ച കലങ്ങൾ തല്ലിത്തകർത്തു. ഞങ്ങൾ നരഭോജികളായ ഏതോ വിഭാഗക്കാരാണെന്നും ദുർമന്ത്രവാദികളാണെന്നും കുട്ടികളെ പിടിച്ചുകൊണ്ടുപോയി മന്ത്രവാദത്തിനുള്ള തൈലമുണ്ടാക്കുന്നവരാണെന്നും ഗോണ്ടുകൾക്കിടയിൽ കഥകൾ പ്രചരിച്ചിരുന്നു. അവർ ആകെ ഭയന്നിരുന്നു. അവരുടെ സ്വച്ഛ ജീവിതങ്ങൾക്കിടയിലേക്കു കടന്നുവന്ന കടന്നു കയറ്റക്കാരായാണ് അവർ ഞങ്ങളെ കണ്ടത്. അവർക്കിടയിൽ സാമാന്യ വിദ്യാഭ്യാസമുള്ളവർ ഞങ്ങളെ മദ്രാസികൾ എന്നു വിളിച്ചു. അന്ന് രാമൻകുട്ടിയും ഞാനുമായിരുന്നു മലയാളികൾക്ക് നേതൃത്വം നല്കിയത്. രാമൻകുട്ടി നാട്ടിൽ കോൺഗ്രസ് പ്രവർത്തകനായിരുന്നു. ഞാൻ കമ്യൂണിസ്റ്റും. രാഷ്ട്രീയ പ്രവർത്തന അനുഭവം ഞങ്ങൾക്കു സഹായകരമായി.

ഗത്യന്തരമില്ലാതെ വന്നപ്പോൾ ബലം പ്രയോഗിച്ച് ഞങ്ങൾ കുടിവെള്ളമെടുത്തു. ചില്ലറ സംഘട്ടനങ്ങളും നടന്നു. ഞങ്ങൾക്ക് അളന്നു കിട്ടിയ കരഭൂമിയിൽ വീടുകെട്ടാനും വയലിൽ പണിയെടുക്കാനും തുടങ്ങിയതോടെ ഞങ്ങളെപ്പറ്റിയുള്ള ഭയം കുറഞ്ഞു തുടങ്ങി. ആദ്യകാലത്ത് അന്യഗ്രാമങ്ങളിൽ കൂലിപ്പണിക്കു പോയി. ഒരു രൂപയായിരുന്നു ദിവസക്കൂലി. ഇടയ്ക്കിടയ്ക്ക് തദ്ദേശീയരുമായി സംഘട്ടനങ്ങളുണ്ടാവും. ഒരിക്കൽ മജ്ജൂസ്കാലയിൽ ഒരു മലയാളിക്കുടിലിന് നാട്ടുകാർ തീയിട്ടു. ഞങ്ങളും സംഘടിച്ചു ചെന്നു. അവരുടെ മൂന്നുവീടുകൾക്ക് തീയിട്ടു. ഘോരമായ സംഘട്ടനവും പൊലീസ് അറസ്റ്റുമുണ്ടായി. പലരും കാട്ടിൽ കയറി ഒളിച്ചിരുന്നു. പിന്നീട് കാര്യങ്ങൾ ശരിയായി. ഞങ്ങൾ ക്രമേണ മേലാളന്മാരായി. തദ്ദേശീയർ ഞങ്ങളുടെ വയലിൽ പണിക്കാരായെത്തി. ഞങ്ങൾ അങ്ങോട്ടുമിങ്ങോട്ടുമടുത്തു. ആഘോഷങ്ങൾ പങ്കുവച്ചു. ഗോണ്ടുകളുടെ ജീവിതം ഇപ്പോഴും പഴയതുപോലെതന്നെ. ഞങ്ങൾ കൃഷി ചെയ്ത് എടുക്കുന്ന ഗോതമ്പും നെല്ലും ശേഖരിക്കാൻ സർക്കാർ പൊതുധാന്യ ഗോഡൗണുകൾ പണിതുതന്നു. നാഗത്തകിടും. ആസ്ബസ്റ്റോസും ചേർത്തു നിർമ്മിച്ച വൃത്താകൃതിയിലുള്ള ഗോഡൗണുകൾ കേടുകൂടാതെ ഇപ്പോഴുമുണ്ട്. വീടുകൾ കേരള മാതൃകയിലാണെങ്കിലും മേച്ചിലോട് ഇവിടത്തേതാണ്.

പട്ടേൽ സാഹിബ് ഞങ്ങൾക്കൊപ്പം നടന്നു. മലയാളികളുടെ വീടുകൾക്കരികിലൂടെ നടക്കുമ്പോൾ ടി വിയിൽ ഏഷ്യനെറ്റ് വാർത്തകൾ കേൾക്കുന്നുണ്ടായിരുന്നു. മലയാളത്തിലെ സൂപ്പർ ഹിറ്റ് ഗാനങ്ങൾ അരനൂറ്റാണ്ടു കഴിഞ്ഞിട്ടും ഒഴിഞ്ഞുപോകാത്ത മലയാളി സ്വത്വം മൂന്നു തലമുറകൾ പിന്നിട്ട് നാലാം തലമുറയിലേക്കു കടന്നിരിക്കുന്നു.

ക്ലേശമനുഭവിച്ച് പൊരുതിനിന്ന തലമുറയിൽപ്പെട്ടവരിൽ വളരെക്കുറച്ചുപേരേ ഇന്നു ജീവിച്ചിരിപ്പുള്ളൂ. ജാതി മത ഭിന്നതകൾ ഇന്ന് ആളുകളെ ഉള്ളാൽ വേർപെടുത്തുന്നു. പരസ്പരം മത്സരവും സ്പർദ്ധയും ആന്തരികമായി വർത്തിക്കുന്നു. എന്നാലും അവർ ഒന്നാണ്, മലയാളികളാണ്. ഗോപാലൻ പട്ടേലിന്റെ വീട്ടിൽ മകൾ മാത്രമേ ഒപ്പമുള്ളൂ. ബാക്കിയുള്ളവർ ഭോപ്പാലിലാണ്. അവിടെ വിവിധ തൊഴിലുകളിലാണവർ.

സർക്കാർ ആനുകൂല്യങ്ങൾ ലഭിക്കണമെങ്കിൽ ജാതി സർട്ടിഫിക്കറ്റ് വേണം. എന്നാൽ മലയാളികൾ ഇവിടെ ഏതു ജാതിയിൽ ചേരും? ഈഴവരായ ചിലർ അവിടത്തെ ഒ ബി സിയായ കുശവാഹകരുമായി ചേർന്ന് കുശവാഹക സർട്ടിഫിക്കറ്റ് സംഘടിപ്പിക്കാൻ ശ്രമിച്ചെങ്കിലും നടന്നില്ല. ഗോണ്ടുകൾക്കൊപ്പം ചേരാൻ പട്ടികജാതിക്കാരും ശ്രമിച്ചു. എന്നാൽ ഞങ്ങളെ അവർക്കൊപ്പം ഒരേ ജാതിയായി പരിഗണിക്കാൻ തദ്ദേശീയർ സന്നദ്ധരായില്ല. അങ്ങനെ കയറിപ്പറ്റാവുന്ന ഒന്നല്ല ജാതിയെന്ന് ഞങ്ങൾക്ക് ബോദ്ധ്യപ്പെട്ടു. തദ്ദേശീയരെ വിവാഹം ചെയ്ത മലയാളികളും ഉണ്ട്. കുറവാണെന്നു മാത്രം. കേരളത്തിൽ തങ്ങൾക്കുണ്ടായിരുന്ന ജാതിയും മതവും ഏറെക്കാലം പ്രത്യക്ഷമായിരുന്നില്ല. ഞങ്ങൾ ഒരു ജാതിയും മതവുമായി മാറിയെന്നു കരുതിയിരുന്നു. പെട്ടെന്നാണ് ഒരു വിവാഹത്തിന്റെ പേരിൽ ഉടലെടുത്ത ഭിന്നത ഞങ്ങളെ മതത്തി

ധാന്യ സംഭരണി

ന്റെയും ജാതിയുടെയും അടിസ്ഥാനത്തിൽ ഭിന്നിപ്പിച്ചതെന്ന് പട്ടേലർ ഓർമ്മിപ്പിക്കുന്നു. അതിന് എരിവു പകരാനുള്ള ചില ശക്തികൾ ഞങ്ങൾക്കിടയിൽ ഉയർന്നു വന്നിരുന്നു.

കൃഷിഭൂമിക്കു മാത്രമേ പട്ടയം ലഭിച്ചുള്ളൂ. കരഭൂമിക്ക് പട്ടയമില്ല. അതുകൊണ്ട് മെച്ചപ്പെട്ട വീടുവയ്ക്കാനോ ക്രയവിക്രയം നടത്താനോ കഴിയുന്നില്ലെന്ന് എല്ലാർക്കും പരാതിയുണ്ട്.

ഏറെ വിയർപ്പൊഴുക്കി മെരുക്കിയെടുത്ത ഭൂമിയാണ്. ഏറെയും അന്യാധീനപ്പെട്ടിരിക്കുന്നു. ഇവിടെ എത്തുന്ന കാലത്ത് മഴപെയ്താൽ കാൽമുട്ടുവരെ പുതഞ്ഞുപോകുന്ന അവസ്ഥയായിരുന്നത്രേ. ഒരു ഘട്ടത്തിൽ കൃഷി ആദായകരമായിരുന്നു. സോയാബീൻ കൃഷിയാണ് മെച്ചം. കരിമ്പും കൃഷിചെയ്തിരുന്നു. വില കിട്ടിയാലായി ഇല്ലെങ്കിലായി എന്ന അവസ്ഥ. ഗോതമ്പ് കൃഷി ഇപ്പോഴുമുണ്ട്. നെൽകൃഷി കുറവാണ്. മിക്കവരും സ്വന്തം ഭൂമി പാട്ടത്തിനു നല്കി നഗരങ്ങളിലേക്കു ചേക്കേറിയിരിക്കുന്നു. പറമ്പുകളിൽ മരച്ചീനിയുണ്ട്. കുടിയേറ്റത്തിന്റെ ആദ്യകാലങ്ങളിൽ പ്രധാന ഭക്ഷണം കപ്പയായിരുന്നു.

പട്ടേൽ സാഹിബിനും രവിക്കുമൊപ്പം പി കെ രാമൻകുട്ടിയെന്ന പഴയ സർപഞ്ചിന്റെ വസതിയിലേക്കു നടന്നു. രവിയുടെ പിതാവാണ് രാമൻകുട്ടി. രാമൻകുട്ടി രണ്ടുവർഷം മുൻപ് അന്തരിച്ചു. കേരളത്തിൽ അൻപതുകളിൽ കാണപ്പെട്ടിരുന്ന വീടുകളുടെ മാതൃകയിലാണ് അവരുടെ വീട്. ഉരുളി കഴുകി കമഴ്ത്തിയ നിലയിൽ കണ്ടു. മുറ്റത്ത് തുളസിത്തറ. വരാന്തയിലെ കൈവരിയിൽ കിണ്ടിയും നിലവിളക്കും. ചുമരിൽ ചിരിക്കുന്ന രാമൻകുട്ടി സർപഞ്ച്.

രവിയുടെ അമ്മ ഇറങ്ങിവന്നു. എൺപതിനടുത്ത പ്രായം. നല്ല വെളുത്തു തടിച്ച ശരീരപ്രകൃതി. മകന്റെ സുഖവിവരങ്ങൾ തിരക്കി. അവനെയും കൂട്ടി അകത്തേക്കു പോയി.

അമ്മയെ സാന്ത്വനിപ്പിച്ച് രവി പുറത്തേക്കിറങ്ങിവന്നു. ഇരുപതാം വയസ്സിൽ ചില അടിപിടിക്കേസുകളിൽ പെട്ടതിനാൽ ഭോപാലിലേക്കു പോയതാണ്. അവിടെ സ്വകാര്യ കമ്പനിയിൽ ജോലി കിട്ടി. ഇടുക്കിയിൽ നിന്നാണ് വിവാഹം കഴിച്ചത്. ഭോപ്പാലിൽ വീടുവച്ച് താമസിക്കുകയാണ്. മുമ്പൊക്കെ ആഴ്ചയിലൊരിക്കൽ വീട്ടിൽ വരുമായിരുന്നു. ഇപ്പോൾ മാസത്തിലൊരിക്കൽപ്പോലും എത്താനാവുന്നില്ല. അമ്മ ഈ വീടുവിട്ട് എങ്ങും പോകാൻ തയ്യാറല്ല. അച്ഛൻ നാട്ടിൽ വച്ചേ കോൺഗ്രസ് പ്രവർത്തകനായിരുന്നു.

അതുകൊണ്ട് ഇവിടത്തെ പ്രശ്നങ്ങൾ ഏറ്റെടുത്ത് മന്ത്രിമാരെ കാണാൻ തിരുവനന്തപുരത്തും ദില്ലിയിലുമൊക്കെ പോകുമായിരുന്നു. നിരന്തരമായ ഇടപെടൽ കൊണ്ടാണ് ചില കാര്യങ്ങളെങ്കിലും നേടാനായത്. "അച്ഛൻ നിർത്തിയിടത്തു നിന്നാണ് ഞാൻ തുടങ്ങിയത്" 'ദി ഭോപ്പാൽ കേരള കിഷക് സമാജ് വികാസ് സമിതി' എന്നൊരു സംഘടനയുടെ ബാനറിലാണ് ഞങ്ങളുടെ പ്രവർത്തനം. ഞാനാണതിന്റെ

പ്രസിഡന്റ്. ഐ തോമസ് വൈസ് പ്രസിഡന്റും ഗോകുൽ എന്ന യുവാവ് സെക്രട്ടറിയുമായി പ്രവർത്തിക്കുന്നു."

പ്രഭാകര പിള്ള

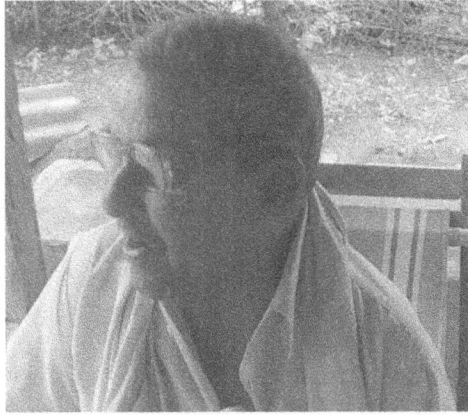

ഉച്ചഭക്ഷണം രവിയുടെ വീട്ടിൽ. ഞങ്ങളുടെ വരവ് കണക്കിലെടുത്ത് ആഹാരം തയ്യാറാക്കിയതാണ്. കൈകൾ കഴുകി ഞങ്ങൾ സ്റ്റീൽ പ്ലേറ്റു കൾക്കു മുന്നിലിരുന്നു. തോമസിന്റെ കടയിൽനിന്നു വാങ്ങിയ പാലക്കാടൻ മട്ട അരിയുടെ ചോറ്. കായത്തിന്റെയും മല്ലിയിലയുടെയും മണം മുറ്റിനില്ക്കുന്ന സാമ്പാറ്. വെളിച്ചെണ്ണയിൽ കാച്ചിയെടുത്ത പപ്പടം, കടുമാങ്ങക്കറി, അവിയൽ. ഏറെ നാളായി വീടുവിട്ട് സഞ്ചാരത്തിനിറങ്ങിയിട്ട്. മദ്ധ്യ ഇന്ത്യയിലെ റൊട്ടിയും ദാലും കഴിച്ച് മരവിച്ച നാവുകളിലേക്ക് രുചിയുടെ കുംഭമഴ പെയ്തു. ഏതുനാട്ടിൽ പോയാലും മലയാളിയുടെ മാറാത്ത രുചിയും ചില ശീലങ്ങളും ഇവിടെയും നിലനിന്നു പോരുന്നു.

കൊട്ടാരക്കരക്കാരൻ പ്രഭാകരപിള്ളയുടേയും രാജമ്മയുടേയും വീട്ടിൽനിന്നു കിട്ടിയ മോര് മൊത്തിക്കുടിച്ച് ആകെയൊന്നു നോക്കി. മദ്ധ്യതിരുവിതാംകൂറിയിലെ നായർത്തറവാടുകളുടെ അതേ മാതൃക. ചുവരു നിറയെ ദൈവങ്ങളും ഗ്രൂപ്പ് ഫോട്ടോകളും. ഹാളിൽ ടി വിയിൽ ഏഷ്യാനെറ്റിലെ സീരിയൽ കണ്ടിരിക്കുകയായിരുന്ന രാജമ്മചേച്ചി അടുക്കളയിൽ കയറിയപ്പോൾ ഒപ്പം ചെന്നു. അസൽ മലയാളി അടുക്കള. എന്തെല്ലാം ഒരു ഇടത്തരം മലയാളി ഗൃഹത്തിന്റെ അടുക്കളയിൽ ഉണ്ടാകുമോ അതെല്ലാം ഇവിടെയുമുണ്ട്. തോമസിന്റെ കടയുടെ മുന്നിൽ വച്ചു ഞങ്ങൾ കണ്ട ശ്രീദേവി ടീച്ചറിന്റെ

രാജമ്മ

അച്ഛനും അമ്മയുമാണ് പ്രഭാകരൻ നായരും രാജമ്മയും. പ്രഭാകരൻ നായർ 27-ാം വയസ്സിലാണ് എത്തിയത്. അന്ന് ഗോപാലൻ പട്ടേലർക്കും രാമൻകുട്ടി സർപഞ്ചിനും ഒപ്പം നിന്നു മലയാളികൾക്കായി പൊരുതിയ തിന്റെ ഓർമ്മ കണ്ണുകളിൽ നിഴലിക്കുന്നു. ശരീരം മനസ്സിനൊപ്പം നീങ്ങാ ത്തതിന്റെ അവശതയിലും പ്രത്യാശ കൈവിടാതെ പ്രഭാകരൻ നായർ. കുടിയേറിയവർ തങ്ങളുടെ ആരാധനാ മൂർത്തികളെ മനസ്സിൽ പേറിയി രുന്നു. വടക്കേ ഇന്ത്യൻ ദൈവങ്ങളോടത്ര മമത തോന്നിയില്ല.

പൊതുസ്ഥലത്ത് സ്വന്തമായി ഒരു ക്ഷേത്രം പണിതു. ചോറ്റാനി ക്കര ഭഗവതി ക്ഷേത്രമെന്നാണ് പേര്. നാട്ടിൽനിന്നും നമ്പൂതിരിമാരെ വരുത്തിയാണ് ദേവിയെ കുടിയിരുത്തിയത്. ചോറ്റാനിക്കര ഉത്സവകാല ത്താണ് ഇവിടെയും ഉത്സവം. നാട്ടിൽനിന്നും അപ്പോൾ നമ്പൂതിരി മാരെത്തും. അതുവരെ പൂജ ഇവിടെയുള്ളവർ തന്നെ ചെയ്യും. ഉത്സവ ത്തിന് ഭോപ്പാൽ മലയാളികൾ കൂട്ടായിയെത്തും. അവരുടെ ഒരു തീർത്ഥാ ടന കേന്ദ്രമാണിത്.

പാറശ്ശാലക്കാരൻ സുകുമാരൻ ചേട്ടന് ഇന്ന് വയസ്സ് എൺപത്തഞ്ച്. ഒപ്പം ഭാര്യ പത്മാവതിയും മകൻ രമേശനുമുണ്ട്. മൂന്നു മക്കൾ. എല്ലാവരും കൃഷിക്കാർ. പാറശാലയിലുള്ള ഒരു വീട്ടിൽ എത്തിയ പ്രതീതി തന്നെ. ചുറ്റും പനമരങ്ങൾ ഇല്ലെന്നു മാത്രം. കാലികൾ തൊഴു ത്തിൽ നീട്ടി വിളിച്ചു. കോഴികൾ ചിക്കിപ്പെറുക്കി നടക്കുന്നു. കാലിത്തീ റ്റകളും രാസവളങ്ങളും പ്രത്യേകം പ്രത്യേകം ചാക്കുകളിൽ അടുക്കിവച്ചി രിക്കുന്നു. വലിയ സിനിമാകമ്പക്കാരിയായിരുന്നു പത്മാവതി. ന്യൂസ് പേപ്പർ ബോയി റിലീസ് ചെയ്തകൊല്ലമായിരുന്നു അവർ നാടുവിട്ടത്. പ്രേംനസീർ എന്നൊരു പുതിയ നടന്റെ രംഗപ്രവേശവും കണ്ടിരുന്നു. പിന്നെ ഒരു ഇരുളടഞ്ഞ കാലം.

മലയാള സിനിമയിൽവന്ന മാറ്റമൊന്നും പിന്നെ പത്മാവതി അറി ഞ്ഞില്ല. നാലഞ്ചു കൊല്ലമായി കേബിൾ ടി വി യുണ്ട്. കേരളവുമായി നേരിട്ടു ബന്ധപ്പെട്ടപോലെയാണവർ ഇക്കാലത്തെ കാണുന്നത്. എറെക്കാലം അകന്നുനിന്ന നാട് അടുത്തെത്തിയപോലെ. രമേശൻ പഠി ച്ചത് ഹിന്ദിയാണ്. മലയാളം എഴുതാനറിയില്ല. മലയാളം എഴുതാനറി യുന്നവർ വളരെ ചുരുക്കം. മലയാളി അസോസിയേഷൻ കുട്ടികളെ മല യാളം പഠിപ്പിക്കാൻ ചില ശ്രമങ്ങളൊക്കെ നടത്തിയെങ്കിലും വിജയം കണ്ടില്ല.

കാലിത്തൊഴുത്തിൽ കന്നുകുട്ടികൾ കരഞ്ഞു വിളിച്ചു. കോഴികൾ കൊത്തിച്ചിക്കി നടന്നു. വളർന്നുനിന്ന പുളിമരത്തിന്റെ ശാഖകൾ നിലം തൊട്ടു.

പറമ്പിലൊരു പുളിമരം. പുളികൾ പൂക്കുന്ന കാലമായിരുന്നു അത്. ചെറിയ കുരുവികൾ പുളിങ്കൊമ്പുകളിൽ ചിറകടിച്ചു. സുകുമാരൻ ചേട്ട നുമായി രവി സംസാരിച്ചിരിക്കെ ഞങ്ങൾ പറമ്പിൽ ചുറ്റി നടന്നു. രമേ ശന്റെ ഭാര്യ കേരളത്തിൽ ജനിച്ചുവളർന്നവളാണ്. ഭോപ്പാലിലെ ഒരു

ബന്ധുവിന്റെ വീട്ടിൽ താമസിച്ച് നഴ്സിങ് പഠിക്കുമ്പോഴാണ് കല്യാണം. ഞങ്ങൾ കാണുമ്പോൾ അവർ പാത്രം കഴുകിയടുക്കുകയായിരുന്നു. ഞങ്ങളെ കണ്ട് എഴുന്നേറ്റു നിന്നു. ഉടുത്തിരുന്ന കൈലിയുടെ കോന്തലകൊണ്ട് മാറുമറച്ചു. ഈ മലയാളിശീലം അവർ മറന്നിട്ടില്ല. ഇവിടെക്കണ്ട മുതിർന്ന മലയാളി സ്ത്രീകൾ ഏറെയും കൈലിയും ബ്ലൗസും തോർത്തുമാണ് ധരിച്ചിരുന്നത്. നൈറ്റി അത്ര സ്വീകാര്യമായിത്തീർന്നിട്ടുണ്ടാവില്ല.

സുകുമാരൻ ചേട്ടന് വാർദ്ധക്യ സഹജമായ അസുഖങ്ങളുടെ ബുദ്ധിമുട്ടുണ്ട്. എങ്കിലും ഞങ്ങളെക്കണ്ടപ്പോൾ കണ്ണുനിറഞ്ഞു. നാട്ടിൽ നിന്നെത്തിയ സ്വന്തം കൂടപ്പിറപ്പുകളായി ഞങ്ങൾ. ശുഷ്കമായ ആ കൈകളിൽ പിടിക്കുമ്പോൾ പൊള്ളുന്ന ചൂടുണ്ടായിരുന്നു. ഇവരൊക്കെ ഒരു കാലത്തെ ഹീറോകളായിരുന്നു. 'അൺസങ് ഹീറോ' എന്നൊക്കെ ഇംഗ്ലീഷിൽ പറയുന്നതുപോലെ. പക്ഷേ, അവരുടെ ജീവിതം ആരും അടയാളപ്പെടുത്തിയില്ല. വേലിയിൽ ഘടിപ്പിച്ച തടി ഗേറ്റ് മാറ്റി ഞങ്ങൾ പുറത്തിറങ്ങി. പുളിമരച്ചോട്ടിൽ കെട്ടിയിട്ടിരുന്ന നാടൻ പട്ടി നിർത്താതെ കുരച്ചു. എവിടന്നോ പറന്നെത്തിയ കാക്ക വന്നിരുന്നപ്പോൾ വാഴക്കൈ ഒടിഞ്ഞുതാണു.

ഗോപാലൻ ചേട്ടൻ ഞങ്ങളെ കാത്തുനില്പുണ്ടായിരുന്നു. അദ്ദേഹത്തോടൊപ്പം നടക്കെ റോഡിനു പുറത്തുള്ള ഗോണ്ടുകളുടെ ചെറിയ ചെറിയ വീടുകൾ കണ്ടു. ഞങ്ങളെ കടന്നുപോയ ഗോണ്ടുകളായ ആദിവാസി മനുഷ്യരോട് ഗോപാലൻ ചേട്ടൻ കുശലം പറഞ്ഞു. ഒരുകൂട്ടം പെൺകുട്ടികൾ കലപിലാ വർത്തമാനം പറഞ്ഞുപോകെ ഗോപാലൻ ചേട്ടൻ അവരെ കൈതട്ടി വിളിച്ചു. അവർ തിരിഞ്ഞുനിന്നു. ഞങ്ങൾ കേരളത്തിൽനിന്നും എത്തിയതാണെന്നു പറഞ്ഞപ്പോൾ മലയാളിക്കുട്ടികൾ മുന്നോട്ടുവന്നു. അവരുടെ വർത്തമാനങ്ങളിൽ ഹിന്ദി കലർന്നിരുന്നു. ചോദിച്ച ചോദ്യങ്ങൾക്ക് മറുപടി നല്കി അവർ കൂട്ടുകാരികൾക്കൊപ്പം ചേർന്നു. അവർ ഹിന്ദിയിൽ വർത്തമാനം പറഞ്ഞ് ചിരിച്ച് വേഗത്തിൽ നടന്നുപോയി. മലയാളികളുടെ നാലാം തലമുറ വേറൊരു മനുഷ്യരായി മാറും. അപ്പോഴും അവരുടെ വേരുകൾ ദൂരെ ദൂരെ പച്ചപ്പുള്ള ഒരു നാട്ടിലാണെന്ന് അവരുടെ അബോധം അവരെ

പത്മാവതി

ഓർമ്മപ്പെടുത്തും.

ഇട്കേടിയിൽനിന്നും രണ്ട് മൂന്ന് കിലോമീറ്റർ അകലെയാണ് മജുസ്കാല. അവിടെ പതിനെട്ടോളം കുടുംബങ്ങളുണ്ട്. മജുസ്കാലയിൽ നിന്നും അകലെയാണ് ഉർദാമു. ഇമിലിയ, ബവൻവാഡ എന്നീ മലയാളി ഗ്രാമങ്ങൾ പിന്നെയും അകലെയാണ്. ഇമിലിയയിലേക്കു പോകുന്നത് വിശാലമായ പാടശേഖരങ്ങൾക്കിടയിലൂടെയാണ്. പാടശേഖരം റോഡു തൊടുന്നിടത്ത് കണ്ട ഇരുനില കെട്ടിടം ചൂണ്ടി രവി പറഞ്ഞു. മലയാളി കുടുംബമാണ്. മുറ്റത്തെ കാർഷെഡിൽ മാരുതി ഡിസയർ കാർ, പൾസർ ബൈക്ക്, ഹീറോ സൈക്കിൾ എന്നിവ വിശ്രമിക്കുന്നു. പൂമുഖത്ത് വാതിൽപ്പടിയിൽ ഇരിക്കുന്ന മുത്തശ്ശി മകളുടെ തലയിൽ പേൻ നോക്കുന്നു. മകൾ അവളുടെ മകളുടെയും. കേരളത്തിൽ പണ്ടെങ്ങോ കണ്ടുമറഞ്ഞ ഒരു കാഴ്ച കിലോമീറ്ററുകൾക്കപ്പുറം ഇതാ ഇമിലിയയിൽ.

രവി ഫോൺ ചെയ്തിരുന്നതിനാൽ ചെല്ലമ്മ ചേച്ചി ഞങ്ങളെയും കാത്ത് എസ് എൻ ഡി പിയുടെ ഗുരുമന്ദിരത്തിനു മുന്നിൽ നില്പുണ്ടായിരുന്നു. ഹരിപ്പാട്, സ്വദേശിയാണിവർ. അവരുടെ ഭർത്താവ് ഇവിടെ വന്നതിനുശേഷം ഗതിയില്ലാതെ പട്ടാളത്തിൽ ചേർന്നു. ഇപ്പോൾ ഭേദപ്പെട്ട രീതിയിൽ ജീവിക്കുന്നു. ആദ്യമെത്തിയ തലമുറയിൽപ്പെട്ടയാളാണ് ചെല്ലമ്മ. കുട്ടനാട്ടിലെപ്പോലെ വിശാലമായ പാടശേഖരം അവർക്കാശ്വാസം പകർന്നു. വേനൽക്കാലത്ത് കടുത്തചൂടും ഒക്ടോബർ മുതൽ മാർച്ചുവരെ തണുപ്പുമാണ്. കടുത്ത കാലാവസ്ഥ പരിചയമില്ലാതിരുന്ന മലയാളികൾക്ക് പൊരുത്തപ്പെടാൻ സമയമെടുത്തു. നമുക്ക് പരിചയമുള്ള മഴക്കാലം ഇവിടെ ഇല്ലെന്നുതന്നെ പറയാം. ഒരു സീസണിൽ മാത്രമാണ് മഴ കടന്നുവരുന്നത്. പരന്ന ഭൂമിയായതിനാൽ മഴക്കാറുകൾ രൂപപ്പെടുന്നതും മഴ വരുന്നതും പെയ്തൊഴിയുന്നതും നേരിൽ കാണാം. ചെല്ലമ്മ ചേച്ചിയുടെ സ്നേഹാശ്ലേഷം സ്വീകരിച്ച് ഗുരുമന്ദിരത്തിനരികിൽ നിന്നു. നാട് ചെല്ലമ്മയ്ക്ക് ഒരു വേദനയാണ്. നാട്ടിൽനിന്നും വരുന്നവരെക്കാണുമ്പോൾ കരഞ്ഞു പോകുമെന്ന് പറഞ്ഞു തുടങ്ങുമ്പോൾത്തന്നെ അവർ കരഞ്ഞു.

അടുത്ത സെറ്റിൽമെന്റായ ഉറുമാവിൽ വച്ചാണ് രമേശനെ കാണുന്നത്. കുടിയേറ്റക്കാരുടെ രണ്ടാം തലമുറ. ഭൂമി നഷ്ടപ്പെട്ട് കൂലിവേലക്കാരനായിത്തീർന്ന രമേശൻ രണ്ടറ്റവും കൂട്ടിമുട്ടിക്കാൻ പെടാപ്പാടുപെടുന്നു. കുലിപ്പണിക്കാരനാണ്. നൂറ്റൻപത് രൂപമാത്രമാണ് ദിവസക്കൂലി. വീടിരിക്കുന്ന പത്തുസെന്റ് സ്ഥലം മാത്രമാണ് ബാക്കി. അതുവിറ്റ് നാട്ടിൽ പോയിക്കൂടേയെന്നു വെറുതെ ചോദിച്ചു. അപ്പോഴാണ് മനസ്സിലായത് രമേശൻ കേരളം കണ്ടിട്ടില്ല. ഇല്ലാത്ത നാട്ടിലേക്ക് എങ്ങനെയൊരാൾക്കു പോകാനാകും.

മലയാളി സെറ്റിൽമെന്റിലെ വേലിക്കരികിൽ വച്ച് ആറടിയിലേറെ ഉയരമുള്ള ഒരാൾ, തനി വടക്കേ ഇന്ത്യൻ, വിളിച്ചു ചോദിക്കുന്നതു കേട്ടു. “രവിച്ചേട്ടൻ എപ്പോഴെത്തി?” രവി നിന്നു. ഞങ്ങളും. ആളെപരിചയപ്പെട്ടു.

രാജേന്ദ്രൻ

രാജേന്ദ്രൻ. രാജേന്ദ്രന്റെ അച്ഛൻ പട്ടാളത്തിലായിരുന്നു. അമ്മ ആലപ്പുഴക്കാരി. അമ്മയുടെ സഹോദരൻ പട്ടാളത്തിലായിരുന്നു.

അയാൾവഴി ഹരിയാനക്കാരനായ പട്ടാളക്കാരൻ ആലപ്പുഴക്കാരിയെ കല്യാണം കഴിച്ചു. അച്ഛൻ അമ്മയ്ക്കൊപ്പം ഇമിലിയയിൽ കൂടി. മലയാളികൾക്കൊപ്പം മലയാളിയായി. വീട്ടിൽ അമ്മയോടു മലയാളം പറഞ്ഞു പറഞ്ഞ് രാജേന്ദ്രൻ മലയാളിയായി. അച്ഛനുമമ്മയ്ക്കുമൊപ്പം രണ്ടുവയസ്സുള്ളപ്പോൾ കേരളത്തിൽ വന്നിരുന്നു. കൃഷിയാണ് പ്രധാന തൊഴിൽ. കൃഷി കാരണം എങ്ങോട്ടും തിരിയാൻ വയ്യ. ഒരിക്കൽ കേരളത്തിൽ വരണമെന്നുണ്ട്. ഒരുപാട് ദൂരെയാണ് രാജേന്ദ്രന് കേരളം. പാതി മലയാളിയിൽ നിന്നുള്ള പൂർണ്ണമായ മലയാളം കേട്ട് സൗഹൃദം പകുത്ത് ഞങ്ങൾ മടക്കയാത്ര തുടങ്ങി.

കാറിൽ രവി മൗനത്തിലായിരുന്നു. ഭോപ്പാലിൽ സ്ഥിരതാമസമാക്കിയതിനാലാവാം രവി മദ്ധ്യപ്രദേശ് രാഷ്ട്രത്തെപ്പറ്റി തികഞ്ഞ ബോദ്ധ്യമുള്ളയാളാണ്. ഇട്കേടി വിദിശ മണ്ഡലത്തിലാണ്. സുഷമ സ്വരാജ് ഇവിടെ എം പിയായിരുന്നു. ഇപ്പോഴും ബി ജെ പിയാണ്. രാഷ്ട്രീയ പാർട്ടികളിൽ പ്രവർത്തിക്കുന്ന ഭോപ്പാൽ മലയാളികളുണ്ടെന്ന് രവി പറഞ്ഞു. മദ്ധ്യപ്രദേശിലെ ഭരണം എത്ര അഴിമതി നിറഞ്ഞതാണെന്ന് ഉദാഹരണസഹിതം രവി പറഞ്ഞു. 'വ്യാപം അഴിമതിയെപ്പറ്റി രവിക്ക് നല്ല അറിവുണ്ട്. മലയാളികൾക്കൊന്നും മദ്ധ്യപ്രദേശ് രാഷ്ട്രീയത്തിൽ ഇടംകിട്ടുകയില്ലെന്ന് സ്വന്തം അനുഭവം മുൻനിർത്തി രവി പറഞ്ഞു.

ഇട്കേടിക്കടുത്താണ് വിദിശയും, ഉദയ ഗിരിയും, സാഞ്ചിയുമൊക്കെ. വിദേശികളും സ്വദേശികളുമായ സഞ്ചാരികൾ ഇവിടേക്ക് പ്രവഹിക്കുന്നുണ്ട്. റെയ്സൻ ജില്ലയിൽപ്പെട്ട ഭൂപ്രദേശങ്ങൾ പിന്നിട്ട് ഞങ്ങൾ ഭോപ്പാലിലേക്കുനീങ്ങി. വയലുകളും നാട്ടുവഴികളും ഹൈവേകളും പിന്നിട്ടു നീങ്ങവെ ആറുപതിറ്റാണ്ടുകൾക്ക് മുമ്പ് ചങ്കൂറ്റം മാത്രം കൈമുതലാക്കി എത്തിയവരുടെ പിൻമുറക്കാർ കൊരുത്തെടുക്കുന്ന ജീവിതങ്ങളെപ്പറ്റി ഓർത്തു. എവിടെ നാം പാർക്കുന്നുവോ അവിടെയാണു നമ്മുടെ നാട് എന്ന തിരിച്ചറിവ് മലയാളിക്ക് എന്നുമുണ്ട്. അവർ പ്രവാസി മലയാളികളല്ല. സാധാരണ പ്രവാസി മലയാളികളുടെ പ്രശ്നങ്ങളുമല്ല അവർക്കുള്ളത്.

അവർ മദ്ധ്യപ്രദേശ് എന്ന ഹിന്ദി ഹൃദയഭൂമിയിൽ ജീവിതത്തിന്റെ

ഏറ്റവും പുതിയ തലമുറയിലെ മലയാളിക്കുട്ടികൾ

അടിത്തറ ഉറപ്പിച്ചവരാണ്. ഇനി കേരളത്തിലേക്കൊരു ദക്ഷിണായ നമ വരുടെ ജീവിതത്തിലില്ല. ആറു പതിറ്റാണ്ടു മുൻപ് ശരീരത്തിനും മന സ്സിനുമൊപ്പം ജാതിയും ട്രെയിൻ കയറി പോന്നതാണ്. മദ്ധ്യപ്രദേശിലെ ഔദ്യോഗിക ഭൂമികയിൽ മലയാളികളുടെ ജാതിക്ക് ഇതുവരെ ഇടം കിട്ടി യിട്ടില്ല. അവർക്ക് അത് എന്നു നേടാനാവും? സാംസ്കാരികവും സാമൂ ഹികവുമായ ഇഴുകിച്ചേരലിന് എത്രകാലം അവർക്ക് കാത്തിരിക്കേണ്ടി വരും. അധിവാസിക്കുന്ന ഭൂമിയുടെ പട്ടയപ്രശ്നത്തിന് തീർപ്പുണ്ടാ വുമോ? ഈ സ്വത്വപ്രതിസന്ധിയെ അവരെങ്ങനെയായിരിക്കും അതി ജീവിക്കുക? പുതിയ തലമുറയ്ക്ക് ഇതിനെയൊക്കെ അതിജീവിക്കാൻ കഴിഞ്ഞേക്കാം. കാലം ഒരു വലിയ മുറിവുണക്കൽകാരനും പരിഹാരക നുമാണല്ലോ - കുടിയേറ്റ ജീവിതത്തിന്റെ തീക്ഷ്ണതയുള്ള അനുഭവ കഥനം കേട്ട് മടങ്ങുന്ന ഞങ്ങളുടെ മനസ്സിൽ ഇവയൊക്കെ ചോദ്യങ്ങ ളായും പ്രതീക്ഷകളായും അവശേഷിച്ചു.

ഞങ്ങളെ റെയിൽവേ ഗേറ്റിൽ ഇറക്കിയിട്ട് കൈ തന്ന് നിറയെ ചിരിച്ച് പിന്നെ വിങ്ങലൊളിപ്പിച്ച് രവി പോയി. ഭോപ്പാലിൽ മഴ എപ്പോൾ വേണ മെങ്കിലും പെയ്തേക്കാം. സന്ധ്യാവിളക്കുകൾക്ക് തിളക്കം കൂടുന്നേ യുള്ളൂ. ഞങ്ങൾ മുറിയിലേക്കു നടന്നു.